ஆன்மிகத் தளத்தில் புரட்சியாளர்கள்!

நீ.சு. பெருமாள்

நியூ செஞ்சுரி புக் ஹவுஸ் (பி) லிட்.,
41-பி, சிட்கோ இண்டஸ்டிரியல் எஸ்டேட்,
அம்பத்தூர், சென்னை - 600 050.
☎ : 044 - 26251968, 26258410, 48601884

Language: Tamil
Aanmigath Thalaththil Puratchiyaalargal!
Author : **N.S.Perumal**
N.C.B.H. First Edition: July, 2024
Copyright: Author
No.of Pages: 286
Publisher:
New Century Book House Pvt. Ltd.,
41-B, SIDCO Industrial Estate,
Ambattur, Chennai - 600 050.
Tamilnadu State, India.
Email: info@ncbh.in
Online: www.ncbhpublisher.in

ISBN: 978 - 81 - 975959 - 5 - 0
Code No. A 5122

₹ 360/-

Branches
Ambattur (H.O.) 044 - 26359906, **Spenzer Plaza (Chennai)** 044-28490027 **Trichy** 0431-2700885 **Pudukkottai** 04322- 227773 **Thanjavur** 04362-231371 **Tirunelveli** 0462-2323990, 4210990, **Madurai** 0452-2344106, 4374106 **Dindigul** 0451-2432172 **Coimbatore** 0422-2380554 **Erode** 0424-2256667 **Salem** 0427-2450817 **Hosur** 04344-245726 **Krishnagiri** 04343-234387 **Ooty** 0423-2441743 **Vellore** 0416-2234495 **Villupuram** 04146-227800 **P o n d i - c h e r r y** 0413-2280101 **Nagercoil** 04652-234990

ஆன்மிகத் தளத்தில்
புரட்சியாளர்கள்!
ஆசிரியர்: நீ.சு.பெருமாள்
என்.சி.பி.எச். முதல் பதிப்பு: ஜூலை, 2024

அச்சிட்டோர்: **பாவை பிரிண்டர்ஸ் (பி) லிட்.,**
16 (142), ஜானி ஜான் கான் சாலை, இராயப்பேட்டை, சென்னை - 14
☎: 044-28482441

All rights reserved. No part of this book may be reprinted or reproduced or utilised in any form or by any electronic, mechanical, or other means, now known or hereafter invented, including photocopying and recording, or in any information storage or retrieval system, without permission in writing from the publishers.

"தகைசால் தமிழர் தோழர் **இரா. நல்லகண்ணு** அவர்களின் பொது வாழ்க்கைப் பயணத்தில் துணை நின்று பயணித்த **ரஞ்சிதம்** அம்மையாருக்கு" இந்நூல் சமர்ப்பணம்!

பாராட்டுச் சான்றிதழ்

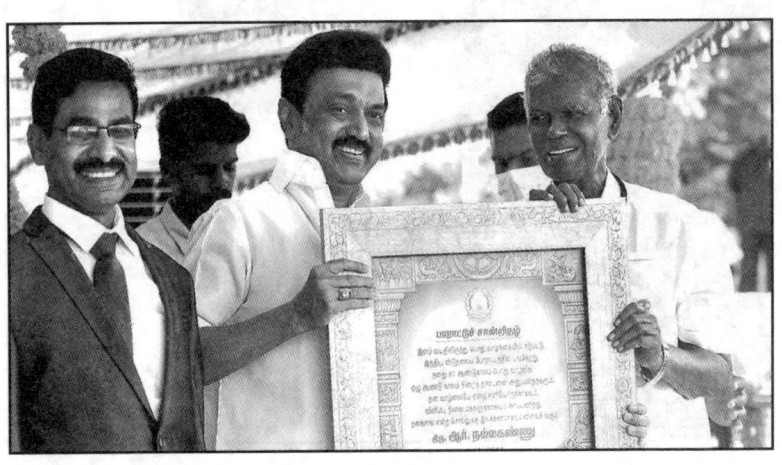

சாந்தலிங்கர் தாள்மலர் வாழ்க

திருக்கயிலாயப் பரம்பரை மெய்கண்ட சந்தானம் பேரூராதீனம்
இருபத்தைந்தாம் குருமகாசந்நிதானங்கள், கயிலைப்புனிதர் முனைவர்
திருப்பெருந்திரு சாந்தலிங்க மருதாசல அடிகளார்
பேரூராதீனம், பேரூர், கோயம்புத்தூர் - 641 010
அலைபேசி : +91 98947 61125

Holy Kailash Heritage Meikandar Heirarchy,
Perur Maha Samasthan, Maha Mandaleshvar His Holiness
Dr. Santhalinga Marudhasala Adihal
Perur Adheenam, Perur, Coimbatore - 641 010.
E : omadihal@gmail.com | perurmutt@yahoo.com

தமிழ்நாடு அரசு இந்து சமய அறநிலையத்துறை உயர்நிலைக்குழு உறுப்பினர்
Member - Tamilnadu Government Hindu Religious & Endowment Board Higher level Committee

நாள் : 04-07-2024

என்.சி.பி.எச். முதல் பதிப்புக்கான அருள் வாழ்த்துரை

"பக்திநெறி அறிவித்து பழவினைகள் பாறும் வண்ணம்" என்பது மாணிக்கவாசகர் திருவாக்கு. இவ்வாக்கிற்கேற்ப நமது பழவினைகளை நீக்கி முக்திநெறியை வழங்கும் நெறி பக்திநெறி. இந்தகைய பக்திநெறி அனைவருக்கும் சமமானதாகவும் பொதுவானதாகவும் அமைதல் வேண்டும் திருக்கயிலாயப் பரம்பரை மெய்கண்ட சந்தானம் பேரூராதீனம் இருபத்துநான்காம் குருமகாசந்நிதானங்கள் தெய்வத்திருப் பெருந்திரு சாந்தலிங்க இராமசாமி அடிகளார் அவர்கள், மறைந்த திருப்பெருந்திரு குன்றக்குடி அடிகளார் அவர்களின் கருத்தாகிய அனைவரும் அருச்சகர் ஆகலாம். அனைவரும் திருக்கோயிலில் சென்று வழிபாடுகள் செய்தல், தமிழ்த்திருக்குட நன்னீராட்டு ஆகியவற்றை நடத்திய பெருமைக்குரியவர்கள்.

1953ஆம் ஆண்டு பல்வேறு தடைகளுக்கு இடையில் வெள்ளக்கிணறு வெ.சி.சுப்பையா கவுண்டர், கோவைகிழார் ஆகிய சான்றோர்களின் ஒத்துழைப்போடு பேரூர்ப் பட்டிப்பெருமான் திருக்கோயிலில் தமிழில் மலரருச்சனை வழிபாட்டைத் தொடங்கி மிகப்பெரிய சமயப் புரட்சியைச் செய்தவர். அடுத்த ஆண்டாகிய 1954ஆம் ஆண்டில் ஏன் தமிழில் வழிபாடுகளைச் செய்யக்கூடாது என்ற கேள்வியுடன் முதன்முதலாக கணபதியில் சிரவையாதீனம் மூன்றாம்

நீ.சு.பெருமாள் / 5

குருமகாசந்நிதானங்களை இணைத்துக் கொண்டு திருநெறிய ஒண்தீந்தமிழ்நெறி வழிபாட்டை மறுமலர்ச்சி அடையச் செய்த பெருந்தகையாளர் தமிழ்நெறி வழிபாடுகள் தமிழகம் மட்டுமல்லாது அயலகத்திலும் சென்று சேர வேண்டும் என்பதற்காக அயலக அடியார்களை அழைத்துவந்து அவர்களுக்குப் பயிற்சிகளை வழங்கினார்கள். அடிகள் பெருந்தகை மீட்டெடுத்த தமிழ் வழிபாட்டு முறைமைகள் இன்று உலகெங்கும் நடைபெற்று வருகிறது.

அதுபோல அனைவரும் அருச்சகர் ஆகலாம் என்று உச்சநீதிமன்றம் தீர்ப்பு வழங்கியவுடன் அப்போதைய முதலமைச்சர் கலைஞர் அவர்களிடம் சென்று அனைவரும் அருச்சகர் ஆகலாம் என்ற திட்டத்திற்கு ஒரு குழு அமைத்து, இன்று ஆறு இடங்களில் அரசு அருச்சகர் பயிற்சிப் பள்ளி நடக்கப் பெரிதும் காரணமாக அமைந்தவர். மேலும் எப்பொழுதெல்லாம் தமிழ்வழிக் கல்வி தமிழ் வழிபாட்டு உரிமைகளுக்குத் தடை வருகிறதோ அப்பொழுதெல்லாம் முன்னின்று அவற்றைத் தகர்த்த பெருமையாளர். ஆண்கள் மட்டுமன்றி பெண்களும் கருவறை புகுந்து வழிபாடுகளைச் செய்யவேண்டும் என்ற நோக்கில் கடந்த 30 ஆண்டுகளாகப் பெண்களைக் கொண்டு வேள்வி வழிபாடுகளைச் செய்வதோடு பெண் பயிற்சியாளர்களைக் கொண்டு அவர்களுக்குப் பயிற்சிகளை வழங்கியவர்.

மேலும் தென்ஆப்பிரிக்கா, ரீயூனியன். சிங்கப்பூர், மலேசியா, இலங்கை ஆகிய அயல்நாடுகளில் இருந்து 300க்கும் மேற்பட்ட அன்பர்களை அழைத்து வந்து வாழ்வியல் அருளியல் பயிற்சிகளை வழங்கியவர். தொடர்ச்சியாகத் தற்பொழுது இருபத்தைந்தாம் குருமகாசந்நிதானங்களாகிய நாமும் இணைய வழியாகவும் நேரடியாகவும் இப்பயிற்சிகளை வழங்கி வருகிறோம். அமெரிக்கா போன்ற நாடுகளுக்குச் செல்லும் போது அங்கே உள்ள மக்களுக்கும் இப்பயிற்சிகளை வழங்கி வருகின்றோம்.

மேலும் அடிகள் பெருத்தகை அவர்கள் தீண்டாமை ஒழிப்பைத் தலையாய கடமையாகக் கொண்டு ஒடுக்கப்பட்ட மக்கள் என்று கூறப்படுகின்ற மக்கள் வாழும் நூற்றுக்கும் மேற்பட்ட ஊர்களில் இல்லங்கள் தோறும் சென்று திருவிளக்கு வழிபாடுகளைச் செய்து அனைவரிடத்தும் சமத்துவம் மேலோங்க வழிவகைகளைச் செய்தவர். ஆன்மீகத் தளத்தில் இத்தகைய மாபெரும் புரட்சி செய்த அடிகள் பெருந்தகை குறித்தும் தமிழ்நெறிவழிபாடு குறித்தும் இந்நூலில் கூறியிருப்பதோடு வழிபாட்டு மொழியாகத் தமிழ் அமைய வேண்டும் என்பது குறித்த கடவுளுக்கு மொழி உண்டா என்ற கட்டுரையும் இந்நூலில் இடம்பெற்றிருப்பது குறிப்பிடத்தக்கது.

இதுபோன்று ஆன்மீகத் தளத்தில் மாபெரும் மாற்றத்தை விதைத்த சான்றோர்கள், அருளாளர்களின் அருட்செயல்களை எடுத்துக்கூறுவதாக "ஆன்மிகத் தளத்தில் புரட்சியாளர்கள்" எனும் இந்நூல் அமைந்துள்ளது. ஆன்மீகம் என்பதை அனைவருக்கும் கொண்டு சேர்க்க வேண்டும் என்பதற்காக ஒவ்வொருவரும் செய்த அருஞ்செயல்களை இந்நூல், அழகாகப் படம்பிடித்துக் காட்டுகிறது. தீண்டாமை ஒழிப்பு என்பது ஆன்மீகத்திற்கு எவ்வளவு அவசியம் என்பதையும் இந்நூலின் கட்டுரைகள் ஒவ்வொன்றும் படம்பிடித்துக் காட்டுகின்றன.

இத்தகைய சிறந்த நூலை எழுதியவர் சிவமிகு நீ.சு. பெருமாள் அவர்கள். இருபது ஆண்டுகளுக்கும் மேலாக தினத்தந்தி, தினமணி உள்ளிட்ட நாளிதழ்களில் கட்டுரைகளை எழுதி வருபவர். தொலைக்காட்சி நிகழ்ச்சிகளிலும் கலந்து கொண்டு கருத்துகளை வழங்கி வருபவர். பல்வேறு சிறந்த நூல்களை எழுதியவர். அத்தகைய நூல்களுக்காகக் குறள் ஆர்வலர். சேக்கிழார் விருது. கீழடி தொன்ம நூலாசிரியர் விருது உள்ளிட்ட பல்வேறு சிறந்த விருதுகளையும் பெற்ற சிறப்பிற்குரியவர்.

இத்தகைய சிறப்பிற்குரிய இந்நூல் சிறக்கவும் சிவமிகு நீ.சு.பெருமாள் அவர்களும் இந்நூல் உருவாக உழைத்த அனைவரும் வாழ்வில் எல்லா நலங்களும் வளங்களும் பெற்றுப் பெருவாழ்வு வாழவும் எல்லாம் வல்ல அருள்மிகு அம்பலவாணப்பெருமான் இன்னருளையும் அருள்திரு சாந்தலிங்கப்பெருமாள் தண்ணருளையும் கயிலைக்குருமணி தமிழ்நெறிவழிபாட்டுத் தந்தை இருபத்துநான்காம் குருமகா சந்நிதானங்களின் தெய்வத்திருப்பெருந்திரு சாந்தலிங்க இராமசாமி அடிகளார் அவர்களின் குருவருளையும் நினைந்து வாழ்த்தி மகிழ்கின்றோம்.

வேண்டுந்தங்களன்பு,

அன்புள்ள,

சாந்தலிங்க மருதாசல அடிகள்

திருப்பெருந்திரு சாந்தலிங்க மருதாசல அடிகளார்
தமிழ்நாடு அரசு இந்து சமய அறநிலையத்துறை
உயர்நிலைக்குழு உறுப்பினர்.

மரு. த.அறம்
தமிழ் மாநில பொதுச் செயலாளர்,
தமிழ்நாடு கலை இலக்கியப் பெருமன்றம்
சாத்தூர்.

முதல் பதிப்புக்கான அணிந்துரை

இன்றைய இந்தியச் சூழலில் மத உணர்வுகளைத் தூண்டி, மத வேறுபாடுகளைப் பெரிதாக்கி, பெரும்பான்மையான இந்து மக்களின் உணர்வுகளை அரசியலில் முதலீடாக்கி அதிகாரம் கைப்பற்றுகின்ற சூழலில் ஆன்மிகத் தளத்தில் புரட்சியாளர்கள் எனும் நூல் அனைவரையும் விழிப்புணர்வை உண்டாக்கும் என்பதில் மாற்றுக்கருத்து இருக்க முடியாது.

இதற்காக நூல் ஆசிரியர் தோழர் நீ.சு. பெருமாள் அவர்களுக்கு முதலில் நன்றியினை தெரிவித்துக் கொள்கிறேன். இந்துமத அடிப்படைவாதிகளுக்கு எதிராக இந்து கருத்தியலில் செயல்பட்ட முற்போக்கு சிந்தனையாளர்களை அவர்களது சிந்தனைகளை, செயல்பாடுகளை மிக அருமையான கட்டுரைகளாக வடித்துள்ளார்.

"சாதிச் செருக்கு நாயணனுக்கு செய்யும் இழுக்கு" என அறிவித்ததையும், அதை தன் வாழ்நாளில் கடைபிடித்ததையும், குலம்தான் குணத்தை முடிவு செய்யும் என்று சீடர்கள் நினைத்திருந்ததை அறிந்து அவர்களுக்கு செய்முறை பாடம் நடத்தி திருத்தியதையும், "திருமாலை பரம்பொருளாகக் கருதி

சரண் அடைய விரும்பியவர்கள் அனைவரும் வைணவ குலம்தான்" என்று அறிவித்ததையும், தாழ்த்தப்பட்டவர்களை "திருக்குலத்தார்" என்று பெயரிட்டு "பஞ்ச சமஸ்காரம்" செய்ததையும் பதிவு செய்த விதம் பாராட்டுதலுக்குரியது.

வைணவத்தை ஏற்றுக்கொண்ட அனைவரும் சமமானவர்கள், என்பதுடன் அடுத்தவரின் துன்பம் தனக்கான துன்பம் என உணர்வதே சிறந்த வைணவ தத்துவம் என்பதையும் மிக விரிவாக விளக்கிச் செல்கிறது.

மக்கள் பல்வேறு குலங்களாக பிரிந்து, வெவ்வேறு மத நம்பிக்கையோடு வாழ்ந்த சூழலில், "ஒன்றே குலம் ஒருவனே தேவன்" என முற்போக்கு திசையில் சிந்தனை செய்த திருமூலரை குறித்து விரிகிறது அடுத்த கட்டுரை. தற்போதுள்ள ஞானவாபி மசூதி விவகாரத்தோடு திருமூலரின் சிந்தனைகள் உரசிச் செல்கிறது.

என்னுடைய மதம்தான் சிறந்தது என பிதற்றித் திரிபவர்கள் "கத்தும் கழுதைகள்" என்றும் அறிவை விழிப்படைய செய்யாத மதங்களை "மலம்" என்றும் விவரிக்கும் திருமூலரின் சிந்தனைகள் இன்றைய காலத்துக்கு ஏற்ற ஆழமான கருத்தியல்கள் எனலாம். "அன்பு, சிவம் இரண்டு என்பர் அறிவிலார். அன்பே சிவமாவது ஆரும் அறிகிலார். அன்பே சிவமாவது ஆரும் அறிந்தபின் அன்பே சிவமாய் அமர்ந்திருந்தாரே"

என அன்பும் சிவமும் வெவ்வேறல்ல ஒன்றுதான் என்பதை வலியுறுத்தி, இந்த அன்பின் வெளிப்பாடாக பசித்தவருக்கு உணவு வழங்குங்கள் என திருமூலர் கூறியதையும், தவம், யோகம், பக்தி மார்க்கங்களில் பெண்கள் பயணிப்பதற்கு தீட்டு ஒரு தடையல்ல என விவரித்த திருமூலரை மிக அருமையாக காட்சிப்படுத்தி உள்ளார்.

"வள்ளலார் பார்வையில் பசி" என்ற கட்டுரையில் பசி குறித்த தமிழ்ச் சிந்தனைப் பரப்பில் தோன்றிய சிந்தனைகள்

எல்லாம் தொகுத்து வழங்குகிறது. வள்ளலார் சிந்தனைகளோடு, திருக்குறள், மணிமேகலை, அப்பருக்கு பசி தீர்த்த ஈசன், பசி காரணமாக நாய்க்கறி சாப்பிட்ட விசுவாமித்திர முனிவன், பிரெஞ்சுப்புரட்சி என எடுத்து இயம்புகிறது. மகாத்மா காந்தி, நாராயண குரு சந்திப்பு, அதற்குப் பிறகு காந்தியிடம் ஏற்படும் மாற்றங்கள் ஆலய நுழைவுப் போராட்டத்தை காந்தி கையில் எடுத்தல், தீண்டாமைக்கு எதிரான அகில இந்திய சுற்றுப்பயணம், அதை சனாதனிகள் எவ்வாறு எதிர்த்தனர். தாழ்த்தப்பட்டவர்களின் தலைவர்கள் எவ்வாறு அதற்கு வினைபுரிந்தனர், கன்னியாகுமரி அம்மன் கோயில் நிராகரித்தல், மன்னார்குடி சக்கரவர்த்தி ஆச்சாரியாவுடன் உரையாடல், பெரம்பூர் அருந்ததியர் சமூகத்தினர் அளித்த பரிசு, நாராயண குரு, ராஜாஜி சந்திப்பு என வரலாற்றில் மறைக்கப்பட்ட பல தரவுகளைத் தேடி பதிவு செய்திருக்கிறார் நூலாசிரியர்.

"ஆலய நுழைவுப் போராட்டத்தில் பிராமணர்களின் பங்களிப்பு" என்ற கட்டுரையில் ராமானுஜர், திருஞானசம்பந்தர் தொடங்கி, மதுரை வழக்கறிஞர் வைத்தியநாதய்யர், டி.ஆர். மகாதேவ ஐயர், பட்டாபிராம ஐயர், மதுரை கோயில் நுழைவு போராட்டம், அதில் முத்துராமலிங்கத் தேவரின் பங்கு, திருவல்லிக்கேணி பார்த்தசாரதி கோயில் விவகாரங்களில் பொதுவுடைமை இயக்கத் தலைவர் தோழர் பி.ராமமூர்த்தியின் பங்கு என விவரிக்கிறது.

விவேகானந்தரின் தமிழகத் தொடர்புகள், சிகாகோ மாநாட்டிற்காக ராமநாதபுரம் சேதுபதி மன்னரின் உதவி, ஆறு நிமிடம் மட்டுமே பேசிய சிகாகோ உரை உலகப் புகழ்பெற்றதன் பின்னணி, மூடநம்பிக்கைகளுக்கு எதிரான முற்போக்கான நடவடிக்கைகளை முன்னெடுத்த "திருவல்லிக்கேணி இலக்கிய சங்கம்", "சென்னை இந்து ஆச்சார சீர்திருத்தச்சங்கம்" அழைப்பின் பேரில் சென்னை வந்த விவேகானந்தரின் உரைகள் என விரிந்து செல்கிறது.

"சாமானிய ஏழை மக்களுக்கு செய்கின்ற உதவிகள்தான் கடவுளுக்கான உண்மையான நெய்வேத்தியம்", "எல்லா மனிதர்களிடத்திலும் இறை வடிவம் காண்பவன் எவனோ அவனே உண்மையான பக்திமான் என்பேன்" என்று உரையாற்றிய விவேகானந்தர் குறித்து மகாத்மா காந்தி, ஜவஹர்லால் நேரு, வினோபாபாவே, ரவீந்திரநாத் தாகூர் கூறிய கருத்துகளை பதிவு செய்திருப்பது சிறப்பைத் தருகிறது.

"ஞானத் திருவிளக்கு" என்னும் கட்டுரை திருக்குறள் குறித்து விரிவாகப் பேசுகிறது. முதன் முதலில் லத்தீன், பிரெஞ்சு, ஆங்கில மொழிபெயர்ப்புகளையும், தற்போது வரை எத்தனை மொழிகளில் மொழிபெயர்க்கப்பட்டுள்ளது என்பதையும், திருக்குறள் குறித்து உலகப் புகழ்பெற்ற அறிஞர்களின் கருத்துகளையும், திருக்குறளின் மேன்மையான கருத்துகளையும் கற்பனை மிகுந்த கவிஞராக காமத்துப்பாலில் திருவள்ளுவர் விளங்குவதையும் மேன்மையாகக் கூறுகிறது.

"சுயமரியாதையின் பிறப்பிடம்" திராவிட இயக்கங்களின் பரிணாம வளர்ச்சியை விவரிப்பதாக இருக்கிறது. "சென்னை ஐக்கிய சங்கம்", "தென்னிந்திய நல உரிமைச் சங்கம்", நீதிக்கட்சி உருவாக்கம், மாண்டேகு செம்ஸ்போர்டு சீர்திருத்தம், காங்கிரஸ் புறக்கணிப்பு, சட்டமன்ற நுழைவு, இதன் மூலம் சமூக சீர்திருத்த நடவடிக்கைகளை மேற்கொள்ளுதல், டாக்டர் முத்துலட்சுமி ரெட்டி, காந்தி சந்திப்பு என விவரிக்கிறது.

604 நாட்கள் நடைபெற்ற வைக்கம் போராட்டத்தின் நூற்றாண்டு கொண்டாட்டங்கள் நடந்து வரும் வேளையில், வைக்கம் போராட்டத்திற்கு முன்பு கேரளத்தில் நடந்த சாதி சமத்துவ போராட்டங்கள், தளவாய்க்குளம் கோயில் நுழைவு போராட்டம், மகாகவி குமரன் ஆசான் உரை, டி.கே.மாதவன், கேளப்பன் நாயர், நம்பூதிரிபாட், ஏ.கே. பிள்ளை, கிருஷ்ணசாமி அய்யர், ஜார்ஜ் ஜோசப் பங்களிப்பு, காந்தி, ராஜாஜி, பெரியார் தொடர்பு, பெரியாரின் சிறை வாழ்க்கை, பெரியாரின்

போராட்ட முறைகள் என வைக்கம் போராட்ட நிகழ்வுகளை "வைக்கம் சொன்ன ஆன்மிகம் என்ற கட்டுரை விவரிக்கிறது.

"ஆன்மிகத் தளத்தில் புரட்சியாளர்கள்" என்ற கட்டுரை மகாவீரர், புத்தர், இயேசு பெருமான், வேத முனிவர்கள், முகமது நபி போன்றோர் தெரிவித்த நல்ல கருத்துகளை எடுத்துக்கூறி, ஹெகல், கார்ல் மார்க்ஸ், டார்வின் பங்களிப்புகளை விளக்கி, வள்ளலார், சித்த மரபில் வந்த சிந்தனைகள், மதங்களைக் கேள்விக்கு உள்ளாக்கிய விதத்தை விளக்கமாகச் சொல்கிறது.

"மகாத்மா ஜோதிராவ் புலே காட்டிய ஆன்மிகம்" என்ற கட்டுரை அன்றைய மராத்திய மன்னர்கள் குறித்தும், பார்ப்பன பேஷ்வாக்குகளின் ஆட்சி குறித்தும் விவரித்து, ஜோதிராவ் புலே குழந்தைப் பருவம், படிப்பு, பார்ப்பனர்களின் சூழ்ச்சியால் படிப்பிற்கான தடைகள், அதையெல்லாம் மீறி கல்வி கற்றது, அவர் துவக்கிய சத்திய சோதக் சமாஜ், உண்மை நாடுவோர் சங்கம், அதனுடைய கொள்கைகள், புரோகிதர்கள் இல்லாமல் மத வழிபாடு, புரோகிதர்கள் இல்லாத திருமணம், சூத்திரருக்கும், ஆதி சூத்திரருக்குமான கல்வி, சாவித்திரிபாய் புலே அவர்களின் இளம் விதவைகளுக்கான பிரசவ உதவி, பெண்களுக்கான கல்வி என விவரித்து செல்கிறது. இத்தகைய செயல்பாடுகளின் தொடர்ச்சியாக நாவிதர்கள் பார்ப்பனர்களுக்கு முடித்திருத்தம் செய்வதில்லை என்றும் பார்ப்பன விதவைகளுக்கு மொட்டை அடிப்பதில்லை என்றும் தீர்மானம் செய்தல் போன்ற நிகழ்வுகளை மிக நுணுக்கமாக பேசிச் செல்கிறது.

"விடாது சனாதனம்" என்ற கட்டுரையில் சனாதனிகள் எவ்வாறு சீர்திருத்தக் கருத்துகளை காலம் முழுவதும் எதிர்த்து வந்தனர் என்பது குறித்து பேசுகிறது. "இயற்கைப் பேரிடரில் ஞானம்" என்ற கட்டுரை மழை, வெள்ளப் புயல் பாதிப்புகளில் மதம் கடந்து, மனிதாபிமான முறையில்

உதவி செய்யும் மனிதர்களையும், கொரோனா காலத்தில் எல்லா அடையாளங்களையும் கடந்து அனைவரையும் ஒடுக்கிய கிருமித் தொற்று குறித்தும் பேசுகிறது.

மொத்தத்தில் இந்தத் தொகுப்பில் உள்ள கட்டுரைகள் அனைத்தும் காலத்துக்கு ஏற்ற அருமையான கருத்துகளை தாங்கி வெளிவந்துள்ளன. இதனை ஒரு தொடக்கமாக எடுத்துக் கொண்டு இந்த வழியில், ஆன்மிகத் தளத்தில் இயங்கிய முற்போக்கு சிந்தனைகளை, சாதி, சமயம் கடந்து மக்களை ஒருங்கிணைக்கும் சக்திகளை அடையாளம் கண்டு நாம் போற்ற வேண்டும். தோழர் நீ.சு.பெருமாள் இது போன்ற நூல்களை மீண்டும், மீண்டும் தமிழ் பரப்பிற்குத் தர வேண்டும்

மரு.த.அறம்
தமிழ் மாநில பொதுச் செயலாளர்,
தமிழ்நாடு கலை இலக்கியப் பெருமன்றம், சாத்தூர்.

அருள் முனைவர் எம்.சி.ராசன்
உயர்நீதிமன்ற வழக்கறிஞர்
சென்னை உயர் நீதிமன்றம்

முதல் பதிப்புக்கான வாழ்த்துரை

ஆன்மிகத் தளத்தில் புரட்சியாளர்கள் என்கின்ற அற்புதமான படைப்பை தோழர் நீ.சு.பெருமாள் அவர்கள் தமிழ் கூறும் நல் உலகிற்கு தந்திருக்கின்றார்கள். வரலாற்றில் நீண்டு நிலைக்கக் கூடிய இந்தப் புத்தகத்திற்கு அணிந்துரை எழுதுவது என்பது மெத்த மகிழ்ச்சி. 15 அத்தியாயங்களில், சமூகம் ஒரு சிறந்த பார்வையைப் பெறுவதற்கான வழியை ஆராய்ந்து நமக்கு அறிமுகப்படுத்தி இருக்கிறார்.

ஆயிரம் ஆண்டுகளுக்கு முன்னர் இம்மண்ணில் வாழ்ந்த இராமானுசரை அறிமுகப்படுத்தும்போது, "புரட்சி என்ற பெயரை உச்சரித்தாலே அது ஒரு பஞ்சமா பாதகங்களில் ஒன்று என எண்ணிக்கொண்டிருந்த ஆன்மிக உலகில், துவராடை கட்டிய இராமானுசர் புரட்சிக்காரராகவே வாழ்ந்து காட்டினார்". சாதிய கொடுமைகள் மலிந்து கிடந்த அந்தக் காலத்தில், அதுவும் கடவுள் பக்தியின் பெயராலேயே நியாயப்படுத்திக் கொண்டிருந்த காலகட்டத்தில், அன்றைய ஆண்டான் அடிமை முறையை அகற்றிவிட்டு, பிராமணர்களையும் பஞ்சமர்களையும் ஒரே பந்தியில் அமர

வைத்ததன் மூலம், உண்மையான பக்தியை சமூகத்தின் கரிசனைக்கு தந்து விடுகிறார்.

கடவுளர்கள் மலிந்து கிடந்த சமூகத்தில், கடவுளர்களின் பெயராலேயே சமயச் சண்டைகள் சாமானியர்களின் மண்டைகளை நொறுக்கிக் கொண்டிருந்தபோது, ஒன்றே குலம் ஒருவனே தேவன் என்பதை உரக்கச் சொல்லி தமிழ்ச் சமூகம் நடக்க வேண்டிய திசையை தீர்மானித்தார் திருமூலர்.

வழிபாடு வேறு வாழ்க்கை வேறு என்று இல்லாமல், வாழும்போதே அன்புடன் வாழ்ந்தால் அதுவும் யார் மீதும் பேதம் இல்லாமல் இருத்தல் என்பதே சிவனின் அம்சம் தான் என்ற திருமூலரின் வார்த்தைகள் நமது இதயப்பரப்பில் விழுந்து இடியாய் இறங்க வேண்டும் என்று விரும்புகிறேன்.

பசி வந்தால் பத்தும் பறந்து போகும் என்றாள் தமிழ் மூதாட்டி ஔவையார். அப்படிப்பட்ட கொடும் பசியை வர்ணித்த வள்ளலார் பெருமான், "பசித்துன்பமே நரகம், உண்டு பசி நீங்கிய திருப்தி இன்பமே மோட்சம் என்று குறிப்பிடுகிறார்.

பலகோடி மக்கள், நாம் வாழும் இந்த பூமியில், பட்டினியோடு படுக்கைக்கு செல்லும் அவலத்தை, லாபம் ஒன்றையே குறிக்கோளாகக் கொண்டு மனிதர்களை புறந்தள்ளும் முதலாளித்துவ சமூகம் உருவாக்கி வைத்திருக்கிறது.

எனவே, "பசி என்கிற புலியானது ஏழை உயிர்களை பாய்ந்து கொல்லத் தொடங்கும் தருணத்தில், அப்புலியைக் கொன்று அந்த உயிரை காப்பாற்றுவதே ஜீவகாருண்யம்" என்று பெயர் வைத்தார். இந்தியத் திருநாட்டில் குடிமக்களாக வாழும் நமக்கு இன்றும் சாதியின் பெயரால் மறுக்கப்படும் உரிமைகளும், மனித மாண்பும் மனித நேய மிக்கோரின் நெஞ்சங்களை பதைபதைக்கச் செய்கின்றன.

மகாத்மா காந்தி வாழ்ந்த காலத்தில் தீண்டாமை என்னும் பேய் நடமாடியதை ஒழிப்பதற்காக அவர் மேற்கொண்ட

முயற்சிகளை பட்டியலிடும் நூல் ஆசிரியர், நாமும் சாதியப் பேயை இந்த மண்ணிலிருந்து விரட்டி அம்பேத்கரின் அரசியல் சாசனம் அனைவருக்கும் வழங்கும், சமத்துவம், சகோதரத்துவம், சுதந்திரம், எல்லோருக்கும் உரிமையாகும் வரை உழைக்க வேண்டும் என உத்வேகத்தை தருகிறார்.

சாதிய சமூகத்தில் தலையில் அமர்ந்திருக்கும் பிராமணர்களில் பலரும் சமூக அரசியல் பொருளாதார விடுதலைக்கு பாடுபட்டவர்கள் என்பதை பட்டியலிடும்போது, பிறப்பினால் அல்ல வாழ்வினால் தான் ஒருவன் பெருமைப்பட முடியும் என்பதை உறுதிபடத் தெரிவிக்கிறார். எக்குலத்தில் பிறந்தாலும் நாம் சமூகத்தின் விடுதலைக்கு, இருள் நீங்க, ஒளியாக மாற முடியும் என்பதை இந்நூல் சிறப்பாக எடுத்துரைக்கிறது.

இந்தியா பெற்றுக் கொடுத்த வீரத்துறவி விவேகானந்தரைப் பற்றி வாசிக்கும்பொழுது, இவ்வளவு பெரிய மகானை, இன்று சமூகத்தை பிளவுபடுத்தும் சக்திகள், தங்கள் குறுகிய அரசியல் லாபத்திற்காக, அதிகார வெறிக்காக தவறாக பயன்படுத்துகிறார்கள் என்பதை அறிய முடிகிறது. வரலாற்றை மறுவாசிப்பு செய்வதுபோல நமது துறவிகளையும், தலைவர்களையும் பாசிச சக்திகளிடமிருந்து மீட்க வேண்டிய கடமை நமக்கு இருப்பதை இந்நூல் படம்பிடித்துக் காட்டுகிறது.

ஒருவர் எந்தச் சமயத்தை சார்ந்தவராக இருந்தாலும், கடவுள் நம்பிக்கை இல்லாமல் இருந்தாலும், மனிதநேயத்தின் மீது நம்பிக்கை கொண்டவர்களுக்கும் வழிகாட்டும் ஞான விளக்கு திருக்குறள் என்பதை அழகாக எடுத்துரைக்கின்றார். திருக்குறள் மட்டும் ஆட்சியாளர்களால் சரியான விதத்தில் தமிழ் நெஞ்சங்களில் கொண்டுபோய் சேர்க்கப்பட்டிருந்தால் இந்த உலகமே சமத்துவ சகோதரச் சமூகமாக உருமாறி இருக்க முடியும். நமக்கு அரசியலில் ஈடுபாடு ஏன் தேவை

என்பதையும் சாமானிய மனிதர்கள் ஒன்றிணைந்து இந்தச் சமூகத்தை சுயமரியாதையின் பிறப்பிடமாக மாற்றி இருக்கிறார்கள் என்றும், இன்று நாம் பெருமையோடு வாழ்வதற்கு காரணமாய் இருக்கின்ற "அனைவருக்கும் கல்வி, வேலைவாய்ப்பு, சமூகநீதி, ஆண் பெண் சமத்துவம்" போன்றவை உறுதிப்படுத்த நமது முன்னோர்கள் ஆற்றிய தியாகங்களை சிறப்பாக எடுத்துரைக்கிறது. பெற்றுத்தந்த சமூக நீதியை மேம்படுத்தும் பொறுப்பு சமூகத்தில் அனைவருக்கும் இருக்கிறது என்பதை இது அறுதியிட்டு சுட்டிக்காட்டுகிறது.

தந்தை பெரியார் தனித்துவமிக்க தலைவராக விளங்கியவர். ஏழைகள், தாழ்த்தப்பட்ட, பிற்படுத்தப்பட்ட மக்களின் உரிமைகளை பாதுகாக்க வைக்கம் ஆலய நுழைவுப் போராட்டத்தில் பங்கேற்று, சிறை சென்று இன்று அதன் நூற்றாண்டு விழாவை சிறப்பித்துக் கொண்டிருக்கும்போது, கடவுளின் குழந்தைகளுக்கு மறுக்கப்பட்ட நீதிக்காக போராடி, வென்று காட்டிய பெரியாரின் ஈரோட்டுப்பாதை இன்றும் நம் சமூகத்தில் நிகழும் அவலங்களைக் களைய, சமயத்தின் பெயரால் வெறியூட்டப்பட்டு மக்களாட்சியையும் அதன் மாண்பையும் சீர்குலைக்கிற அநியாயக்காரர்களை தோல் உரிப்பதற்கு தேவைப்படுகிறது என்றால் மிகையல்ல. வள்ளலார், கார்ல் மார்க்ஸ், டார்வின் என்ற பெரும் புகழ்பெற்ற சீர்திருத்தத் தலைவர்கள் அனைவரும் தாங்கள் வாழும் காலத்தில் மதவாதிகளால் மிகவும் துன்புறுத்தப்பட்டவர்கள். ஆனால், சமயவாதிகளின் பொய்மைகள் தான் வரலாற்றின் வளர்ச்சி கட்டத்தில் நொறுங்கிப் போயினவே தவிர, இவர்களை காலம் செரித்துவிட முடியவில்லை. மாறாக வரலாற்றுச் சிம்மாசனத்தில் இன்றும் கம்பீரமாக சம்மணமிட்டு அமர்ந்திருக்கிறார்கள்.

சமயத்தின் பிற்போக்குத்தனம் எந்த அளவிற்கு மனிதர்களின் மாண்பை சிதைக்க முடியும், காயப்படுத்த முடியும் என்பதை மகாத்மா ஜோதிராவ் புலே பற்றிய அத்தியாயத்தில் தெரிந்து கொள்ள முடிகிறது. முடை நாற்றமெடுக்கும் மனிதவிரோத சில சமய கோட்பாடுகளை, நூற்றுக்கணக்கான ஆண்டுகளாய் ஒடுக்கப்பட்டவர்களை சாதியின் பெயரால் அடிமைப்படுத்தியபோது கிளர்ந்தெழுந்த பகலவனாய் காட்சி தருகிறார் புலே.

கல்வி என்னும் ஆயுதத்தை கையில் எடுத்து ஏழைகளுக்கு ஏணியாக மாறி, அறிவுக் கண்களை திறக்க வைக்கிறார். ஆனால், இன்றும் கொடுமைகள் தீர்ந்தபாடில்லை என்பது நமது கடமையை தொடர்ந்து நினைவூட்டுகிறது.

இயற்கைப் பேரிடரில் ஞானம் கட்டுரையில் மிக அழகாக, சாவு அழிவு நம்மைத் துரத்துகிறபோது, சமய வேறுபாடுகளோ, சாதிய மாறுபாடுகளோ நம் கண்களுக்குத் தெரிவதில்லை. எல்லோரையும் மனிதர்களாக பார்த்து, இதயத்தில் ஈரம் சுரக்கிற வேலையை இயற்கை செய்துவிடுகிறது என்பதை அழகாகச் சொல்லி இருக்கிறார்.

மொத்தத்தில் இந்தச் சமூகத்தில் இருக்கிற சாதியக் கொடுமைகள், சமயச் சண்டைகள், மத வெறியின் பெயரால் நடக்கும் அட்டூழியங்கள், பழமைவாத மூடநம்பிக்கைகள் போன்றவற்றை தோலுரிக்கும் நூலாசிரியர், இவற்றிற்கு எதிராக சமர் புரிந்த சீர்திருத்தவாதிகளின் பட்டியலையும் நமக்குத் தருகிறார். இதனை வாசிக்கும்போது நம்மிடம் பல கேள்விகளையும் சவால்களையும் இது எழுப்புகிறது. நமது வாழ்வை ஆய்வு செய்து பார்க்கத் தூண்டுகிறது. மனித குலத்திற்கு நாமும் ஆற்ற வேண்டிய பங்கை கற்றுத் தருகிறது.

இப்படிப்பட்ட கனமான கருத்துக்களை தாங்கி வருகின்ற இந்நூலின் ஆசிரியர் தோழர் நீ.சு.பெருமாள், தமிழ்ச்

சமூகத்திற்கு மட்டுமல்ல மனிதச் சமூகத்தின் பாராட்டுதலுக்கு தகுதியானவர் என்பதில் நாம் பெருமை கொள்ளலாம். சமய வேறுபாடு இன்றி சகலரும் வாசித்து நலம் பெறும் நூல் இது என்பதைவிட, ஞானப்பால் இது என்று கருதுகிறேன். மனிதம் மதிப்பின்றி மறுக்கப்பட்டு வருகிற சமூகச் சூழலுக்கு எதிராக, பொருத்தமான புரட்சியை உருவாக்குவதே இந்நூலின் நோக்கம் என்பதில் மகிழ்கிறேன்.

அருள் முனைவர் எம்.சி.ராசன்
உயர்நீதிமன்ற வழக்கறிஞர்
சென்னை உயர் நீதிமன்றம்

தமிழ் மாமணி
கு.ஜமால்முகம்மது
ஈரோடு.

முதல் பதிப்புக்கான வாழ்த்துரை

தமிழனின் பெருமையை தமிழனின் நெறியினை தமிழ் இலக்கியத் தொன்மையை எதிர்வரும் காலத்தில் எல்லோரும் எளிதாக அறிந்து தெளிவு பெறும் வகையில் ஆன்மிகத் தளத்தில் புரட்சியாளர்கள் என்னும் நூல் அமைந்துள்ளது. பல மொழிகளில் இதனை மொழிபெயர்த்து நாடு முழுவதும் சேர்த்து விட்டால் போதும். இந்நாட்டில் மதம், மொழி, இன வெறி தணிந்து சாதி பேதமற்ற சமநிலை உணர்வும் இந்தியாவில் இறையான்மையும் காப்பாற்றப்படும் என்கிற நம்பிக்கை ஏற்படுகிறது. அதற்காக நூல் ஆசிரியர் நீ. சு.பெருமாள் அவர்களுக்கு நன்றி.

3000 ஆண்டுகளுக்கு முன்பே அறிவியல் சிந்தனையோடு தவம், யோகம், ஞானம், பக்தி ஆகிய வழிகளில் பெண்கள் செல்வதற்கு தீட்டு ஒரு தடையல்ல. உலகில் உள்ள ஆண்களும் பெண்களும் அவரவர் அன்னையின் தீட்டிலிருந்துதான் வந்தவர்கள். இதில் பெண்கள் மட்டும் தீட்டுடையவர்கள் என்பது பேதமை என்கிறது திருமந்திரம். அதனை திருமூலர் பாடலோடு நூலாசிரியர் சுட்டிக்காட்டிப் பதிவு செய்திருப்பது பாராட்டுதலுக்குரியது.

கீழடி அகழாய்வோடு ஒப்பிட்டு தமிழ் மொழி சமஸ்கிருதத்தை விட 700 ஆண்டுகள் மூத்த மொழி என்று தகுந்த ஆதாரத்துடன் பதிவு செய்திருப்பது பாராட்டுதலுக்குரியது. திருக்குறள் வடமொழி சாத்திரத்தின் தொகுப்பு என்பது தவறு என சுட்டிக்காட்டியுள்ளார்.

"எப்பொருள் யார்யார்வாய்க் கேட்பினும் அப்பொருள்
மெய்ப்பொருள் காண்பது அறிவு"

ஒட்டுமொத்த திருக்குறள் இலக்கியத்திற்கு முத்தாய்ப்பான குரல் இது எனலாம். பகுத்தறிவின் உச்சம் தான் இக்குரல் என்ற நூலாசிரியர் கருத்தினை வரவேற்கலாம்.

தனிமனித மேம்பாடு, சமூக நல மேம்பாடு ஆகியவற்றை மையப்படுத்தி எழுதப் பெற்ற திருக்குறள் இன்றைக்கும், இனி எதிர்காலத்திலும், என்றைக்கும் மனித குலத்துக்கு வழிகாட்டியாக விளங்கும். எனவே, உலகப் பொதுமறை என்பதை விட தமிழ் மறை எனச் சொல்வதே தமிழுக்கும் தமிழனுக்கும் பெருமை ஆகும் என வைரவரிகளால் நூலாசிரியர் பதிவு செய்திருக்கிறார் .

இராமானுஜர் வழிநடத்திய ஆன்மிகம் என்னும் தலைப்பிலான கட்டுரையில் "சாதிச்செருக்கு நாராயணனுக்குச் செய்யும் இழுக்கு" என்று சொன்னதுடன் தமது வாழ்விலும் அதனைக் கடைப்பிடித்தவர் ராமானுஜர். இதனை புக்கன் என்ற வரலாற்று ஆசிரியரும் மற்றும் 1797இல் மைசூர் கெஜட்டிலும் உள்ளதாக ஆதாரத்துடன் நூலாசிரியர் குறிப்பிடுவது மிகப் பொருத்தமானதாக இருக்கிறது. ஆன்மிக உலகில் பலத்த எதிர்ப்புகளை எல்லாம் எதிர்கொண்டு அன்றைய நிலையில் ஒரு காவி கட்டிய பெரியாராகவே வாழ்ந்தவர் ராமானுஜர் என ராமானுஜரையும் பகுத்தறிவுப் பகலவன் தந்தை பெரியாரையும் நூலாசிரியர் ஒப்பு நோக்குவது மிகவும் பொருத்தமானதாகும்.

"நான் சொல்வதைக் கேட்க வேண்டாம் வெள்ளாடை தரித்த இந்தத் தூய துறவி சொல்வதைக் கேளுங்கள்" என்று தந்தை பெரியார் தமது குடியரசு இதழில் ஆறாம் திருமுறையை பிரசுரம் செய்தார்.

பெரியார் காட்டிய அந்தத் துறவி வள்ளல் பெருமான் என்ற செய்தி வியப்பாக உள்ளது.

ஆசையை விட பசிக்கான உணவு தான் மோட்சத்தை தர வல்லது. ஆசையை விட பசி வலியது. ஆசையால் உயிர் போகாது பசியால் உயிர் போகும் என்பதை அறிந்து "பசித்துன்பமே நரகம் உண்டு பசி நீங்கிய திருப்தி இன்பமே மோட்சம்" என்று வள்ளலாரின் கட்டுரையில் பதிவு செய்திருப்பது மிகச் சிறப்பாக உள்ளது.

1789 முதல் 1799 வரை நடைபெற்ற பிரஞ்சுப் புரட்சி பசியால் வந்தது. பிரெஞ்சுப் புரட்சியின் நோக்கமே பசி என்னும் பிணியில் வந்தது என அழகாகப் பதிவு செய்துள்ளார்.

அருட்பெருஞ்ஜோதி அருட்பெருஞ்ஜோதி தனிப்பெருங்கருணை அருட்பெருஞ்ஜோதி என்ற வள்ளல் பெருமானின் தாரக மந்திரம், அளவற்ற அருளாளனும், நிகரற்ற அன்புடையோனுமாகிய அல்லாவின் திருப்பெயரால் என்ற, இஸ்லாத்தின் பிஸ்மில்லாஹிர் ரஹ்மானிர் ரஹீம், என்ற திருப்பெயரில் விளக்கமாக உள்ளது. அருட்பெருஞ்ஜோதி நிகரற்ற அன்பு... தனிப்பெருங்கருணை வார்த்தைகள் வேறாக இருக்கலாம். அர்த்தம் ஒன்றுதான்.

வார்த்தைகளில் வாழாமல் அர்த்தத்தில் வாழ்ந்தால் மனிதம் வாழும் மானுடம் வெல்லும் என வாழ்ந்து காட்டிய வள்ளல் பெருமானின் வாழ்வியல் பதிவு சிறப்பாக உள்ளது.

காந்தியடிகள் நாராயண குருவை சந்தித்தது... இரண்டரை மணி நேரம் அவருடன் உரையாடியது அதற்குப் பிறகுதான்

காந்தியின் ஐயப்பாடுகள் நீங்கின என காந்தியடிகளே குறிப்பிட்டது என்கிற வரலாற்றுப் பதிவுகள் அருமை.

மொத்தத்தில் இந்த நூலில் காந்தியின் ஆன்மீகம், விவேகானந்தர் பார்வையில் ஆன்மீகம், மகாத்மா ஜோதிராவ் புலே காட்டிய ஆன்மீகம், விடாது சனாதனம்,இயற்கைப் பேரிடரில் ஞானம், சமய நல்லிணக்கம் வளர்த்த மன்னர்கள்,கடவுளுக்கு மொழி உண்டா? போன்ற கட்டுரைகள் மனதில் நிற்கின்றன. மேலும் புத்தர், இயேசு, முகமது நபிகள் நாயகம், மற்றும் பரமஹம்சர் வள்ளல் பெருமான், காரல் மார்க்ஸ், டார்வின் என மனித குல மேன்மைக்காக வாழ்ந்து காட்டியவர்களளின் பதிவுகள் அருமை.

தமிழனின் தொன்மை மற்றும் தமிழனின் வழிபாட்டு நெறி தமிழரின் வழிபாடுகளில் மனித நேயம் இயற்கை வழிபாடு என 15 தலைப்பிலான கட்டுரைகள் நமக்கு பாடம் நடத்துகிறது.

தமிழனின் தொன்மை மற்றும் தமிழனின் வழிபாட்டு நெறி தமிழரின் வழிபாடுகளில் மனித நேயம் இயற்கை வழிபாடு என 15 கட்டுரைகளும் அருமை.

மனிதம் வாழ்க! மானுடம் வாழ்க!

மனித குல மேன்மைக்காகவும் நாட்டு நன்மைக்காகவும் அய்யா நீ.சு. பெருமாள் அவர்கள், இத்தகைய நூல்கள் மேலும் படைத்தளிக்க எல்லாம் வல்ல இறையருள் அவர் மீதும், அவர்தம் குடும்பத்தார் மீதும் பரிபூரணமாகப் பொழியட்டும்.

அன்புடன்

கு. ஜமால் முகமது.

ச.இசைக்கும் மணி
தலைவர்,
தமிழ்நாடு பத்திரிகை மற்றும்
ஊடகப் பணியாளர்கள் சங்கம், சென்னை.

முதல் பதிப்புக்கான வாழ்த்துரை

ஆன்மிகத் தளத்தில் புரட்சியாளர்கள் என்னும் தலைப்பிலான கட்டுரையில் புகழ்பெற்ற வரலாற்றுச் சம்பவம் ஒன்று பதிவாகியுள்ளது.

ஐரோப்பாவின் மத்தியகால வரலாறு எனப் பார்க்கப்படுகின்ற கி.பி.10 ஆம் நூற்றாண்டு முதல் 16 ஆம் நூற்றாண்டு வரையிலான காலகட்டத்தில் சிந்தனையாளர்கள், அறிவியலாளர்கள் கொல்லப்பட்டார்கள் என்பதும் மறக்க முடியாத வரலாற்று உண்மையாகும்.

“எல்லாம் வல்ல இறைவன் பூமியின் அடித்தளத்தை நிறுவினார். என்றென்றைக்கும் அது நிலைத்திருப்பதாக” (சாம் 104) என்கிற விவிலிய கூற்றுப்படி, இந்த பூமிதான் பிரபஞ்சத்தின் மையம் என்பதை மறுத்து எந்த வகையிலும் இந்த பூமியானது பிரபஞ்சத்தின் மையம் அல்ல. மாறாக சூரிய மண்டலத்தைச் சுற்றும் கோள்களில் ஒன்றுதான் பூமி! எனச் சொன்ன கலீலியோவை 1634 ஆம் ஆண்டில் பிரான்ஸ் நகருக்கு வெளியே அர்செத்ரி கிராமத்தில் எழுபதாம் வயதில் வீட்டுச் சிறையில் வைக்கப்பட்டு சித்திரவதைக்கு ஆளாக்கப்பட்டார். அதே சமகாலத்தில் வாழ்ந்த புரூனோ என்னும் இத்தாலியச் சிந்தனையாளரை மத நம்பிக்கைக்கு விரோதி என குற்றம்

சாட்டி எரியும் நெருப்பில் தள்ளி எரித்துக் கொலை செய்தனர் மதவாதிகள்.

ஆனால் உண்மைகளை உலகம் ஒருநாள் ஏற்கும் என்கிற டார்வினின் நம்பிக்கை வீண்போகவில்லை. அவர் இறந்து போனபின் 125 ஆண்டுகளுக்குப் பிறகு டார்வினின் 200-வது ஆண்டு விழாவை முன்னிட்டு இங்கிலாந்து தேவாலயம் பாவ மன்னிப்பு வெளியிட்டது.

"டார்வின் ஆகிய உங்களைத் தவறாகப் புரிந்து கொண்டதற்கும் மற்றவர்கள் தங்களைத் தவறாகப் புரிந்து கொள்ளும் வகையில் உங்களுடன் ஏற்பட்ட கருத்து மோதலில் எங்களது முதல் பிரதிபலிப்பு தவறாக அமைந்துவிட்டதற்கும் மன்னிப்பு கோருகிறது இங்கிலாந்து தேவாலயம்" என அறிவித்திருந்ததும் வரலாற்றில் மறைக்க முடியாத உண்மைகளாகும்.

ஆட்சி செய்பவர்கள் ஆண்டவனின் தூதுவர்களல்ல என்பதை மறுக்க முடியாத சான்றுகளுடன் நிரூபித்ததால் இருவருமே பாதிக்கப்பட்டார்கள். மார்க்ஸ் வாழ்ந்த காலத்திலேயே பிரெஞ்சுப் புரட்சி வெடித்தது. புரட்சியாளர்களை மார்க்ஸ் சந்தித்து வாழ்த்தியதும் வரலாறாகும்.

நம் சிந்தனைகளைக் கிளறுகின்ற வகையில் இப்படிப்பட்ட வரலாற்றுச் செய்திகளை ஆன்மிகத் தளத்தில் புரட்சியாளர்கள் நூலில் பதிவு செய்திருப்பது மிகச் சிறப்பானதாகும்.

மதத்தின் பெயரால் மூட நம்பிக்கைகளை வளர்த்து வரும் சக்திகளுக்கு இந்த நூல் சரியான பதிலடியாக விளங்கும் என்பதில் எவ்வித ஐயப்பாடும் இல்லை. வாசகர்கள் இந்த நூலை வாங்கி இது போன்ற முற்போக்குத்தனமான நூல்களைப் படைக்க நூலாசிரியர்களுக்கு துணை நிற்க வேண்டும் என்று கேட்டுக்கொள்கிறேன்.

தோழமையுடன்,

ச.இசைக்கும் மணி

க. அரி
உதவி இயக்குநர்,
நில அளவை.(பணிநிறைவு)
செங்கை பாரதியார் மன்றம், செங்கல்பட்டு.

முதல் பதிப்புக்கான வாழ்த்துரை

ஆன்மிகத் தளத்தில் புரட்சியாளர்கள் என்னும் இந்த நூலில் 15 கட்டுரைகள் இடம் பெற்றுள்ளன. இந்தக் கட்டுரைகள் அனைத்துமே தனித்தனியாக படித்தாலும் அல்லது தொடராக படித்தாலும் அர்த்தம் மாறாது சுவைபட வாசகனை ஈர்க்கும். ஒரு புத்தகம் எப்படிப்பட்டது என்று தெரிந்து கொள்ள முதல் 20 பக்கத்திலேயே ஒரு முடிவுக்கு வந்துவிடலாம், என்று எழுத்தாளரும், குறும்பட இயக்குனருமான பாரதி கிருஷ்ணகுமார் சொல்வார். அதுபோல தொடக்கத்தில் இருந்து இந்த நூலைப் படிக்கிற போது மிகச் சிறப்பான முறையில் ஆன்மிகத் தளத்தில் உலவிய புரட்சியாளர்களின் சிந்தனைத் தரவுகளை தேடித்தேடிக் கொண்டு வந்து இந்நூலில் பதிவு செய்திருக்கிறார் நூல் ஆசிரியர் நீ சு பெருமாள். ஒவ்வொரு கட்டுரைகளிலும் உள்ள செய்திகளை தொடர்புபடுத்தி சொல்லுகின்ற முறையானது கைதேர்ந்த கதை சொல்லி போல் உள்ளது.

இராமானுஜரின் சாதியத் தீண்டாமை எதிர்த்த போராட்டம் வெற்றி பெற்றிருந்தால் இந்த மண்ணில் மனமாற்றம் நிகழ்ந்திருக்காது என்கிற ஆற்றாமையை நூலாசிரியர்

வெளிப்படுத்துகிறார். மதம் அபினைப் போன்றது என்றார் காரல் மார்க்ஸ். ஆனால் அதற்கு முன்பே மதமும் மதுவும் ஒன்றே என்பதை திருமூலரின் பாடலைச் சுட்டிக்காட்டி நிறுவுகிறார். வடமொழி ஆகமங்களுக்கு இடைச்செருகல் ஏற்படுவதற்கு வாய்ப்பு உண்டு என்றும் திருமுறைகளுக்கு கிடையாது எனவும் பதிவு செய்திருப்பது அருமை. ஆகமங்களுக்கும் திருமுறைகளுக்கும் கருத்து மாறுபாடு ஏற்பட்டால் திருமுறைகள் தீர்த்து வைக்கும் என்கிற குன்றக்குடி அடிகளாரின் கருத்தை மிகச் சரியாக பதிவு செய்துள்ளார்.

அதைவிட பெண்கள் கல்வி கற்க கூடாது எனவும் சமஸ்கிருதம் பேசுவதற்கு தடை இருந்தது என்பதைச் சுட்டிக்காட்டி சமஸ்கிருதம் அழிவதற்கு இந்தக் கட்டுப்பாடுகளும் ஒரு காரணமாகும் என்கிறார் நூலாசிரியர்.

பெண்களின் தீட்டு கடவுளுக்குக் கிடையாது என திருமூலர் கரம் பற்றி மகாபாரத கதையைச் சொல்வது மிகச் சிறப்பாக உள்ளது. பசி வந்தால் பத்தும் பறந்து போகும் என்பதை வள்ளலார் பார்வையில் பசி தலைப்பிலான கட்டுரை நன்று. பசிக்கு மகான்கள் தொடங்கி முனிவர்கள் வரை அல்லல் பட்ட சம்பவங்களை விளக்குகிறார். நாய் மாமிசம் உண்ணும் சூழல் ஏற்பட்டதையும் அதற்காக விசுவாமித்திரர் ஆபத்துக் கால தர்மம், சுய தர்மம் என்றெல்லாம் வேடவனிடம் பேசுவது... மாட்டுக்கறி அரசியல் எவ்வளவு அபத்தமானது என்பதை இந்தச் சம்பவம் நினைவூட்டுகிறது.

திருவல்லிக்கேணி பார்த்தசாரதி கோயிலில் நடைபெற்ற ஆலய நுழைவுப் போராட்ட வரலாற்றுச் செய்திகள் வியப்பூட்டுகிறது. பொதுவுடைமை இயக்கத் தலைவர் இராமமூர்த்தி இந்தப் போராட்டத்தில் பங்கேற்று நீதிமன்றம் வரை சென்று செருப்பு தைக்கும் தொழிலாளர்களுக்காக வாதாடி வெற்றி பெற்று ஆலயத்தில் அவர்களை அழைத்துச்

செல்வது போன்ற பதிவுகள் பாராட்டப்பட வேண்டியவை. இன்னும் பொதுவுடைமை இயக்கத் தலைவர்களின் சமூகச் சீர்திருத்த பங்களிப்பை குறித்த தரவுகள் பதிவு செய்திருக்க வேண்டும்.

ஞான விளக்கு, வைக்கம் சொன்ன ஆன்மீகம், காந்தியடிகள் குறித்த போராட்டங்கள், சமய நல்லிணக்கம் வளர்த்த மன்னர்கள், கடவுளுக்கு மொழி உண்டா போன்ற கட்டுரைகள் மிகச் சிறப்பாக அமைந்துள்ளன. தொடர்ந்து அதைப் பற்றிய கருத்துரை எழுத வேண்டுமெனில் அதற்கான இடம் விரிவடையும்.

இந்த நூல் நடைமுறைத் தத்துவம் இல்லாதவர்கள் மத்தியிலும் குறிப்பாக முற்போக்கு எண்ணத்தை விதைக்கிறவர்களிடமும் பொதுவுடைமைவாதிகளிடமும் அவசியம் இருக்க வேண்டும். எழுத்தாளரின் எண்ணம் ஈடேற வாசிப்போரின் எண்ணிக்கையை உயர்த்துவது மூலமாக புத்தகத்தை கொண்டாடுவோம்.

அன்புடன்

க. அரி

முதல் பதிப்புக்கான என்னுரை

ஆன்மிகத் தளத்தில் புரட்சியாளர்கள் என்கிற இந்த நூல், சமகால அரசியலின் தாக்கம் எனலாம். மத உணர்வுகளைத் தூண்டி அதன் மூலம் ஆட்சி அதிகாரத்தை கைப்பற்றுகின்ற போக்கு இன்றைக்கு இந்தியாவில் மட்டுமல்ல உலகெங்கும் காண முடிகிறது. அந்த மதவாதத்திற்கு எதிராக ஆன்மிகத் தளத்தில் நின்று காலங்காலமாக மக்களின் மேன்மைக்காக போராடிய சில புரட்சியாளர்களின் சிந்தனைத் தொகுப்புத் தான் இந்த நூலாகும்.

ஆன்மிகத்திற்கும் மதத்திற்கும் மெல்லிய வேறுபாடு உண்டு. ஆன்மிகவாதி எல்லா வழிபாட்டு முறைகளையும் மனதார ஏற்றுக்கொள்வார். மதவாதி தன் மதம், தன் கடவுள் மட்டுமே உயர்ந்தது என்று சண்டையிடச் செல்வார். மதம் எங்கே முடிகிறதோ அங்கிருந்து தொடங்குவது தான் ஆன்மிகம் என்கிறார் ஒரு ஞானி. அப்படி ஆன்மிகவாதிகளாக இருந்து மனிதர்களைப் பண்படுத்திய பல வரலாற்றுத் தரவுகளை இந்த நூலில் வழங்கியிருக்கிறேன். வழக்கம்போல் என் நூலை வாசிக்கும் வாசகர்கள் இந்த நூலையும் வரவேற்பார்கள் என்கிற நம்பிக்கை உண்டு. வாழ்த்துரை

பக்கங்கள் அதிகமாகி விட்ட காரணத்தினால் இத்துடன் இந்த முகவுரையை நிறைவு செய்து கொள்கிறேன்.

அருள் வாழ்த்துரை வழங்கி இந்த நூலுக்கு பெருமை சேர்த்திருக்கும் பேரூராதினம் திருப்பெருந்திரு சாந்தலிங்க மருதாசல அடிகளார் அவர்களுக்கும், அதேபோல் அணிந்துரை வழங்கி இருக்கின்ற மருத்துவர் அறம் மற்றும் வாழ்த்துரை வழங்கி உள்ள முனைவர் எம்.சி.ராஜன், செங்கை பாரதி மன்றத்தின் பொறுப்பாளர் அரி, எமனேஸ்வரம் ஜவாது புலவரின் வழித்தோன்றல் ஈரோடு ஜமால் முகமது, தமிழ்நாடு பத்திரிகை மற்றும் ஊடகப் பணியாளர் சங்கத்தின் தலைவர் ச.இசைக்கும் மணி, நூல் விரைவாக வெளியாகி வர வேண்டும் என்று துணை நின்று ஊக்கப்படுத்திய அருண் அசோகன் உள்ளிட்ட அனைவருக்கும் இந்த நேரத்தில் நெஞ்சார்ந்த நன்றியினை தெரிவித்துக் கொள்கிறேன்.

எழுதுவதற்கும், படிப்பதற்கும் முழு ஒத்துழைப்பு நல்கிய என் குடும்ப உறுப்பினர்கள் அனைவருக்கும் மறவாமல் நெஞ்சார்ந்த நன்றிகளை தெரிவித்துக் கொள்கிறேன்.

நீ.சு. பெருமாள்
9442678721/7904234672
giriperumal1964@gmail.com
nsperumalcpi@gmail.com

நூலாசிரியர் குறிப்பு

எளிய கைத்தறி நெசவாளர் குடும்பத்தில் சுப்புராமன்-தனலட்சுமி தம்பதியருக்கு 1964 ஆம் ஆண்டில் பரமக்குடியில் பிறந்தவர் நீ.சு. பெருமாள்.

2002 ஆம் ஆண்டு முதல் தொடர்ந்து தினசரி மற்றும் வார இதழ்களில் எழுதி வருகின்றார். முதன் முதலில் 'இந்தியா டுடே' தமிழ் வார இதழில் 'சங்கராச்சாரியார் கைது' மற்றும் 'கும்பகோணம் பள்ளித் தீ விபத்து' ஆகியவை குறித்து எழுதிய கடிதங்கள் சிறந்த கடிதமாக தேர்வு செய்யப்பட்டு பரிசுகளைப் பெற்றவர்.

காரைக்குடியில் வள்ளுவர் பேரவை சார்பாக நடைபெற்ற மாநில அளவிலான திருக்குறள் கட்டுரைப் போட்டியில் சிறந்த கட்டுரையாக தேர்வு செய்யப்பட்டு பொற்கிழி மற்றும் குறள் ஆர்வலர் விருதினைப் பெற்றவர்.

இளையான்குடி, டாக்டர். சாகிர் உசேன் கல்லூரியில், தமிழ், அரபு மொழிகளில் செவ்வியல் இலக்கியங்கள் என்னும் தலைப்பில் நடைபெற்ற கருத்தரங்கில் பங்கேற்று 'இஸ்லாமிய இலக்கியம் காட்டும் மானுடம்' எனும் தலைப்பில் நூலாசிரியர் எழுதிய கட்டுரை தேர்வு செய்யப்பட்டது. மேலும், அதே கல்லூரியில் 2014-ல் மௌலானா அபுல்கலாம் ஆசாத் கலையரங்கில்,

புதுக்கவிதைகளில் சமுதாயச் சிந்தனைகள் என்னும் பன்னாட்டு ஆய்வுக் கருத்தரங்கம் நடைபெற்றது.

இதில் புதுக்கவிதைகள் காட்டும் அரசியல் என்னும் தலைப்பில் நூலாசிரியரின் கட்டுரை தேர்வு செய்யப்பட்டது. மறைந்த குடியரசுத் தலைவர் அப்துல் கலாம் அவர்களின் நினைவாக 'ஒரு மீன் விண்மீனாகியது' எனும் தலைப்பில் நடைபெற்ற பன்னாட்டு ஆய்வுக் கட்டுரைகளின் தொகுப்பு நூலில் (International Journal Of Zakir) இவரது கட்டுரை தேர்வாகியது. தொடர்ந்து நூலாசிரியர் எழுதி பத்திரிக்கைகளில் வெளியான கட்டுரைகளைத் தொகுத்து முதன் முதலாக 2014 ஆம் ஆண்டு நம்பிக்கை வெளிச்சம் என்னும் பெயரில் நூல் வெளியிடப்பட்டது.

இரண்டாவது நூலாக 2018 ஜனவரியில் சென்னைப் புத்தகக் கண்காட்சியில் கீழடி தமிழ் இனத்தின் முதல் காலடி எனும் ஆய்வு நூல் தியாகசீலர். ஆர்.நல்லகண்ணு அவர்களால் வெளியிடப்பட்டது. இந்த நூல் சென்னை சேக்கிழார் ஆய்வு மையம் 2018 ஆம் ஆண்டிற்கான சிறந்த நூலாகத் தேர்வாகி நூலாசிரியருக்கு சேக்கிழார் விருதும், திருமதி முத்துமணி துரைசாமி அறக்கட்டளை சார்பில் ரூ.10,000 வழங்கி கௌரவிக்கப்பட்டது.

மதுரை செந்தமிழ் கலை மற்றும் கீழ்த்திசைக் கல்லூரி நான்காம் தமிழ்ச்சங்கம் சார்பில் கீழடி தொன்மை நூலாசிரியர் விருது வழங்கப்பட்டது.

கடந்த 2020 ஆம் ஆண்டில் வரலாற்றில் திருப்புமுனைகள், தமிழ் கூறும் நல்லுலகில், கடந்தகால நிகழ்வுகளில் என மூன்று நூல்கள் வெளியிடப்பட்டன. அதில் வரலாற்றில் திருப்புமுனைகள் நூலானது சிறந்த கட்டுரை நூலாக கம்பம் பாரதி தமிழ் இலக்கியப் பேரவை இரண்டாவது பரிசளித்துள்ளதும் குறிப்பிடத்தக்கது.

தொடர்ந்து தினமணி, தினத்தந்தி, தினசெய்தி, ஜனசக்தி உள்ளிட்ட இதழ்களில் எழுதி, எழுத்துலகில் பயணித்துக் கொண்டு வருகிறார்...

உள்ளே...

1.	திருமூலர் பார்வையில் மதம்!	37
2	இராமாநுசர் வழிநடத்திய ஆன்மிகம்!	51
3.	வள்ளலார் பார்வையில் பசி!	64
4.	அண்ணல் காந்தியின் ஆன்மிகம்!	77
5.	ஆலய நுழைவுப் போராட்டத்தில் பிராமணர்களின் பங்கேற்பு!	102
6.	விவேகானந்தரின் ஆன்மிகம்!	119
7.	ஞானத் திருவிளக்கு!	138
8.	பக்தியில் சுயமரியாதை!	169
9.	வைக்கம் சொன்ன ஆன்மிகம்!	181
10.	ஆன்மிகத் தளத்தில் புரட்சியாளர்கள்!	193
11.	மகாத்மா ஜோதிராவ் புலே காட்டிய ஆன்மிகம்!	207
12.	விடாது சனாதனம்	244
13.	இயற்கைப் பேரிடரில் ஞானம்!	258
14.	சமய நல்லிணக்கம் வளர்த்த மன்னர்கள்!	268
15.	கடவுளுக்கு மொழி உண்டா?	279

1. திருமூலர் பார்வையில் மதம்!

"பின்னை நின்று என்னே பிறவி பெறுவது
முன்னை நன்றாக முயல்தவம் செய்கிலர்
என்னை நன்றாக இறைவன் படைத்தனன்
தன்னை நன்றாகத் தமிழ் செய்யுமாறே"

திருமந்திரம் – 63

தந்தை பெரியார் நடத்திவந்த திராவிடர் கழகத்தை விட்டு விலகிய அறிஞர் அண்ணா திராவிட முன்னேற்றக் கழகத்தை தொடங்கினார். திமுகவின் கொள்கைகள், அடைய வேண்டிய இலக்குகள் என விவரிக்கிறபோது, "தந்தை பெரியார் போல நீங்களும் கடவுள் மறுப்பில் தொடர்ந்து பயணிக்க உள்ளீர்களா?" எனப் பத்திரிகையாளர்கள் கேட்டனர்!.

"ஒன்றே குலம் ஒருவனே தேவன் என்பதை அறிந்து அதன்படி பயணிக்க உள்ளோம்" என்றார் அண்ணா. கடவுள் இல்லை என்று சொல்லி வந்த அண்ணா, ஒருவனே தேவன் என்கிற முடிவுக்கு வந்துவிட்டார் என அன்றைக்கு அவரவர் பார்வையில் விமர்சனத்தை முன்வைத்தனர்!

ஒவ்வொரு குலத்திற்கும் ஒவ்வொரு கடவுள், வெவ்வேறான வழிபாடுகள் எனக் கருதப்பட்ட நிலையில், ஒரே குலம், ஒரு கடவுள்தான் எனச் சொன்னவர் திருமூலர். இறைவனுக்கு உருவங்களை ஏற்படுத்தி, அதற்காக தனித்தனி வகையான பூசைகள் இருந்த நிலையில் அன்புடையோர் எல்லோரும் சிவனின் வடிவம்தான் எனச் சொன்னது திருமந்திரம்.

என் பிறப்பின் நோக்கமே தமிழால் இறைவனைப் பாடுவதே என்றதுடன், உடம்பும், உடம்பைத் தாங்கி நிற்கும் உயிர் எல்லாமே மாயை என்று சொன்ன ஞானியர் மத்தியில், உடம்பை உண்மை என்றதுடன், உடல்நலத்தின் மீது கொண்ட பற்றுதலே உயிரை வளர்க்கும் என்று சொன்னது திருமந்திரம். அதுவரையில் ஆன்மிக உலகில் நிறுவப்பட்ட மரபுக்கு மாற்றாக களமாட வந்தவரே திருமூலர்! அதனால்தான் பக்தி உலகை மறுதலித்த பகுத்தறிவுச் சிந்தனையாளர்களும், திருமூலரின் திருமந்திர வரிகளை மக்கள் மத்தியில் கொண்டு சென்றனர்!

"ஒன்றே குலமும் ஒருவனே தேவனும்
நன்றே நினைமின் நமன் இல்லை நாணாமே
சென்றே புகும்கதி இல்லை நும் சித்தத்து
நின்றே நிலைபெற நீர் நினைந்து உய்மினே"

என்கிறார் திருமூலர். உயர்ந்த சாதி, தாழ்ந்த சாதி, உயர்ந்த மதம், தாழ்ந்த மதம் என்று எதுவும் கிடையாது. எல்லோரும் ஒரே குலம்தான். கடவுளும் ஒருவன்தான். மற்றவர்களின் நலம் சிறக்க நல்லதே நினைக்க வேண்டும். அப்படி எல்லோரும், எப்போதும் நல்லதே நினைத்து வாழ்ந்தால் இறப்பே கிடையாது என்கிறது திருமந்திரத்தின் இந்தப் பாடல்!

ஆதி காலத்து மனிதரிடையே சமய வேறுபாடுகள் இருந்தன என்பதற்கான பாடல்தான் ஒன்றேகுலம் ஒருவனே

தேவன். திருமூலருக்குப் பிறகான ஞானியரும் சமரச சன்மார்க்கத்தை கையிலெடுத்துள்ளனர்.

"எத்துணையும் பேதமுறாது எவ்வுயிரும் தம்முயிர் போல்
எண்ணி உள்ளே ஒத்துரிமை உடையவராய் உவக்கின்றார்
யாவர் அவர் உளந்தான் சுத்த சித்துருவாய் எம்பெருமான்
நடம் புரியும் இடமென நான் தெரிந்தேன்"

என்கிறார் வள்ளல்பெருமான். தம்மைப் போலவே பிறரையும் நேசிக்கக் கற்றுக் கொண்டாலே மனிதகுலத்திற்கு இதைவிட அமைதி மார்க்கம் வேறெதுவும் கிடையாது எனலாம். என் கடவுள் உயர்ந்தவர், என் மார்க்கம் சிறந்தது எனச் சண்டையிடும் மனிதர்கள் எல்லா காலத்திலும் இருந்துள்ளனர். இன்றைய அறிவியல் தொழில்நுட்ப வளர்ச்சியால் உலகமே உள்ளங்கையில் அடங்கி இருக்கிறது. ஆனால், ஆன்மிக அறிவில் இன்னும் நாம் திருமூலர் காலத்தில் வாழ்ந்து கொண்டிருக்கிறோம். மதச் சண்டைகள் ஓய்ந்தபாடில்லை.

அண்மையில் உத்திரப்பிரதேச மாநிலம், பிரதமர் மோடியின் நாடாளுமன்றத் தொகுதிக்குள் இருக்கும் வாரணாசியில் காசிவிஸ்வநாதர் கோயில் உள்ளது. இந்தக் கோயிலுக்கு அருகில் ஞானவாபி மசூதி உள்ளது. 1669 ஆம் ஆண்டில் அவுரங்கசீப் ஆட்சிக் காலத்தில் அங்கிருந்த ஒரு கோயில் அகற்றப்பட்டு இந்த ஞானவாபி மசூதி கட்டப்பட்டதாகக் கூறி தற்போது சர்ச்சை எழுந்துள்ளது.

இந்த பிரச்சினை நீதிமன்றத்திற்குச் சென்றுள்ளது. மசூதியின் வெளிப்புறச் சுவரில் சிங்கார கவுரி அம்மன் சிலை இருப்பதாகவும் இந்தச் சிலைக்கு தினமும் வழிபாடு நடத்த அனுமதி வழங்க வேண்டும் என்று கடந்த ஏப்ரல் மாதத்தில் ஐந்து பெண்கள் வாரணாசி நீதிமன்றத்தில் வழக்கு தொடர்ந்தனர்.

இந்த வழக்கை ஏற்று மசூதியில் ஆய்வு நடத்தவும், வீடியோ பதிவு செய்யவும் வாரணாசி நீதிமன்றம் உத்தரவு

பிறப்பித்தது. பலத்த பாதுகாப்புடன் ஞானவாபி மசூதியில் நடத்தப்பட்ட ஆய்வில் மசூதியில் சிவலிங்கம் இருப்பதாகக் கூறப்பட்டது. அது சிவலிங்கம் இல்லை, நீரூற்று என்று மசூதி நிர்வாகம் தெரிவித்துள்ளது. இப்போது அந்தப் பகுதிக்கு யாரும் செல்லமுடியாதபடி நீதிமன்ற உத்தரவின்படி சீல் வைக்கப்பட்டுள்ளது.

1991 ஆம் ஆண்டு வழிபாட்டுத் தலங்கள் சட்டத்தின்படி ராமர் கோயில்-பாபர் மசூதி வழக்கைத் தவிர எதிர்காலத்தில் எந்த ஒரு கோயிலோ அல்லது மசூதியோ பிற மதங்களின் வழிபாட்டுத் தலங்களையோ தங்களுக்கே சொந்தம் என நீதிமன்றங்களில் வழக்கு தொடரக் கூடாது. 1947 ஆம் ஆண்டிற்கு பிறகு இருக்கும் வழிபாட்டுத் தலங்கள் அனைத்தும் அவ்வாறே இருக்க வேண்டும். எந்தப் பிரிவினரும் வழிபாட்டுத் தலங்கள் தங்கள் மதத்திற்குச் சொந்தமானது என பிரச்சனை செய்யக்கூடாது என்றெல்லாம் அந்த வழிபாட்டுத் தலங்கள் சட்டம் சொல்கிறது.

நாங்கள் ஞானவாபி மசூதியை கேட்கவில்லை. வழிபாட்டு உரிமைதான் வேண்டும் என கேட்பதால் இந்த 1991 வழிபாட்டுத் தலங்கள் குறித்த சட்டம் பொருந்தாது என்கிற புதிய விளக்கத்தை வழக்கு தொடுத்தோர் சார்பில் வைக்கப்பட்டுள்ளது. இது தேவையில்லாத பிரச்சனை. ராமர் கோயில் பிரச்சனைக்கு தீர்வு வந்த நிலையில், தற்போது ஞானவாபி மசூதியைக் கையிலெடுப்பது சரியல்ல என்கிறார்

ஆர்எஸ்எஸ் தலைவர் மோகன் பகவத். ஆனாலும் மதமான பேய் விடுவதாக இல்லை.

நாடு முழுவதும் உள்ள லட்சக்கணக்கான கோயில்களில் இருக்கும் சிவலிங்க சிலைகளின் வழிபாடு முடிந்துவிட்டது. இப்போது மசூதிக்குள் இருக்கும் சிவலிங்கத்தின் வழிபாடுதான் அவசியமாகிறது எனச் சொல்வது மத ரீதியான வெறுப்பு அரசியலையே உருவாக்கும் என்பதில் யாருக்கும் மாற்றுக் கருத்து இருக்க முடியாது. அது ஆன்மிகத்திற்கும் எதிரானது என்கிறார் திருமூலர்.

தமிழர்களின் ஆதி சைவ சமயத்திற்கு திருமந்திரம் எனும் சாத்திர நூலை வழங்கியவர் திருமூலர். அவர் வாழ்ந்த காலத்திலும் இப்படி சமய உணர்வுகளை வைத்து மக்களைப் பிரித்து அதிகாரம் செலுத்தியிருக்கிறார்கள்.

இங்கேதான் கடவுள் இருக்கிறார். வேறெங்கும் கடவுள் இல்லை. எங்கள் வழிக்கு வா, எங்கள் விதிகளைப் பின்பற்று; அப்போதுதான் இறையருள் பெறுவாய்! என கழுதைகள் சப்தமிடுவதைப் போல கத்துகிறார்கள் என்கிறார் திருமூலர். கழுதைகள் மட்டும்தான் அந்த சப்தத்தை உலகம் இன்பமாகக் கேட்கிறது என்று நினைக்குமாம். அதுபோல அவர்களது சமயக் கூச்சல் பிரச்சாரம் இருக்கும் என்கிறது திருமந்திரப் பாடல்!. எங்கும் நிறைந்துள்ள கடவுளை ஒரு குறிப்பிட்ட இடத்திலே இருக்கிறது எனச் சொல்வோரை திருமூலர் இவ்வாறு கழுதைகளுடன் ஒப்பிட்டு கண்டனம் செய்கிறார்.

“கத்தும் கழுதைகள் போலும் கலதிகள்
சுத்த சிவன்எங்கும் தோய்உற்று நிற்கின்றான்
குத்தந் தெளியார் குணம்கொண்டு கோதாட்டார்;
பித்துஏறி நாளும் பிறந்துஇறப் பாரே”

– (திருமந்திரம் 1538)

ஞானாவாபி மசூதிக்குள் இருப்பதே கடவுள். அந்த மசூதி அவற்றில் இருக்கும் கவுரி அம்மனை வணங்கினால் மட்டுமே மோட்சம் கிடைக்கும் என்கிற வகையில் நீதிமன்றக் கதவுகளைத் தட்டுவோரை ஆன்மிகத் தளத்தில் இருக்கும் திருமூலர் கழுதைகள் என்கிறார்!

திருமூலர் வேறொரு இடத்தில் மதமும் மதுவும் ஒன்று என்கிறார். இரண்டுமே அறிவைக் கெடுப்பவை என எச்சரிக்கை செய்கிறார். தம் சொந்த வாழ்க்கையில் வருகின்ற துன்பங்களை உரிய முறையில் எதிர்கொள்ள முடியாமல் சிலர் மதுவை உண்டு, தன்நிலை மறந்து செயற்கையான முறையில் தற்காலிகமாக இன்பம் காணுகிறார்கள். மது வெறியால் உலகத்தை மறக்கிறார்கள்.

வேறு சிலரோ உலகத்தை மறப்பதற்கு மதம் உதவும் என்று கருதி மதவெறி கொண்டு மயங்குகிறார்கள். தமக்கு ஏற்படுகின்ற துன்பங்களை எதிர்கொள்வதற்கு மதுவை நம்புபவர்கள் முட்டாள்கள் என்றால், மதத்தை நம்புபவர்கள் அடிமுட்டாள்கள் எனச் சாடுகிறார் திருமூலர்!.

துன்பங்களை வெல்வதற்கு அறிவை விழிப்பாக கூர்தீட்டி வைக்க வேண்டும். காலில் காயம் ஏற்பட்டு வலி உண்டாகிறது எனில், காயத்தை ஆற்றுவதற்கான மருந்துதான் தீர்வே... தவிர, வலி நிவாரணி மட்டுமே தீர்வாக இருக்கமுடியாது. அறிவை விழிப்படைய வைக்காமல் மதம் பாதுகாக்கிறது எனில் அது மதம் அல்ல.. மலம்! என்று வன்மையாகக் கண்டிக்கிறார் திருமூலர்!

> "மயக்கும் சமய மலம்மன்னும் மூடர்
> மயக்கும் மதுஉண்ணும் மாமூடர், தேரார்
> மயக்குஉறு மாமாயை மாயையின் வீடு
> மயக்கில் தெளியின் மயக்குஉறும் அன்றே"
>
> (திருமந்திரம் 329)

மது வீட்டிற்கும் நாட்டிற்கும் கேடு, உடல்நலத்தைக் கெடுக்கும் என விளம்பரப்படுத்தப்பட்டு விற்கப்படுகிறது. ஆனால் மதமோ மனிதகுலத்திற்கே கேடானது என்கிற வகையில் இன்றைய நவீன நாகரிகமான காலத்திலும் மதச்சண்டைகள் இணையத்திலும் தொடர்கிறது. சாமியார்கள் மாநாட்டில் பிற மதத்தினரை சமர் செய்ய அழைக்கிறார்கள். எங்களால்தான் ஆட்சி மாற்றம் நிகழ்ந்தது என வேறொரு மதவாதி பேசுகிறார். மக்களைப் பிரிப்பதில், வெறுப்பைத் தூண்டுவதில் எந்த மதவாதியும் சளைத்தவரல்ல என்பதே கசப்பான உண்மையாகும்.

> "ஏசு முகம்மது என்றும் மற்றும்
> சிவன் என்றும் அரி என்றும் சித்தார்த்தன் என்றும்
> பேசி வளர்க்கின்றபேரில் – உன்
> பெயரையும் கூட்டுவர் – நீ ஒப்பவேண்டாம்"

என்கிறார் பாவேந்தர் பாரதிதாசன்! இன்றைய நிகழ்கால இந்திய அரசியலில் மத மயக்கம், மது மயக்கம் இரண்டுமே தலைவிரித்து ஆடுகிறது. மயக்கத்தில் இருப்போரை ஆட்சியாளர்கள் வெகு சுலபத்தில் ஏமாற்றிவிடுவார்கள். ஏமாற்றிக் கொண்டும் இருக்கிறார்கள்.

அண்மையில் கோவா சட்டமன்ற காங்கிரஸ் கட்சியின் உறுப்பினர்கள் 8 பேர் கடவுளின் பெயரால் கட்சிமாறி பாஜகவுக்கு சென்றுவிட்டனர். காங்கிரஸ் கட்சியின் சட்டமன்ற வேட்பாளராக போட்டியிட்டபோது கோயில், மசூதி, தேவாலயம் என அந்தந்த வேட்பாளர் நம்பும் வழிபாட்டுத் தலத்திற்குச் சென்று, நான் சட்டமன்ற உறுப்பினராகி

ஒருபோதும் கட்சி மாறமாட்டேன் என சத்தியம் செய்ய வைத்திருக்கிறது காங்கிரஸ் கட்சி!

ஏனெனில், கடந்த கோவா சட்டமன்றத்தில் காங்கிரசுக்கு 17 உறுப்பினர்கள் இருந்தனர். இதில் 15 பேர் பாஜகவுக்குச் சென்றுவிட்டனர். எனவே கடவுளுக்காவது பயப்படட்டும் என்பதற்காக கடந்த வருடம் நடைபெற்ற சட்டமன்றத் தேர்தலில் சத்தியம் வாங்கியது காங்கிரஸ் கட்சி.

தற்போது சத்தியம் செய்தவர்கள் கட்சி மாறி பாஜகவுக்குச் சென்றுவிட்டார்கள். கோயில், மசூதி, தேவாலயத்தில் தேர்தலின்போது சத்தியம் செய்தீர்களே! என்ன ஆயிற்று? என பத்திரிகையாளர்கள் கேட்க, நாம் கடவுளிடம் மீண்டும் கேட்டோம்; பாஜகவுக்குச் செல்வதே சிறந்தது என கடவுள் சொல்லிவிட்டதாக கட்சிமாறிகள் பதில் சொல்ல தலை சுற்றி நின்றனர் பத்திரிகையாளர்கள்!

அதாவது கடவுளே கட்சிமாறச் சொன்னாராம். இந்த நிகழ்வைப் பார்த்த, கேட்ட எந்த பக்தர்களும் பொங்கவில்லை. எங்கள் மனம் புண்பட்டுவிட்டது. கடவுளை கேவலப்படுத்துகிறார்கள் என்று யாரும் கண்டிக்கவில்லை, உண்மைதான். கழுதைகளின் கத்துதல் கழுதைகளுக்கே இன்பமானது எனச் சொன்ன திருமூலரின் வாசகம்தான் இங்கு நினைவுக்கு வருகிறது!!

> "தெய்வம் பலப்பலச் சொல்லி
> பகைத் தீயை வளர்ப்பவர் மூடர்
> உய்வது அனைத்திலும் எங்கும்
> ஓர் பொருளானது தெய்வம்"

என்கிறார் மகாகவி பாரதியார். திருமூலரின் வாய்மொழிக்கு வழிமொழிகிறார் பாரதியார்.

> "ஆயிரம் தெய்வங்கள் உண்டென்று தேடி அலையும்
> அறிவிலிகாள் பல் ஆயிரம் வேதம் அறிவொன்றே
> தெய்வம் உண்டாமெனில் கேளீரோ?"

என்கிற மகாகவி, தெய்வம் ஒன்றுதான்... பகுத்தறியும் அறிவு ஒன்றுதான் தெய்வம்..! என வலியுறுத்துகிறார். அன்புள்ளம் கொண்ட எல்லோருமே சிவனின் வடிவமே என்கிறார் திருமூலர்.

> "அன்பு சிவம்இரண்டு என்பர் அறிவிலார்
> அன்பே சிவம்ஆவது ஆரும் அறிகிலார்
> அன்பே சிவம்ஆவது ஆரும் அறிந்தபின்
> அன்பே சிவமாய் அமர்ந்திருந் தாரே"

வழிபாடு வேறு வாழ்க்கை என்பது வேறு என்றில்லாமல், வாழும்போதே அன்புடன் வாழ்தல் அதுவும் யார்மீதும் பேதமில்லாமல் இருத்தல் என்பதே சிவனின் அம்சம்தான் என்கிறார் திருமூலர்.

இறைவனுக்குப் பெரிய அளவில் படையல் போட்டுத்தான் வணங்க வேண்டும் அல்லது பெரும் யாககுண்டங்களை வளர்த்தெடுத்தால் மட்டுமே இறைவனுக்கு மகிழ்ச்சி உண்டாகும். அதனால், நம் எண்ணங்கள் நிறைவேறும் என்பதிலும் திருமந்திரம் வேறுபடுகிறது.

இறைவழிபாட்டிற்கு ஒரு கைப்பிடி அளவுக்கு பச்சிலை போதும். கோபூசை செய்தால்தான் புண்ணியம் என்பதில்லை. மாறாக, பசுவுக்கு ஒரு கைப்பிடி அளவுக்கு புல் கொடுத்தாலே போதும். நானே வறுமையில் வாடுகின்றேன், நான் எப்படி தானம் செய்வது? என்று தடுமாற வேண்டாம். அறுசுவை உணவு வழங்குதல் மட்டுமே பசித்தவருக்கு அன்னதானம் அல்ல, மாறாகத் தாம் உண்ணும் உணவு எதுவாக இருக்கிறதோ அதில் ஒரு கைப்பிடி அளவுக்கு எடுத்து வழங்குதலும் இறைவழிபாட்டின் ஒரு அம்சம்தான். மேற்சொன்ன எதுவுமே இயலவில்லை எனில் கவலை வேண்டாம். பக்கத்திலிருப்பவரிடம் அவர் மனம் மகிழ்ச்சியுற உரையாடுவதும், சிவ வழிபாட்டுக்கு நிகரானதுதான் என்கிறார் திருமூலர்.

"யாவர்க்கு மாம்இறை வற்குஒரு பச்சிலை;
யாவர்க்கு மாம்பசு வுக்குஒரு வாயுறை;
யாவர்க்கு மாம்உண்ணும் போதுஒரு கைப்பிடி;
யாவர்க்கு மாம்பிறர்க்கு இன்னுரை தானே."

இறைவழிபாடு மட்டுமல்ல, தேவையற்ற சடங்கு சம்பிரதாயம் என்கிற பெயரில் பெண்களை அடிமைப்படுத்துவதையும் வன்மையாகச் சாடியவர் திருமூலர்.

வடமொழி ஆகமங்கள் நீண்ட நெடுங்காலமாக ஏட்டில் எழுதப்படாமல் வாய்மொழி வாயிலாகவே அறியப்பட்டு வந்தன. அதனால், அவற்றில் இடைச் செருகல்கள் பல சேர்ந்துவிட்டன என்பதே உண்மையாகும். அந்த ஆகமங்களை வடமொழியில் அருளிச் செய்தவர் சிவபெருமான் என்கிற கருத்தை வலியுறுத்துவோர் உண்டு. அவற்றை தமிழில் வெளிப்படுத்த திருமூலரை சிவபெருமான் தேர்ந்தெடுத்து தென்பகுதிக்கு அனுப்பிவைத்தார் என்கிற செய்திகளும் திருமூலர் வரலாற்றில் பார்க்க முடிகிறது.

"என்னை நன்றாக இறைவன் படைத்தனன்
தன்னை நன்றாகத் தமிழ் செய்யுமாறே"

எனும் பாடலில், தமிழில் சிவாகமங்களை படைப்பதற்காகவே வந்துள்ளேன் என்கிற வகையில் திருமூலரே வெளிப்படுத்துகிறார். வடமொழி ஆகமங்களுக்கும் திருமுறைகளுக்கும் ஏதேனும் கருத்து மாறுபாடு உண்டானால், அந்தக் கருத்து மாறுபாட்டை திருமுறைகள்தான் தீர்த்து வைக்கும். வடமொழி ஆகமங்களுக்கு இடைச் செருகல் ஏற்படுவதற்கு அதிக வாய்ப்புகள் உண்டு. ஆனால், திருமுறைகளுக்கு அவ்வாறு கிடையாது. எனவே திருமுறைகளின் கருத்தை நாம் பின்பற்றுவதே சரியாக இருக்க முடியும் என ஆலயங்கள் சமுதாய மையங்கள் எனும் நூலில் தவத்திரு குன்றக்குடி அடிகளாரும் பதிவு செய்துள்ளார்.

சிவாகமங்களில் உள்ள இடைச் செருகல்களை திருமூலர் நீக்கித்தான் திருமந்திரம் அருளினார். குறிப்பாக வழிபாட்டு

குறைகளில் பெண்களை ஒதுக்கி வைப்பதை வன்மையாகக் கண்டித்தார்.

ஆசுசம் ஆசுசம் என்பார் அறிவிலார்
ஆசுச மாமிடம் ஆரும் அறிகிலார்
ஆசுச மாமிடம் ஆரம் அறிந்தபின்
ஆசுச மானிடம் ஆசுச மாமே

– 2552

தவம், யோகம், ஞானம், பக்தி ஆகிய வழிகளில் பெண்கள் பயணிப்பதற்கு தீட்டு ஒரு தடையல்ல என்கிறார் திருமூலர்! அதாவது எந்த மாதவிடாயை வடமொழி ஆகமங்கள் தீட்டு என்கின்றனவோ, அந்த மாதவிடாயைத் திருமூலர் தீட்டாகக் கருதவில்லை. மாதவிடாயைத் தீட்டு என்று சொல்பவர்களை "அறிவிலார்" என்று கண்டனம் செய்து சாடுகிறார்!

உலகிலுள்ள ஆண்களும் பெண்களும் அவரவர் அன்னையரின் மாதவிடாயில் இருந்து வந்தவர்கள்தான். மாதவிடாய் தீட்டு என்றால், அதிலிருந்து கருவாகி உருவாகி வந்த அனைவருமே தீட்டுடையவர்கள் ஆவார்கள். இதில் பெண்கள் மட்டும் தீட்டுடையவர்கள் எனச் சொல்வது பேதமை என்கிறது திருமந்திரம்.

வடமொழி ஆகமங்கள் வழிபார்த்தால் தீட்டு எனப் பொருள்கொள்ள முடியும். ஆனால், அடிகளாரின் அளவுகோலின்படி, சிவாகமா! திருமுறைகளா எனப் பார்த்தால், திருமுறையான திருமந்திரமே நமக்கு வழிகாட்டும்.

மாதவிடாயாக இருக்கும் பெண்கள் கோயிலுக்குள் சென்றால், இறைவனின் திருவருள் அதாவது பொலிவு (சாந்நித்யம்) குறைந்துவிடும். அதனால்தான் பெண்கள் அந்த தீட்டுக் காலத்தில் கோயிலுக்குச் செல்லக் கூடாது என்று ஆகமவிதிகள் சொல்கின்றன எனச் சொல்வோர் உண்டு.

அதாவது பொய்சொல்கிறவன், ஏமாற்றுகிறவன், லஞ்சம் வாங்குகிறவன் ஊழல் செய்கிறவன், உணவுப் பொருட்களில் கலப்படம் செய்கிறவன், மேலும் எந்த நேரத்திலும் அறத்தைப் பின்பற்றாத நபர்கள் எல்லாம் கோயிலுக்குச் செல்வதற்கு தடைகள் கிடையாது. மேலும் தம்மிடம் இருக்கும் பணவசதியால் லட்சக்கணக்கில் பணம் கொடுத்து, வரிசையில் கைக்குழந்தைகளுடன் இருக்கும் தாய்மார்களை எல்லாம் தாண்டி சிறப்புத் தரிசனம் செய்வோர் உண்டு!

உடனடியாக கோயில் கருவறை அருகில் அந்தப் பணம் அவர்களை அழைத்துச் செல்வதற்கு ஆகமத் தடைகள் கிடையாது. இவர்களால் ஆண்டவனுக்கு பொலிவு குறைந்துவிடாது. ஆனால், மனித உடம்பில் பெண்களுக்கு உண்டாகும் இயற்கை உபாதையை தீட்டு எனச் சொல்லி ஒதுக்கும் மேதாவிகளை என்னவென்று சொல்வது? அதனால்தான் அறிவுகெட்டவர்கள் என திருமூலர் கண்டிக்கிறார்.

யாராலும், எதனாலும் இறைவனுக்குக் குறையை, அதாவது பொலிவற்ற தன்மையை ஏற்படுத்த முடியாது. ஆகவேதான் மாணிக்கவாசகர் "குறைவிலா நிறைவே"! என்று பாடுகிறார். பெருநெருப்புக்கு ஈரம் கிடையாது. ஆணாதிக்கச் சமுதாயத்தில் பெண்களை ஒதுக்கிவைப்பதற்கான இடைச் செருகல்கள் பக்தி உலகையும் விட்டபாடில்லை.

தொன்மை வாய்ந்த மொழிகளில் ஒன்றான சமத்கிருத மொழி ஏன் மக்களால் பேசப்படும் மொழியாக இல்லாமல் அழிந்து போனது என்பதற்கான முக்கிய காரணமே, பெண்கள் கல்வி கற்கக் கூடாது. முக்கியமாக சமத்கிருதம் பேசவோ, எழுதவோ கூடாது என்கிற மூடநம்பிக்கையால் ஏற்பட்ட விளைவுதான் இது.

சமத்கிருத மொழியில் இயற்றப்பட்ட மகாபாரத காப்பியத்திலும் பெண்களின் தீட்டு என்பது கடவுளுக்கு கிடையாது என்கிற மறைமுகச் செய்தி ஒன்று உண்டு.

பாண்டவர்களுக்கும், கௌரவர்களுக்கும் இடையே நடைபெற்ற சூது விளையாட்டில் பாண்டவர்கள் நாட்டை இழந்து அடிமையாகி பிறகு கட்டிய மனைவியான பாஞ்சாலியையும் சூதுப் பொருளாக வைத்து தோற்கின்றனர்.

அடிமைப்பெண் பாஞ்சாலியை அரசவைக்கு இழுத்துவர உத்தரவிடுகிறான் துரியோதனன். அப்போது துச்சாதனனுக்கும், பாஞ்சாலிக்கும் இடையே நடைபெறுகிற உரையாடலில் நுட்பமாக ஒரு செய்தியை பாஞ்சாலி வெளிப்படுத்துவாள். நான் ஒற்றை ஆடை தரித்துள்ளேன். இந்த நேரத்தில் (மாதவிலக்கு) ஆடவர் மிகுந்த அவைக்கு வருவது மரபல்ல. என்னை விட்டுவிடு என பாஞ்சாலி கதறி அழுதபடி சொல்வாள்.

ஆனால், எதுவும் எடுபடாத அந்தச் சூழலில் கடைசியில் பாஞ்சாலி துரியோதனன் அவைக்கு இழுத்து வரப்படுவாள். அடிமைகளுக்கு மேலாடை எதற்கு? எனக் கேட்டபடி துச்சாதனன் துகில் (சேலை) உரிய, அந்தச் சேலை கண்ணன் திருவருளால் நீண்டு கொண்டே செல்லும்.

ஒற்றை ஆடை தரித்த, மாதவிடாயாக இருந்த பாஞ்சாலியின் துயரத்தைக் களைய கடவுளான கண்ணனே வந்து காப்பாற்றுகிறார். தீட்டுப் பெண் பாஞ்சாலி என்பதால் இறைவன் ஒதுங்கி நிற்கவில்லை. கடவுளே துயரப்படும் பெண்ணை அரவணைக்கும்போது, தீட்டு எனச் சொல்லி, கோயிலுக்கு வராதே எனச் சொல்லி ஒதுக்கி வைக்கும் ஆணாதிக்கச் சமுதாயத்தை என்னவென்று சொல்வது? திருமூலரின் கோபம் நியாயமானது!

ஆன்மிக உலகில் மனிதரை, மனிதன் நேசிக்க வேண்டும் என நெறிப்படுத்தத்தான் மகான்கள், ஞானியர் தோன்றினர். ஆனால், அவரவர் நோக்கத்திற்கு ஆன்மிக நெறிகளை வளைத்து அதிகாரம் செலுத்த நினைக்கும் சிலரால்தான் நாத்திகமே உருவானது எனலாம்.

அன்பே சிவம் என போதித்த திருமந்திரத்தின் பாடல்கள் சிலவற்றை தேர்ந்தெடுத்து இந்திய மொழிகள் அனைத்திலும் வெளியிட்டிருந்தால் இங்கு கடவுளின் பெயரால் மதவாதிகள் தோன்றியிருக்க மாட்டார்கள். மதம் காட்டுகிற உண்மையான ஆன்மிகத்தைப் பின்பற்ற வாருங்கள் என அழைத்தால் பக்தர்கள் வருவதில்லை. ஆனால், நம் மதத்தை இன்னொரு மதத்தவர் கேலி செய்துவிட்டார்கள். உடனே சண்டைக்கு வாருங்கள் என அழைத்தால் மக்கள் திரண்டு விடுகின்றனர். ஆன்மிக அறிவுப் போதாமையே இதற்குக் காரணமாகும்.

ஆன்மிகத் தளத்தில் இருக்கும் திருமூலர் உள்ளிட்ட புரட்சியாளர்களை நாம் முறையாக மாணவர்கள் படிக்கும் பாடத்திட்டங்களில் அல்லது வேலைவாய்ப்புக்கான தேர்வுப் பாடங்களில் அறிமுகம் செய்தால் எதிர்காலத் தலைமுறையினர் மதச் சண்டைகள் அதிலும் கடவுளின் பெயரால் நிச்சயம் நடத்தமாட்டார்கள் எனலாம்!

2. இராமாநுசர் வழிநடத்திய ஆன்மிகம்!

"முக்தியோ சிலரின் சொத்தென இருக்கையில்
இத்தமிழ் நாடுதன் இருந்தவப் பயனாய்
இராமா நுசனை ஈன்ற தன்றோ"!

என்று இராமாநுசரை போற்றிப் பாராட்டியவர் பாவேந்தர் பாரதிதாசன்! நாத்திக வழியில் நின்று மூட நம்பிக்கைகளைச் சாடிப் பாடிய பாரதிதாசன் ஆயிரம் ஆண்டுகளுக்கு முன்னர் வாழ்ந்த இராமாநுசரைப் பாராட்டுகிறார். ஆன்மிக உலகில் சாதி மத வேறுபாடுகளையெல்லாம் கடந்து பக்தி உலகில் புரட்சி செய்தவர் இராமாநுசர்.

புரட்சி என்ற பெயரை உச்சரித்தாலே அதுவொரு பஞ்சமா பாதகங்களில் ஒன்று என எண்ணிக்கொண்டிருந்த ஆன்மிக உலகில், துவராடை கட்டிய இராமாநுசர் புரட்சிக்காரராகவே வாழ்ந்து காட்டினார்.

மனித சமத்துவத்திற்கு எதிரான தீண்டாமையை எதிர்த்த மகாத்மா ஜோதிராவ் புலேவுக்கும், அண்ணல்

காந்தியடிகளுக்கும், டாக்டர் அம்பேத்கருக்கும் முன்னோடியாகத் திகழ்ந்தவர் இராமானுசர் என்றால் அது மிகையாகாது. அவர்களது போராட்டம் என்பது அரசியல் பொதுவாழ்வில் இருந்தது. இராமானுசரின் போராட்டம் என்பது ஆன்மிகத் தளத்தில் தொடர்ந்தது.

தன் ஆத்ம லாபத்துக்காக உலகத்தையும் தியாகம் செய்துவிடலாம் என்பது தத்துவப் பேரறிஞர்களின் கொள்கை. வேதரிஷிகள் காலம்தொட்டு இதுவே நிலைமை. ஆனால், இராமானுசரோ உலக மக்களுக்காக இரங்கித் தம் ஆத்ம லாபமாகிய முக்தியையும் துறக்கத் துணிந்தார்.

முக்தி தரும் எட்டெழுத்து திருமந்திரத்தை அறிந்து கொள்ள திருவரங்கத்திலிருந்து திருக்கோட்டியூர் செல்ல வேண்டும் எனில் சுமார் 180 கிலோமீட்டர் நடைப்பயணம் மேற்கொள்ள வேண்டும். சாலை வசதிகள் இல்லாத அக்காலத்தில் ஐந்து அல்லது ஆறு நாட்கள் நடந்தால் மட்டுமே இப்பயணம் சாத்தியப்படும். ஆனால் இராமானுசரோ சோர்வுறாமல் 18 முறை நடந்தார். ஒவ்வொரு முறையும் திருக்கோட்டியூர் நம்பி "அப்புறம், பிறகு" என்று அலைக்கழித்தார் என்கிறது வரலாறு.

இறுதியாக ஒரு மாத காலம் உபவாசம் இருந்துவிட்டு பின்னர் "சந்திக்க வா" என நம்பிகள் சொல்ல அவ்வாறே உபவாசம் இருந்து திருக்கோட்டியூர் சொல்கிறார்.

ஒரு வழியாக இராமானுசரின் உறுதியுடன் கூடிய பக்தியை உணர்ந்த நம்பிகள், "நான் சொல்லும் இந்த எட்டெழுத்து மந்திரத்தை வேறு யாருக்கும் உபதேசம் செய்யக்கூடாது! அப்படி நீ சொன்னால் சொன்ன மாத்திரத்தில் நரகம் புகுவாய்" என எச்சரித்து, நலந்தரு சொல்லான பெரிய திருமந்திரமான 'ஓம் நமோ நாராயணா' என்று இராமானுசரின் அருகில் வந்து நம்பிகள் சொல்கிறார். இந்த எட்டெழுத்தின் விரிபொருளைக் கேட்ட அந்த நிமிடத்திலேயே இராமானுசர் வேகமாக அருகில்

உள்ள நரசிங்கப் பெருமான் கோயில் திருமதில் மேல் ஏறி நின்று "சேரவாரும் செகத்தீரே" என எல்லா மக்களையும் அழைக்கிறார். நம்பிகள் உரைத்த மறைபொருள் திருமந்திரத்தை நான் உங்களுக்குச் சொல்கிறேன். நீங்கள் எல்லோரும் முக்தியடையலாம் எனச் சொல்லி எட்டெழுத்து மந்திரத்தை உரக்கச் சொல்கிறார் இராமானுசர்.

"என் கட்டளையை மீறியதால் நீர் என்ன பெற்றாய்? என நம்பிகள் வினவ, நான் நரகம் பெற்றாலும், எல்லா மக்களும் முக்தி எனும் சொர்க்கத்திற்கு செல்லட்டுமே" எனச் சொன்னவர் இராமானுசர். எல்லோரும் முக்திக்கான சொர்க்கம் பெறட்டும் என்கிற பரந்த கருணை உள்ளம் எனக்கேன் வரவில்லை எனச் சொன்னவாறு இராமானுசரை அணைத்துக் கொண்டு எம் பெருமானாரே என அழைக்கிறார் திருக்கோட்டியூர் நம்பிகள்!

இன்று சர்வசாதாரணமாக உட்கார்ந்து எழும்போது 'நாராயணா' எனச் சொல்கிறோம் என்றால்... அந்த வார்த்தைகள் இராமானுசரால் வெளியானது! அதனால் மற்றைய முனிவர்களிலும் மேம்பட்டு "முனிவர்களின் தலைவர்" என்னும் பொருளில் 'யதிராசர்' ஆனார்.

‘சாதிச் செருக்கு நாராயணனுக்குச் செய்யும் இழுக்கு’ என்று சொன்னதுடன் தமது வாழ்விலும் அதனைக் கடைபிடித்த புரட்சிக்காரர் இராமாநுசர். திருவரங்கத்தில் தினம்தோறும் இராமாநுசர் காவிரியில் நீராடச் செல்கையில் முதலியாண்டான் என்கிற அந்தணச் சீடரின் கரம்பிடித்து நடந்து செல்வாராம். நீராடிவிட்டுத் திரும்புகையில் உறங்காவில்லி என்கிற அரிசன வகுப்பைச் சார்ந்த சீடரின் கரம் பற்றி வருவாராம்.

நாம் வாழும் இந்தக் காலத்தில் இந்தச் செய்தி மிகச் சாதாரணமாகத் தெரியலாம். ஆனால், சனாதனம் உச்சத்தில் இருந்த காலத்தில் ஆயிரம் ஆண்டுகளுக்கு முன்னால், ஆன்மிகத்தளத்தில் நின்று இந்தப் புரட்சி செய்துள்ளார் என்பதே இங்கு குறிப்பிடத்தக்கது. அதற்காக இராமாநுசர் எதிர்கொண்ட இன்னல்கள் கொஞ்ச நஞ்சமல்ல!.

உறங்காவில்லி போன்ற தாழ்த்தப்பட்ட சமுதாய சீடர்களிடத்தில் இராமாநுசர் வேறுபாடு இல்லாமல் பழகி வருவது அக்காலத்து வைதீகர்களுக்குப் பிடிக்கவில்லை. குறிப்பாக, இராமாநுசர் மடத்தைச் சார்ந்த சீடர்கள் சிலருக்கும் அதில் உடன்பாடு இல்லை. “குலத்துக்கொரு குணம் இருக்கத்தான் செய்யும், அதை தாங்கள் உணரவில்லை’’ என்றே கருதுகிறோம் என்று அந்த சீடர்கள் சொன்னதற்கு, இராமாநுசர் ஒரு செய்முறைப் பாடத்தை நடத்தினார்.

சீடர் ஒருவரை இராமாநுசர் அழைத்து, மற்றவர்கள் அறியா வகையில் மடத்தில் காய்ந்து கொண்டிருந்த சீடர்களின் காவியாடைகளில் ஒவ்வொரு முழம் கிழிக்கும்படி சொல்கிறார் இராமாநுசர். இப்படிச் செய்தவர் யார்? காரணம் என்ன? என்பதை அறியாத சீடர்கள், கடும் கோபமடைந்து வாய்க்கு வந்தபடி வைதார்கள். துறவுக்குரிய பொறுமை, வெகுளாமை எல்லாவற்றையும் இழந்து ஒருமுழக் காவித்துணிக்காக அவையிரண்டும் அவர்களைவிட்டுத் துறந்து போய்விட்டன என்பதை அந்தக் குலத்துக்கொரு நீதி பேசிய சீடர்களிடம்

இராமானுசர் விளக்குகிறார். இப்போது உறங்காவில்லியின் குணம் கோபதாபம் எப்படி இருக்கிறது என்பதை உணர வைக்க இராமானுசர் இன்னொரு பாடத்தை நடத்துகிறார்.

ஒரு நாள் இரவு வேளையில் உறங்காவில்லியை தன்னோடு இருக்கச் செய்தார் இராமானுசர். குலத்துக்கொரு நீதி பேசிய சீடர்கள் சிலரை அழைத்து உறங்காவில்லி வீட்டிற்குச் செல்லுங்கள். அவர் மனைவி பொன்னாச்சி தனிமையில் படுத்திருப்பார். நீங்கள் அவரிடம் இருக்கிற நகையை எடுத்துக்கொண்டு வாருங்கள் என்கிறார் இராமானுசர்.

உறங்காவில்லி வீட்டிற்குச் சென்ற சீடர்கள் உறக்கத்திலிருந்த பொன்னாச்சியின் ஒரு பக்க காதின் நகைகளை கழட்டிக் கொண்டிருந்த நிலையில் விழிப்பு நிலைக்கு வந்த பொன்னாச்சி கண்ணை மூடியவாறே நினைத்துக் கொள்கிறார். பாவம் அடியார்களுக்கு என்ன வறுமையோ... என நினைத்த பொன்னாச்சி ஒரு பக்கமாக சாய்ந்து படுத்திருந்த நிலையில், மறுபக்கம் சாய்ந்து படுக்கிறார். இன்னொரு காதில் உள்ள நகைகளைக் கொண்டு செல்லட்டும் என இரக்கப்படுகிறார். அப்போது பொன்னாச்சி விழித்துவிட்டார் என எண்ணிய சீடர்கள் அங்கிருந்து மடத்திற்கு வந்துவிடுகின்றனர்.

அதுவரையில் உறங்காவில்லியை தன்னோடு வைத்திருந்த இராமானுசர் தற்போது உறங்காவில்லியை வீட்டிற்கு அனுப்புகிறார். நகைகளைத் திருடிய சீடர்களையும் அவர் பின்னால் உறங்காவில்லிக்குத் தெரியாமல் என்ன நடக்கிறது என்பதை அறிந்து வரச் சொல்கிறார் இராமானுசர்.

உறங்காவில்லி வீட்டிற்குச் சென்றதும் அவரிடம் நடத்த சம்பவத்தை பொன்னாச்சி விளக்குகிறார். அடியார்களுக்கு என்ன தேவையோ, நம் வீட்டிற்கு வந்து என்னுடைய நகைகளை எடுத்துச் சென்றனர். நான் அணிந்திருந்த அனைத்து நகைகளையும் கொண்டு செல்லட்டும் எனக் கருதி நான் புரண்டு படுத்தேன்; நான் விழிப்புநிலை வந்துவிட்டதாகக் கருதி சென்றுவிட்டனர் என உறங்காவில்லியிடம் சொல்கிறார்.

“என்ன காரியம் செய்தாய்?” என்று கோபப்படுகிறார் உறங்காவில்லி. “புரண்டு படுத்ததன் மூலம் அவர்களை அச்சுறுத்தி அனுப்பிவிட்டாயே.. அவர்களுக்குத் தேவைப்படுகிற நகைகளை எடுக்கிற வரையில் அசையாமல் இருந்திருக்கலாமே. எல்லாம் அடியவர் உடைமையல்லவா... உன்னது என்று நினைக்கும் அதிகாரம் உனக்கு ஏது?” என்று மனைவியை கடுமையாகக் கடிந்து கொள்கிறார் உறங்காவில்லி. இந்த

உரையாடல்களைக் கேட்ட சீடர்கள் இராமானுசரிடம் வந்து தெரிவிக்கின்றனர்.

ஒருமுழத் துண்டுக்காக சீறிய சீடர்கள் ஒருபக்கம், தன் மனைவியின் நகைகள் இழந்தாலும் பரவாயில்லை அடியவரின் அடியார்களுக்கு ஒரு துன்பமும் நேரக்கூடாது என்று நினைத்த உறங்காவில்லியின் குணம் குன்றின்மேல் உயர்ந்து அல்லவா நிற்கிறது என்பதை உணர்கின்றனர். வைணவத்தை ஏற்றுக்கொண்ட அனைவருமே சமமானவர்கள் என்பதுடன் அடுத்தவரின் துன்பம் தனக்கான துன்பம் என உணர்வதே சிறந்த வைணவத் தத்துவம் என்பதையும் விளங்கிக் கொண்டு இராமானுசரிடம் பயணிக்கின்றனர்.

இராமானுசரின் இந்தச் சமூக மாற்றம் வெறும் வாய்ச்சொல் அல்ல என்பதை பலநேரங்களில் நிரூபித்திருக்கிறார். உறங்காவில்லிதாசரும் அவர் மனைவி பொன்னாச்சியும் இறந்தபோது, பராசரபட்டர் முதலான வைதீகச் சீடர்களைக் கொண்டே அந்திமக் காரியங்களை செய்யும் அளவுக்கு அனைவரையும் மாற்றிக் காண்பித்தவர் இராமானுசர்.

ஆயிரம் ஆண்டுகளுக்கு முன்னர் இந்த சீர்திருத்தங்களைச் செய்தார் என்பதே ஆச்சர்யமான வரலாறாகும். இதற்காகத் தம் சொந்த மனைவியையே துறந்துவிட்டு வாழும் நிலைமைக்கும் தயாரானார். சீர்திருத்தம் பேசும் பல சீர்திருத்தவாதிகள் தன்வீட்டு வாசற்படியைத் தாண்டித்தான் செயல்படுவர், தன் வீட்டிற்குள் எடுபடாது. ஆனால் இராமானுசரின் சீர்திருத்தம் தன்வீட்டிலிருந்தே தொடங்கியது!

தாம் பெரிதும் மதித்த திருக்கச்சி நம்பியை தமது வீட்டிற்கு உணவருந்த வரவேண்டும் என அழைக்கிறார் இராமானுசர். திருக்கச்சிநம்பியும் அதற்கு சம்மதித்து இராமானுசரின் இல்லத்திற்கு வருகிறார். அப்போது நேரமாகியும் நம்பிகள் வரவில்லை என வேறு வழியாக தேடிச் செல்கிறார் இராமானுசர். திருக்கச்சிநம்பிகள் அப்போது இல்லத்திற்குள்

நுழைய இராமாநுசரின் மனைவி தஞ்சமாம்பாள் வணிக குலத்தைச் சேர்ந்த திருக்கச்சிநம்பிகளுக்கு உணவளிப்பதா என நினைத்து வேண்டா வெறுப்பாக உணவைப் பரிமாறுகிறார்.

சிறிது நேரம் கழித்து வீட்டிற்கு வந்த இராமாநுசர், ஆச்சாரியார் திருக்கச்சி நம்பிகள் வீட்டிற்கு வந்து சென்றுவிட்டாரா என தன் மனைவியிடம் கேட்கிறார். அதற்கு இப்போதுதான் நம்பிகள் உணவருந்திவிட்டுச் சென்றார். நான் வீட்டை சுத்தம் செய்து நீராடிவிட்டேன் என்கிறார்.

இதைக் கேட்ட இராமாநுசர் கடும் கோபமடைந்து என் மனைவியாக இருந்தும் உன்னிடமிருக்கும் உயர்சாதி கொண்ட வன்மம் சற்றும் குறையவில்லை. "சாதி காரணமாக திருக்கச்சிநம்பியை அவமரியாதை செய்துவிட்டாய். ஏற்கனவே பசி என்று வந்த ஏழைப் பணியாளனுக்கு நிறைய உணவிருந்தும் இல்லை என்று மறுத்து அனுப்பினாய். எனவே இனியும் நான் உன்னோடு இசைந்து வாழ்தல் இயலாது" என்று தன் மனைவியை விட்டுப் பிரிகிறார் இராமாநுசர். இவ்வாறு அனைத்திலும் முற்போக்காக இருந்து பக்தி உலகில் புரட்சி செய்த இராமாநுசரை வைதீக அடிப்படை சனாதனிகள் இராமாநுசரை பல இடையூறுகளுக்கு உட்படுத்தினர்.

வீடு வீடாக யாசகம் கேட்டு வரும் இராமாநுசரை, சோற்றில் விஷம் கலந்து கொலை செய்ய முற்பட்டது அன்றைய பழமைவாத சனாதன பக்தர்கள் கூட்டம்.

அது மட்டுமல்ல, ஒருமுறை அத்வைதம் பயில்வதற்காக யாதவப்பிரகாசர் என்கிற பண்டிதரிடம் சேர்கிறார் இராமாநுசர். ஒவ்வொரு வார்த்தையிலும் தவறான முறையில் குருநாதர் யாதவப்பிரகாசர் பொருள் கூறுகிறார். 'கப்யாஸம்' என்னும் சொல்லுக்கு 'இறைவனின் தாமரைக் கண்கள் குரங்கின் பின்புறம்போல் சிவந்திருந்தன' என்கிற வகையில் விளக்கமளித்தார். அதனை மறுத்த இராமாநுசர், 'சூரிய

மண்டலத்தினுள்ளே உறையும் இறைவனுடைய கண்கள், அக்கதிரவனால் மலர்ச்சி பெறும் தாமரைப் பூக்களைப்போல் இருந்தன' என்கிற ரீதியில் மிகச் சரியான முறையில் பொருள் கூறுகிறார் இராமாநுசர்.

இந்த மாணவனை இப்படியே விட்டால், தாம் உபதேசிக்கும் அத்வைதத்திற்கே ஆபத்து உண்டாக்கிவிடும் என்று எண்ணிய யாதவப்பிரகாசர், தம் நம்பிக்கையான சீடர்களின் மூலம் இராமாநுசரை கொலை செய்ய திட்டமிடுகிறார்.

அதற்காக தீர்த்த யாத்திரை என்கிற பெயரில் காசி நகருக்குக் கூட்டிச் சென்று, அங்கேயே கங்கை நதியில் இராமாநுசரை தள்ளிவிட்டு கொல்வதற்கான திட்டம் தீட்டப்படுகிறது.

காசி நகருக்குச் செல்லும் வழியில் நேர்மையான சீடர் ஒருவரின் மூலம் இத்திட்டத்தை அறிந்து கொண்ட இராமாநுசர் அவர்களிடமிருந்து தப்பி, தென்பகுதிக்கு (தமிழகம்) வருவதற்காக அடர்ந்த வனத்தின் வழியே வருகிறார்.

வருகின்ற வழியில் வேடவன் ஒருவன் தன் மனைவியுடன் எதிர்கொள்ள, தென்பகுதி செல்வதற்கான வழியினைக் கேட்கிறார் இராமாநுசர். 'நீங்கள் வந்த வழியின் எதிர்திசைக்குச் செல்லுங்கள், வெகு சீக்கிரமாக தென்பகுதிக்குச் சென்றுவிடலாம்' என அந்த வேடவன் உரிய திசையைக் காட்ட, காலில் விழுந்து வணங்குகிறார் இராமாநுசர்.

"வேதம் கற்பித்து உயிர்கள் இன்பமுற வாழ்வதற்கான பாடம் நடத்த வேண்டிய குருநாதர் என்னைக் கொல்வதற்கான திட்டங்களைத் தீட்டுகிறார்... உயிர்க்கொலையே தொழிலாகக் கொண்டிருக்கின்ற இந்த வேடவனோ என் மீது அன்பு காட்டி தப்பிப்பிழைக்க உரிய வழியினைச் சொல்கிறார். என் பார்வையில் நீங்கள் வேடவன், வேடத்தி அல்ல; எனைக் காக்க வந்த எம்பெருமான் நீங்கள்தான்! காஞ்சிப்

பேரருளாளனும், பெருந்தேவித் தாயாகவும்தான் நான் பார்க்கிறேன்” என்று கண்ணீர் மல்க வேடவன் காலில் விழுந்து வணங்கி விடைபெறுகிறார் இராமானுசர்.

அதேபோல சோழ மன்னரின் அச்சுறுத்தலில் இருந்து தப்பிக்க நீலகிரி காட்டின் வழியாக மைசூருக்குச் சென்று அங்கு தாழ்த்தப்பட்ட, பழங்குடி இன மக்களின் துணையுடன் மேல்கோட்டை எனும் இடத்தில் திருநாராயணன் கோயிலைக்கட்டி, அனைவரும் சாதி வித்தியாசம் இல்லாமல் வணங்கலாம் என்றும் பிரகடனப்படுத்துகிறார்.

உடல் வலிமை கொண்ட மனிதர்கள் அனைவருமே பிரம்மாண்டமான கோயிலைக் கட்டி எழுப்புவதற்கு தேவைப்படுகிறார்கள். வான்முட்டும் கோபுரம் கட்ட அதற்காக பாறாங்கற்களைச் சுமக்க கோயிலைச் சுற்றி திருமதில்கள் எழுப்பத் தேவைப்படும் உழைப்பாளி மக்களின் உடல்வலிமை, கோயில் கட்டி முடித்தவுடன் எட்டி நில்.. தள்ளி நில்.. நீ உள்ளே வரக்கூடாது, வந்தால் கோயில் தீட்டுப் பட்டுவிடும் எனச் சொல்வதற்கு ஒரு கூட்டம் வருகிறது.

கடவுளின் அருகில் நான்தான் நிற்பேன், அதுதான் ஆகமவிதி, சாத்திர சம்பிரதாயங்கள் என சனாதன கூட்டம் முன்வருகிறது. இராமாநுசர் இதனைக் கடுமையாக எதிர்த்தார். திருமாலைப் பரம்பொருளாகக் கருதிச் சரணடைய விரும்பியவர்கள் அனைவரும் வைஷ்ணவ குலம்தான். இதில் சாதி வித்தியாசம் கூடாது என்று, சற்றேறக்குறைய ஆயிரம் ஆண்டுகளுக்கு முன்னர் அறிவித்து நடைமுறைக்குக் கொண்டு வந்தவர் இராமாநுசர் என்று புக்கனன் *(BUCHNAN)* போன்ற வரலாற்று ஆசிரியர்கள் இதனை தகுந்த ஆதாரங்களுடன் பதிவு செய்துள்ளனர்.

1897ல் வெளியிடப்பட்ட மைசூர் கெஜட்டீர் *(Gazatteer)* இதழிலும் இது தொடர்பான விவரங்களைக் காணமுடிகிறது. தன்னுயிர் காக்கவும், கோயில் கட்டவும் உதவிய தாழ்த்தப்பட்ட, மலை சாதி மக்களை திருக்குலத்தார் என்று பெயரிட்டு அன்புடன் அரவணைத்து கோயில் சன்னிதானத்திற்கு அழைத்துச் சென்றவர் இராமாநுசர்.

அதுமட்டுமல்ல, ஸ்ரீவைஷ்ணவர்களுக்கே உரிய “பஞ்ச சம்ஸ்காரம்” (சங்கு சக்கர முத்திரை, திருமண் தரித்துக் கொள்ளுதல்) முதலியவற்றை திருக்குலத்தாரும் பெற்றுக் கொள்ளும் உரிமையினையும் இராமாநுசர் வழங்கி உள்ளார் என்பதை வில்லி கோவிந்தாசாரியார் அவர்கள் எழுதிய இராமாநுசரின் வாழ்க்கை *(Life of Ramanujacharya)* எனும் நூலிலும் பதிவு செய்யப்பட்டுள்ளது.

இராமாநுசரின் இந்த சாதிய வேறுபாடு, களையும் பணிகள் தொடர்ந்திருந்தால் இந்த மண்ணில் மதமாற்றம் என்பதே பெரும்பாலும் இல்லாமல் போயிருக்கும். மேலும் இன்று பரவலாக வலியுறுத்திப் பேசப்படும் இந்து-முஸ்லீம் ஒற்றுமைக்கும் வித்திட்டவர் இராமாநுசர்.

திருநாராயணபுரத்தில் இருந்த இராமப்பிரியர் எனும் அழகிய விக்கிரகம் டெல்லியில் இருந்த பீபீ லதுமாரிடம்

இருந்தது. அந்த விக்கிரகத்தையே தன் கணவனாக நினைத்து பக்தி செலுத்தி இவ்வுலக வாழ்வை நீத்தவர் பீபீ நாச்சியார்.

இதனையறிந்த இராமாநுசர் இராமப்பிரியர் சிலையையும், பீபீ நாச்சியார் சிலையையும், டெல்லிக்கே சென்று கொண்டுவந்து திருநாராயணபுரத்துக் கோயிலில் வைத்து வழிபாட்டுக்கு வழிசெய்தவர் இராமாநுசர்!

இன்றைக்கும் திருப்பதியிலும், திருவரங்கத்திலும் பீபீ நாச்சியார் வழிபாடுகள் தொடர்கின்றன. அதுமட்டுமல்ல, திருப்பதியிலும், திருவரங்கத்திலும் வடமொழியான சமஸ்கிருதத்திற்கு இருந்த செல்வாக்கிற்கு நிகராக திருவாய்மொழிக்குப் பெற்றுத் தந்தவர் இராமாநுசர்!

ஆயிரம் ஆண்டுகளுக்கு முன்னர் ஆலய நுழைவுப் போராட்டம் தொடங்கி சமய நல்லிணக்கம் வரையில், ஆன்மிக உலகில் பலத்த எதிர்ப்புகளையெல்லாம் எதிர்கொண்டு அன்றைய ஆன்மீக உலகில் ஒரு காவி கட்டிய பெரியாராகவே வாழ்ந்தவர் இராமாநுசர். அதனாலேயே சுவாமி விவேகானந்தர் இவ்வாறு சொல்கிறார்...

“ஆதிசங்கரர் ஞானத்தினால் மிகச் சிறந்தவராக இருந்தபோதிலும், இராமாநுசரது இதயமும் கருணையும் உலகத்தின் அளவு பரந்ததாக உள்ளது. பக்தி உலகில் இருந்த ஆண்டான் அடிமை முறையை அகற்றிவிட்டு பிராமணர்களையும் பஞ்சமர்களையும் ஒரே பந்தியில் அமர வைத்தவர் என்கிறார்.

இராமாநுசருக்குப் பின் வைணவ சமயத் தலைவராக, அவராலேயே அறிவிக்கப்பட்டவர் பராசரபட்டர். பட்டரின் சீடராக விளங்கியவர் நஞ்சீயர். அவரிடம் ‘வைணவன் என்பவன் யார்’ என்பதற்குப் பின்வருமாறு விளக்கம் கூறியது குறிப்பிடத்தக்கது.

“ஒருவன் தனக்கு வைணவத் தன்மை உண்டு, இல்லை என்பதைத் தானே அறிந்துகொள்ளலாம். “பிறர் துன்பம் கண்டு

ஐயோ என்று பதறினால், அவன், நமக்கு இறைவனோடு தொடர்புண்டு என்று கருதுதல் பொருந்தும். இத்தனை துன்பமும் இவன் படவேண்டியவனே என்று நினைப்பானாகில், நமக்கு அத்தகைய தொடர்பில்லை என்னும் முடிவுக்கு அவனே வந்துவிடலாம்" என்றார்.

"பக்கத் திருப்பவர் துன்பம் தன்னைப்
பார்க்கப் பொறாதவன் புண்ணியமூர்த்தி"

என்று நம் காலத்துக் கவிஞரான பாரதியார் பாடியதைத்தான் இது நினைவூட்டுகின்றது. காந்தியடிகளுக்குப் பிடித்தமான "வைஷ்ணவ ஜனதோ" என்னும் பாடலும் இக்கருத்து கொண்டதே ஆகும்.

இராமானுசரின் எல்லையற்ற கருணையும் மனித நேயமுமே அவரின் சீடர் பரம்பரையிடத்திலும் வழிவழியாக இத்தகைய சிந்தனைகளை வளர்த்து வந்திருக்க வேண்டும். ஆனால், பக்தியின் பெயரால் தீண்டாமை, சமத்துவமின்மை போன்ற அவலங்கள் தொடர்ந்துகொண்டே இருக்கிறது. இராமானுசர்கள் இன்னும் அதிகம்பேர் நமக்குத் தேவைப்படுகின்றனர் என்பதையே இது காட்டுகிறது.

3. வள்ளலார் பார்வையில் பசி!

தந்தை பெரியார் தமது குடியரசு இதழில் இவ்வாறு எழுதினார். "நான் சொல்வதைக் கேட்க வேண்டாம். வெள்ளாடை தரித்த இந்தத் தூய துறவி சொன்னதைக் கேளுங்கள்" என ஆறாம் திருமுறையை பிரசுரம் செய்தார். பெரியார் சுட்டு விரல் நீட்டிக் காட்டிய அந்தத் துறவி இராமலிங்க அடிகளார். வள்ளலார் எனப் பெயர் பெற்றவர்.

வள்ளலார் மறைந்து 150 ஆண்டுகள் கடந்த பின்னரும், என்றைக்கும் இல்லாத அளவுக்கு வள்ளலார் பெயர் தற்போது உச்சரிக்கப்படுகிறது. காலம் செல்லச் செல்ல வள்ளலாரின் கோட்பாடுகள் அதிகம் பேசப்படும் என்று வள்ளலார் மீது அதீத பக்தி கொண்டோர் சொல்வதுண்டு. அது இன்றைக்குப் பொருந்துகிறது. தற்போதைய தமிழ்நாட்டின் முதலமைச்சர் மு.க.ஸ்டாலின், வள்ளலார் நெறிகளைப் பரப்புவோம் எனச் சொல்லி வள்ளலார் பிறந்த தினத்தை "தனிப்பெருங்கருணை நாள்" என அறிவித்தார்.

19 ஆம் நூற்றாண்டில் மிகப்பெரிய புரட்சிக்காரராக ஆன்மிகத்தளத்தில் வெளிப்பட்டவர் வள்ளலார். மத மாயையில்

இருந்த மக்களுக்கு உண்மையான ஆன்மிகத்தை அடையாளம் காட்டிய கலகக்காரர் எனலாம். வள்ளலாருடன் பயணித்த நெருங்கிய சீடர்களே ஏற்கா வண்ணம் ஆறாம் திருமுறையில் தன்னுடைய புரட்சிகரமான கருத்துகளை பதிவு செய்தவர். உயிர் இரக்கம்தான் மனிதகுலத்தை மேம்படுத்தும் என்கிற வகையில், மனிதகுலத்திற்கு எதிரான பசிப்பிணியை எதிர்த்து சமர் செய்தார்.

"மானம் குலம் கல்வி வண்மை அறிவுடைமை
தானம் தவம் உயர்ச்சி தாளாண்மை – தேனின்
கசிவந்த சொல்லியர்மேல் காமுறுதல் பத்தும்"

என்கிறார் தமிழ் மூதாட்டி ஔவையார். இதில் தாளாண்மை என்பது தொழில் முயற்சி. பசியுடன் இருப்பவன் எந்த ஒரு முயற்சியும் செய்யமாட்டான் என்கிறது இந்த நல்வழிப்பாடல். அன்பொழுகப் பேசி பெண்ணின் மேல் கொண்ட காதலும் பசியினால் காணாமல் போகும் என்கிறார் ஔவையார்!

அப்படியானால் ஒருவரின் பசியை தீர்த்து வைப்பது என்பது பத்து குணங்களையும் காப்பாற்றுவதற்குச் சமம் என்பதே உண்மையாகும். இதனை மிகச் சரியாக உணர்ந்து சொன்னவர் வள்ளல் பெருமான்!

புத்தர் தொடங்கி பற்பல ஞானியர் அனைவரும் ஆசையே துன்பத்திற்குக் காரணம் என்றனர். ஆசையை விட்டொழித்தால் அனைத்துப் பிரச்சனைகளுக்கும் ஒரு தீர்வு ஏற்படும் என்று போதித்தனர். அதாவது ஆசைகளை விட்டொழித்தல் என்பது எதையும் விரும்பாத பற்றற்ற வாழ்க்கை. மண்ணாசை, பொன்னாசை, பெண்ணாசை இம்மூன்றின்மீது மட்டுமல்ல, கடவுளின்மீதும் ஆசைப்படாமல் இருப்பது நன்று என்கிறார் திருமூலர்!

"ஆசைப் படப்படத் துன்பம்... விடவிட இன்பம்" (ஆனந்தம்) என்று திருமூலர் சொல்கிறார். அதாவது கடவுள் மீதும் பற்றுதல் வேண்டாம் என்கிறார்.

> "ஆசை அறுமின்கள் ஆசை அறுமின்கள்
> ஈசனோ டாயினும் ஆசை அறுமின்கள்
> ஆசைப் படப்பட ஆய்வரும் துன்பங்கள்
> ஆசை விடவிட ஆனந்த மாமே"
>
> (திருமந்திரம் 2615)

ஆனால், அனைத்து வகையான ஆசைகளையும், பற்றுகளையும் அறுத்தெறிந்த முற்றும் துறந்த முனிவர்களால் கூட பசியை வெல்ல முடிவதில்லை என்பதே உண்மை நிலையாகும்.

"நாமார்க்கும் குடியல்லோம் நமனை அஞ்சோம்" என மன்னர் ஆட்சிக்காலத்திலேயே மனித உரிமைக்காக குரல் கொடுத்தவர் அப்பர் சுவாமிகள். ஆசைகளைத் துறந்த அந்த அப்பர் சுவாமிகள் ஒருகட்டத்தில் பசிக்கொடுமையை எதிர்கொள்ள முடியாமல் தடுமாறுகிறார். அந்த நிலையில் ஆண்டவனே கட்டுச்சோறு கொண்டுவந்து வழங்கியதாக அவரின் வாழ்க்கைச் சரிதம் சொல்கிறது.

சுந்தரருக்கு ஆசை இல்லை ஆனால் பசி இருந்தது. அதனைத் தீர்க்க, ஆண்டவனே பிச்சை ஏற்று வந்து உணவு ஊட்டினான் என்பதும் அவருடைய வரலாற்றில் படிக்க முடிகிறது.

வள்ளலாரும் ஆசைகளைத் துறந்தவர்தான், ஆனாலும் அவரால் கூட பசியை வெல்ல முடியவில்லை. திருவொற்றியூர் வடிவுடையம்மையே தமது அண்ணியாரின் வடிவில் வந்து உணவளித்தார் என்பதும் வள்ளலார் வரலாற்றில் பார்க்க முடிகிறது.

ஆகவே, ஆசையைவிட பசிக்கான உணவுதான் மோட்சத்தைத் தர வல்லது என்கிறார் வள்ளலார். ஆசையை விட பசி வலியது. ஏனெனில் ஆசையால் உயிர் போகாது பசியால் உயிர் போகும் என்பதை அறிந்தவர் வள்ளலார்.

"பசித் துன்பமே நரகம். உண்டு பசி நீங்கிய திருப்தி இன்பமே மோட்சம்" என்று ஜீவகாருண்ய ஒழுக்கம் எனும்

நூலில் குறிப்பிட்டுள்ளார். மோட்சம் அல்லது நரகம் செல்வதற்கு ஒரு கவளம் சோறு பிரதான இடம்பெறுகிறது என்று சொல்லிய ஒரே ஞானி வள்ளலார் எனலாம்.

பசியுடன் இருக்கும் ஒரு மனிதனிடம் எந்த வேதாந்தமும் எடுபடாது. மாறாக, பசித்த வயிற்றை நிரப்புவதுதான் அவனுக்கு அப்போதைய சொர்க்கமாக இருக்கும் என நினைத்தவர் வள்ளலார்.

“ஆற்றுவார் ஆற்றல் பசியாற்றல் அப்பசியை
மாற்றுவார் ஆற்றலின் பின்”

தவ ஆற்றலின் தனி ஆற்றல் பசியைத் தாங்கும் ஆற்றல்தான். ஆனால், அன்னமிட்டுப் பசியை ஆற்றும் அருளாற்றல் என்பது தவத்தைவிட மேலானது என்கிறார் தமிழ்முனி வள்ளுவர்.

தவம் செய்யும் முனிவர்களையும் இந்தப் பசித்துன்பம் விட்டு வைப்பதில்லை. விசுவாமித்திரர் தன்னுடைய தவ ஆற்றலால் திரிசங்கு சொர்க்கத்தையே படைத்துக் காட்டியவர். அவர் வாழ்ந்த காலத்தில் தொடர்ந்து பன்னிரண்டாண்டுகள் மழை பொழியாத காலச் சூழல் ஏற்படுகிறது. எங்கும் வறட்சி, பஞ்சம் என தலைவிரித்தாடுகிறது. பல நாட்களுக்கு ஒருமுறைதான் எதையாவது உண்ணமுடிகிறது என்கிற நிலைமையில் விசுவாமித்திரருக்கும் பசிக்கொடுமை வாட்டி வதைக்கச் செய்கிறது. உயிரைக் காப்பாற்றிக் கொள்ள உணவைத் தேடி காடு முழுவதும் சுற்றித் திரிகிறார்.

வனத்தின் நடுப்பகுதியில் ஒரு ஓலைக் குடிசை தென்படுகிறது. அங்கு இதுவரையில் உணர்ந்திராத வாசனை ஒன்று அந்தக் குடிலிலிருந்து வருகிறது. அடுப்பில் ஏதோ ஒன்று வேக வைக்கப்படுகிறது. நிச்சயமாக சமையல்தான் நடைபெறுகிறது என்பதை உணர்ந்த விசுவாமித்திரர் குடிசைக்குள் நுழைகிறார்.

அந்தக் குடிசையானது பழங்குடி இனத்தைச் சேர்ந்த வேடவன் குடில். சண்டாளன் என்று சங்ககால இலக்கியச் செய்திகள் சொல்கின்றன (நாம் அதைப் பயன்படுத்த வேண்டாம் எனக் கருதுகிறேன். எனவே வேடவன் என்றே தொடர்வோம்). குடிசைக்குள் நுழைந்த விசுவாமித்திரர் அங்கு யாருமில்லை என்பதையும் உணர்கிறார். அடுப்பில் வெந்து கொண்டிருக்கும் அந்த உணவைத் உண்ண முயலும்போது, வெளியில் சென்றிருந்த வேடவன் குடிசையினுள் வந்து விடுகிறான்.

"முனிவர் பெருமானே, இது தகுமா? உங்களால் தீண்டத்தகாத இனத்தைச் சேர்ந்தவன் நான். என்னைத் தொடுவதே பாவம் என்பார்கள். உங்கள் கையிலிருப்பது, நான் சமைத்த உணவு, அதுவும் நாய் மாமிச உணவு. அதை நீங்கள் தொடுவதே பாவம் அல்லவா? இது தருமமாகுமா?" என்று பதறியபடி கேட்கிறான் வேடவன். பதட்டமே இல்லாமல் இதற்குப் பதில் சொல்கிறார் விசுவாமித்திரர்.

“எல்லா தருமங்களையும் நான் அறிவேன். சுயதருமம் என்று ஒன்று உள்ளது. அதுதான் உயிரைக் காத்துக் கொள்ளும் தருமம். நான் இப்போது என் உயிரைக் காப்பாற்றிக் கொள்ள வேண்டிய கட்டாயத்தில் உள்ளேன். பசியால் உயிர் போவதைவிட நாயூன் உண்டு பிழைத்துக் கொள்வதுதான் நல்லது. உயிருடன் இருந்தால்தானே வேறு தருமங்களை பாதுகாக்க முடியும். எனவே இதனை ஆபத்துக்கால தருமம் எனக்கூடச் சொல்லலாம்” என்கிறார் விசுவாமித்திரர்!

இந்தச் செய்தியை மணிமேகலைக்கு உரை எழுதிய டாக்டர்.உ.வே.சாமிநாதய்யர் இவ்வாறு குறிப்பிடுகிறார்.

“புன்மரம் புகையப் புகையழல் பொங்கி
மண்ணுயிர் மடிய மழைவளம் கரத்தலின்
அரசுதலை நீங்கிய அருமறை அந்தணன்
இருநில மருங்கின் யாங்கணுந் திரிவோன்
அரும்பசி களைய ஆற்றுவது காணான்
திருந்தா நாயூன் தின்னுதல் உறுவோன்
இந்திர சிறப்புச் செய்வோன் முன்னர்
வந்து தோன்றிய வானவர் பெருந்தகை
மழைவளந் தருதலின் மன்னுயிர் ஓங்கிப்
பிழையா விளையுளும் பெருகிய தன்றோ”

எனச் சொல்கிறது மணிமேகலை.

(11.பாத்திரம் பெற்ற காதை 8291)

மனுதரும சாத்திரமும் இதனை அங்கீகரிக்கிறது.

“தருமா தருமங்களை யறிந்த விசுவாமித்திரன்
பசியினால் தூண்டப்பட்டுச் சண்டாளன்
கையிலிருந்த நாயின் முழங்கால் மாம்ஸத்தை
வாங்கிச் சாப்பிட யத்தனித்தார். அதனால்
அவருக்குப் பாப முண்டாகவில்லை”

– (மனுஸ்மிருதி 10ஆம் அத்தியாயம் 108வது சுலோகம்).

பசியை சமாளிக்க எந்த உணவாக இருந்தாலும் அதனை உண்டு வாழ்வது ஆபத்துக்கால தருமங்களில் ஒன்றுதான் என்கிறது மனுதருமம். வறட்சியும் பஞ்சமும் நிரந்தரமானதல்ல. அதற்காக உயிரை விட முடியாது. உயிர்தான் முக்கியம். பசியால் உயிரை விடக்கூடாது. உயிருடன் இருந்தால் மட்டுமே எல்லா தருமங்களையும் பின்பற்ற முடியும் என்பதையே இது காட்டுகிறது.

பசி வந்தால் பத்தும் பறந்து போகும். அதில் முனிவரின் தவ ஆற்றல் கூட தப்பிக்க இயலாது என்பதைத்தான் விசுவாமித்திரரின் இந்தச் செய்தி நமக்குச் சொல்கிறது. அப்போது வருணன் தோன்றி விசுவாமித்திரரை நாயூன் உண்பதைத் தடுத்தார். மழைப்பொழிவு ஏற்பட்டது எனவும் மணிமேகலை சொல்கிறது.

இதில் ஒன்றைக் கவனிக்க வேண்டும். கொடுமையான பசித்தீயின் முன் அதனை எதிர்கொள்ள முடியாமல் உயிர் பிழைப்பதற்காக, முனிவரே ஆனாலும், எதனையும் உண்பதற்குத் தயாராவான் என்பதையே இந்தச் சம்பவங்கள் உணர்த்துகின்றன.

கடும் வறட்சியால் வேளாண்மை தோற்றுப் போகிறபோது, பற்றற்று காட்டில் தவம் இருக்கும் தவசியின் கையில் உள்ள ஜெபமாலை உருட்டல்கூட நின்றுபோகும் என்கிறார் திருவள்ளுவர்.

"உழவினார் கைம்மடங்கின் இல்லை விழைவதூஉம்
விட்டேம் என்பார்க்கும் நிலை" (1036)

உண்மைதான்! எவ்விதப் பற்றும் இல்லாமல் இருக்கும் விசுவாமித்திரரின் தவஆற்றல் கூட வேளாண்மை பொய்த்ததால் ஒன்றும் இல்லாமல் ஆகிவிடுகிறது. தவத்தைப் பற்றி வேறொரு இடத்தில் உயர்வாகச் சொன்ன வள்ளுவர் அந்தத் தவசிகளைவிட உயர்வானவர்கள் விவசாயிகள் என பாடம் நடத்துகிறார்.

"அறிவுடையார் எல்லாம் உடையார் அறிவிலார்
என்னுடைய ரேனும் இலர்"

என்கிறார் திருவள்ளுவர். அறிவு இருந்தால் போதும். அந்த அறிவெனும் செல்வமே எல்லாவற்றையும் படைத்துக் கொள்ளும் ஆற்றலைத் தந்துவிடும் என்பதே இக்குறளின் மையக்கருத்து. இந்தக் குறள் எல்லோருக்கும் பொருந்தும். அறிவுதான் முதன்மையானது. ஏனென்றால், உண்மை-பொய், நல்லது-கெட்டது, நிலையானது-நிலையற்றது என்று எல்லாவற்றையும் ஒருவர்க்கு அடையாளம் காட்டுவது அறிவு மட்டும்.

ஆனால், என்னதான் அறிவு பெற்றிருந்தாலும் பசித்தீ முன் ஒன்றுமில்லாமல் போய்விடுகிறது. அனைத்தையும் பகுத்தறிந்து உள்வாங்கி வாழும் முனிவரைக் கூட பசித்தீ விட்டுவைப்பதில்லை என்பதே விசுவாமித்திரர் கதை நமக்குச் சொல்கிறது.

மணிமேகலை பாத்திரம் பெற்ற காதையில் (76-81) பசித்துன்பம் குறித்த பாடல் ஒன்று இவ்வாறு சொல்கிறது.

"குடிப்பிறப்பு அழிக்கும் விழுப்பம் கொல்லும்
பிடித்த கல்விப் பெரும்புணை விடூஉம்
நாண்அணி களையும் மாண்எழில் சிதைக்கும்
பூண்முலை மாதரொடு புறங்கடை நிறுத்தும்

பசிப்பிணி என்னும் பாவிஅது தீர்த்தோர்
இசைச்சொல் அளவைக்கு என் நா நிமிராது"

பசியானது ஒருவருடைய குடிப்பிறப்பை அழிக்கும். தனிச் சிறப்புகளை ஒழிக்கும். கற்றவையெல்லாம் கைவிடச் செய்யும், வெட்கத்தை விரட்டும், மாண்பை சீர்குலைக்கும், பசிப்பிணி என்னும் பாவி! அதைத் தீர்த்தவர்களின் புகழைச் சொல்வதற்கு என் நாக்குக்கு வலிமை இல்லை என்று, பசியை தீர்ப்பவனின் பெருமையை மணிமேகலை சுட்டிக்காட்டுகிறது!

தனி ஒரு மனிதனுக்கு பசிப்பிணி வந்தால் மேற்சொன்ன குணங்கள் எல்லாமே காணாமல் போகும். ஆனால் ஒட்டு மொத்தமாக நாடு முழுவதிலும் உள்ள பெரும்பான்மையான மக்களுக்கு உணவு கிடைக்காது பசியால் வாடினால் என்ன நடக்கும்? புரட்சிதான் வெடிக்கும். சங்ககால காப்பியங்கள் படைக்கப்பட்ட காலங்களில் மன்னராட்சிதான் இருந்தது. எனவே தனிமனிதரின் பசி தீர்த்தல்... அன்னமளிப்பு போன்ற செய்திகளை அந்த இலக்கியங்கள் பேசின!

1789 முதல் 1799 வரை பிரெஞ்சுப் புரட்சி நடைபெற்றது. இந்தப் புரட்சியின் தொடக்கமே பசி எனும் பிணியால் வந்தது என வரலாறு சொல்கிறது.

பிரெஞ்சு சமூகத்தின் பெருவாரியான மக்கள் உண்பதற்கு உணவின்றி பட்டினியால் வாடினர். பல ஆண்டுகளாக உணவுப் பொருட்களின் அறுவடை உள்நாட்டுக் குழப்பங்களால் நின்று போயிருந்தது. ஒரு கட்டத்தில் மக்கள் திரண்டு மன்னரின் அரண்மனை எதிரில் வந்து சாப்பிடுவதற்கு ரொட்டி கூட கிடைப்பதில்லை என முறையிட்டனர்.

அரண்மனையின் உப்பரிகையில் நின்று கேட்டுக் கொண்டிருந்தார் பதினாறாம் லூயி மன்னன். அவரின் அருகில் நின்றிருந்த மனைவி மரீஅண்டேனெட், "சாப்பிடுவதற்கு

ரொட்டி கிடைக்காவிட்டால் என்ன? கேக் வாங்கிச் சாப்பிடலாமே” என்றார். வேளாண்மை பொய்த்தல், தொடர்ந்து உள்நாட்டில் ஏற்பட்ட அரசியல் குழப்பம் அதன் விளைவாக உருவான விலைஉயர்வு என்பதெல்லாம் எதுவும் தெரியாத இவர்களா எம்மை ஆள்வது என அந்தக் கணத்தில் தொடங்கியதுதான் பிரெஞ்சுப் புரட்சி. உலகில் முதன் முதலில் மக்களாட்சி தொடங்குவதற்கான ஆரம்பப்புள்ளி இது எனலாம்!.

அரசாங்கம் தன் நாட்டு மக்களை தொடர்ந்து பட்டினியில் வாடவிட்டால் அந்த அரசாங்கம் தூக்கி எறியப்படும் என்பதற்கான உதாரணம்தான் பிரெஞ்சுப் புரட்சி. பசி வந்தால் பத்தும் பறந்துபோகும் என்பது மட்டுமல்ல... அரண்மனைகளும் காணாமல் போகும்!.

வள்ளலாரின் அறங்களில் கொல்லாமையும், புலால் உண்ணாமையும் மட்டுமல்ல அற்றார் பசி தீர்த்தலுமே மிகப் பெரிய அறங்கள் என்கிறார்.

“பசிஎனில் எந்தாய் என் உள்ளம் நடுங்குவது இயல்பே”
என்றதுடன்,
“வாடிய பயிரைக் கண்டபோதெல்லாம் வாடினேன்
பசியினால் இளைத்தே வீடுதோறு இரந்தும்
பசியறாது அயர்ந்த வெற்றரைக்கண்டு
உளம் பதைத்தேன்”
உடையார் உண்ணவும், வறியார் உறுபசி உழந்து
வெந்துயரால் வருந்தவும்படுமோ? இதை
நினைத்திடும் தோறும் உள்ளம் எரிகின்றது.
உடம்பும் எரிகின்றது கொள்ளலேன் உணவும் தரிக்கிலேன்”

எனவருந்தி திருவருட்பாவில்பாடியுள்ளார். பசிக்காக உணவு கேட்டு கையேந்தும் மனிதரைப் பார்த்து உணவு இல்லை எனச் சொல்பவர்களைப் பற்றி நினைத்தாலே தன் உடம்பு எரிகின்றது என்கிறார். வசதி படைத்தோரிடம் செல்வம்

உள்ளது. எனவே பசித்தீ அண்டாது. அந்த வசதி இல்லாதோர் பசியால் துன்பப்படுவதுதான் வாழ்க்கை எனில், இதை நினைத்தாலே நான் சாப்பிடும் உணவும் எனக்கு பயன் அற்றுப்போகிறது என வருத்தப்படுகிறார் வள்ளலார். பசி என்கிற நெருப்பானது ஏழைகள் தேகத்தினுள் பற்றி எரிகின்றபோது ஆகாரத்தால் மட்டுமே அதனை அணைக்க முடியும் என்று உணர்ந்தவர் வள்ளலார்.

பசி என்கிற புலியானது ஏழை உயிர்களைப் பாய்ந்து கொல்லத் தொடங்கும் தருணத்தில் அப்புலியைக் கொன்று அந்த உயிரைக் காப்பாற்றுவதே சீவகாருண்யம் என்று பெயர் வைத்தார். பசி என்கிற கொடுமையாகிய தேள் வயிற்றிற் புகுந்து கொட்டுகின்றபோது கடுப்பேறிக் கலங்குகின்ற ஏழைகளுக்கு உணவளித்து அக்கடுப்பை மாற்றி கவலையைத் தீர்ப்பதுதான் சீவகாருண்யப் பண்பு என்றார்!

உபதேசம் செய்வதோடு பணி நின்றுவிட்டது என்றில்லாமல் வள்ளலாரே 1867ஆம் ஆண்டில் வடலூரில் சத்திய தருமசாலையைக் கட்டி, அதில் அணையா அடுப்பைப் பற்ற வைத்தார். அன்னதானத்துக்காக பற்ற வைத்த இந்த அடுப்பு இன்று வரையில் அணையாமல் இருக்கிறது! அன்னதானப் பணிகள் அங்கே மூன்று வேளையும் குறையாமல் நடைபெற்று வருகிறது.

பசித்தவர்க்குப் பசியை நீக்கும் வகையில் உணவளிக்கும் பணியில் ஈடுபடும்போது கணவரை மனைவி தடுத்தாலும், மனைவியை கணவர் தடுத்தாலும், பிள்ளைகளை தந்தை தடுத்தாலும், தந்தையைப் பிள்ளைகள் தடுத்தாலும், சீடரை ஆச்சாரியர் தடுத்தாலும், ஆண்டவன் அடியாரைத் தடுத்தாலும், குடிகளை அரசன் தடுத்தாலும், அந்தத் தடைகளையெல்லாம் எதிர்கொண்டு அன்னமிடும் பணி செய்வதே சீவகாருண்ய ஒழுக்கமாகும் என்று வலியுறுத்துகிறார்.

பசியால் உயிர் போகிறது என்கிறோம். பசி உயிரை எடுக்கிறது என்கிறோம். போய்க் கொண்டிருக்கும் உயிரை எடுபட்டுக் கொண்டிருக்கும் உயிரை உணவு கொடுத்து நிறுத்துவோர் உயிர் கொடுத்தவர்தானே. பசி உயிரைக் கொல்லும்; உணவு உயிரைக் கொடுக்கும் அதனால்தான் "உண்டி கொடுத்தோர் உயிர் கொடுத்தோரே" என்கிற சிறப்பான சொற்றொடர் புறநானூறு, மணிமேகலை ஆகிய இரண்டிலுமே வருகிறது.

தாயின் வயிற்றில் கருவாக உருவாகிற போதே பசியும் சேர்ந்தே வளர்கிறது என்கிறார் வள்ளலார். உயிர் உடம்பாக மாறி வளரும் அந்த நேரத்தில் தாய் உணவு உண்ணுகிறபோது தொப்பூழ்க்கொடி வழியாக சிறிதளவு உணவு எடுத்துக் கொண்டுதான் இந்த உலகில் மனிதன் பிறக்கிறான். கருவாகிறபோதே பசிக்கான உணவைத் தேடுகின்ற அந்த உயிர் கல்லறைக்குச் செல்லுகிறபோதுதான் பசி மறைகிறது.

பள்ளிக்கூடத்திற்கு பசியுடன் படிக்க வரக்கூடாது என்பதற்காகவே காமராசர் மதிய உணவுத் திட்டத்தை இந்தியாவிலேயே முதன் முதலில் வள்ளலார் பிறந்த தமிழகத்தில் தொடங்கி வைத்தார். அதனைத் தொடர்ந்து அது சத்துணவுத் திட்டமாகவும் அதன் பின்னர் இன்றைய நிலையில் காலை சிற்றுண்டித் திட்டமாக வளர்ந்து வருகிறது.

கோயிலுக்கு வரும் பக்தகோடிகள் யாரும் பசியுடன் திரும்பிச் செல்லக்கூடாது என்பதற்காக தமிழகத்தில் கோயில்தோறும் அன்னதானத் திட்டம் விரிவடைந்து வருகிறது.

விலைவாசி உயர்வின் காரணமாக உணவகத்தில் சென்று சாப்பிட முடியாத ஏழைகளுக்கு அம்மா உணவுத் திட்டம் என்கிற பெயரில், ஊர்தோறும் அரசு உணவகங்கள் தொடங்கப்பட்டதும் வள்ளலார் சீவகாருண்ய ஒழுக்கத்தின் தொடர்ச்சியாகும்.

தென்னாப்பிரிக்காவின் விடுதலைக்காகப் பாடுபட்ட நெல்சன் மண்டேலாவின் மனைவி வின்னி மண்டேலா பசிக்கு எதிராக உணவிடுதல் (Operation Hunger) என்கிற திட்டத்தைத் தொடங்கினார். பசியின்றி இருக்கும் மனிதனிடம்தான் அரசியல் சித்தாந்தம் மட்டுமல்ல, ஒழுக்கமும் இருக்கும் என்பதை உணர்ந்த வின்னி மண்டேலா இந்த திட்டத்தைத் தொடங்கினார் என்பதும் நிகழ்கால வரலாறாகும்.

பசித் துன்பத்தை அனுபவிக்காதவர்கள் யாரும் இருக்க மாட்டார்கள். அதற்காகவே அண்ணல் காந்தியடிகள் உண்ணாவிரதப் போராட்டத்தை உயிரைப் பணயம் வைத்து பலநாட்கள் இருந்தார். அதன் நோக்கம் ஒன்றுதான். காந்தியின் வயிற்றில் பசித்தீ கொளுந்துவிட்டு எரிய எரிய இந்திய மக்கள் அனைவரின் மனதிலும் அந்தக் கனல் கொளுந்துவிட்டு எரிந்தது. காந்தியின் அந்த பசித்தீயின் உண்ணாவிரதப் போராட்ட வெப்பம்தான் வெள்ளை ஏகாதிபத்தியத்தை இந்திய மண்ணில் இருந்து அப்புறப்படுத்தியது!

4. அண்ணல் காந்தியின் ஆன்மிகம்!

பல்வேறு மொழிகள், கலாச்சாரப் பண்பாடுகள் கொண்ட இந்தியாவில் அனைத்து மக்களையும், தேச விடுதலை என்ற ஒற்றை கோரிக்கைக்காக அணி திரட்டும் வகையில் இந்தியா முழுவதிலும் சுற்றுப்பயணம் செய்தார். ஒவ்வொரு பகுதி மக்களின் பிரச்சனைகளும் காந்திக்கு புதிய அனுபவத்தை கற்றுக் கொடுத்தது.

பிரிட்டனின் அடிமைத்தனம் ஒருபுறம் இருக்க, இந்திய மக்களிடையே நிலவும் ஆண்டான் அடிமை மற்றும் ஆன்மிகத் தளத்தில் நிலவும் தீண்டாமைக் கொடுமைகள் என வேறு பல சிக்கல்கள் இந்த மண்ணில் நிலவி வருவதை உணர்ந்த காந்தி அனைத்தையுமே எதிர்த்துக் களமாடும் முடிவுக்கு வருகிறார்!.

குறிப்பாக நாட்டில் மிகப் பெரும்பான்மையினராக இருக்கும் மக்களை சூத்திரர்கள் எனப் பட்டம் சூட்டி சேரிகளில் குடியமர்த்திய அவலத்தைப் பார்த்துக் கொந்தளித்தார். அவர்களுக்கு கல்வி கற்கும் உரிமையில்லை. கோயில்கள்

மற்றும் உயர்சாதி வகுப்பினர் வாழும் வாழ்விடங்களில் நடக்கவும் கூடாது போன்ற தடைகளை கடவுளின் பெயரால் உண்டாக்கியிருக்கும் கொடுமையை தகர்த்தெறிவது என்கிற முடிவுடன் ஒவ்வொரு கிராமத்திற்கும் தன்னுடைய நடைப் பயணத்தைத் தீவிரப்படுத்துகிறார்.

அரிசன மக்களின் மேம்பாட்டுக்கு உதவ வெறுமனே அறிவுரைகள் பயன்படாது என்பதை உணர்ந்த காந்தி, அவர்களுக்கான நிதி திரட்டுதல் முயற்சியிலும் இறங்குகிறார்.

தான் ஓர் இடத்தில் பேச வேண்டும் என்றால் அந்தப் பகுதி மக்கள் எவ்வளவு நிதி திரட்டியிருக்கின்றனர் என்பதைப் பொறுத்துத்தான் முடிவு செய்வார். மேலும் எந்தப் பகுதியில் நிதிகள் வசூலிக்கப்படுகிறதோ, அந்தப் பகுதிகளிலேயே 75 சதவீத நிதிகள் செலவிடப்படும் என்கிற அளவுகோலையும் காந்தி வைத்திருந்தார்.

தீண்டாமையை எதிர்ப்பதற்கெனவே இந்தியா முழுமைக்கும் 1934இல், அதாவது தம்முடைய 64 வயதில் சுற்றுப் பயணம் செய்தார். சாதி இந்துக்களின் மிகப் பெரும்பான்மையினர் காந்தியை ஆதரித்தாலும், சனாதனிகள் கடுமையான முறையில் மிகத் தீவிரமாக இந்தச் சுற்றுப்பயணத்தை எதிர்த்தனர்.

“அரிசன மக்களை ஆலயத்திற்குள் அழைத்துச் செல்வதற்காகத்தான் இந்தச் சுற்றுப் பயணம் என்றால், அதனை நாங்கள் தீவிரமாக எதிர்க்கிறோம். சனாதன தர்மம் என்பது முனிவர்கள், ரிஷிகளால் உண்டாக்கப்பட்டது. அதை குஜராத்தியான காந்தியால் சிதைக்க முடியாது. தீண்டாமை ஒழிப்பு என்கிற பெயரில் காந்தி மேற்கொள்ளும் நடவடிக்கைகள், அரிசன மக்களே ஏற்பதாக இல்லை என்பதுதான் நிதர்சனமாகும்.” இவ்வாறு அறிக்கை விட்டவர்கள், பாஷ்யபாவக்ஞவி.வெங்கட்ராமசாஸ்திரியார், பிரசங்கபானா எஸ்.வைத்தியநாத சாஸ்திரியார் போன்ற பண்டிதர்கள் கையெழுத்திட்டு அறிக்கை வெளியிட்டு இருந்தனர்.

இன்னொரு புறம் அரிசன மக்களுக்காகவே உழைக்கின்ற சான்றோர் பெருமக்களும் காந்தியை விமர்சித்தனர். "தாழ்த்தப்பட்டோரை நீங்கள் அரிசனங்கள் என்று பெயர் வைத்து அழைப்பது வேதனையைத் தருகிறது. குறைந்தபட்சம் இந்தப் பெயரைச் சூட்டுவதற்கு முன் தாழ்த்தப்பட்ட மக்களை கலந்து ஆலோசித்திருக்க வேண்டும்" என்று சுவாமி சகஜானந்தா, ராவ்பகதூர் சீனிவாசன் ஆகியோர் இதுகுறித்து விரிவான அறிக்கை ஒன்றைத் தருகின்றனர்.

"தாழ்த்தப்பட்டவர்களை நான் கலந்து ஆலோசிக்கவில்லை என்று சொல்வது தவறு! ஆனால், அந்த மக்களின் ஒரு பகுதியினர் என்னைச் சந்தித்து உரையாடினார்கள். அந்த உரையாடலில்தான், எனக்கு இந்தப் பெயர் நினைவுக்கு வந்தது. என்றென்றும் எங்களைக் கீழானவர்களாக வைத்திருக்கும் எந்தச் சொல்லினாலும் எங்களை அழைக்க வேண்டாம் என்று அந்த தாழ்த்தப்பட்ட சமுதாயத்தில் இருப்பவர் ஒருவரே என்னிடம் பேசினார். எப்படி அழைக்கலாம்? என நான் அவரிடமே கேட்டேன்.

நரசிம்ம மேத்தா என்கிற குஜராத் கவிஞர் தாழ்த்தப்பட்ட மக்களை 'கடவுளின் குழந்தைகள்' என்று அழைக்கிறார். அரிசன் என்கிற பெயரை அந்தக் கவிஞர் பயன்படுத்துவது எங்களுக்கெல்லாம் விருப்பமாக உள்ளது என்று அந்தச் சமூகத்திலேயே இருந்து ஒருவர் எனக்கு பாடம் நடத்தினார். அதன் பின்னர்தான் நான் அரிசன் என்கிற பெயரை ஏற்றுக் கொண்டேன். கடவுளின் பெயரால் தீண்டாமையை மேற்கொள்ளும் உயர்சாதிப் பிரிவு மக்களுக்கான பதிலாகத்தான் கடவுளின் குழந்தைகள் (அரிசன்) என்ற பெயர் பொருத்தமாக எனக்குத் தோன்றியது.

இதில் தமிழ் பழமொழிக்கு நான் நன்றி சொல்ல வேண்டும். 'திக்கற்றவர்களுக்கு தெய்வமே துணை' என்கிற வார்த்தைகளும் அப்போது என் மனதில் இருந்ததால் இந்தப் பெயர் பொருத்தமானதே என்று உணர்ந்தேன்."

மேலும் கட்டாய ஆலய நுழைவுப் போராட்டங்களைத் தவிர்க்கலாம் என்றும் பிறரைப் போல நாங்களும் ஆலயத்திற்குள் சென்று வழிபடலாம் என்கிற உரிமை கிடைத்தால் போதும். நாங்கள் விரும்புகிற நேரத்தில் ஆலயத்திற்குள் சென்று வழிபடுவோம் என்பதையும் கவனத்தில் கொள்ள வேண்டும் என்றும் காந்தியை அரிசன மக்களின் தலைவர்கள் வலியுறுத்துகின்றனர்.

"ஆலயப்பிரவேச இயக்கத்தில் அரிசன மக்கள் கட்டாயம் பங்கேற்க வேண்டும் என்று நான் அழைப்பதில்லை. ஆனால், அதே நேரத்தில், சாதி இந்துக்களுக்கு இருக்கும் உரிமைகள்

எல்லாமே ஆண்டவனின் வழிபாட்டுத் தளத்தில் அனைத்து மக்களுக்கும் இருக்க வேண்டும் என்பதே என் நிலைப்பாடு. இதில் எந்தச் சமரசமும் செய்வதற்கில்லை" என்றார் காந்தி.

காந்தியின் இந்த உறுதியான கொள்கைக்கு அவரின் சொந்த வாழ்க்கையில் நடைபெற்ற சில சம்பவங்களும் காரணமாக இருந்தன. பாரிஸ்டர் பட்டம் பெறுவதற்காக லண்டன் செல்ல முடிவெடுத்தபோது, காந்தியின் குடும்பம் வசித்த ஊரின் தலைவர் சேத் என்பவர் "காந்தி கடலைத் தாண்டி பயணிக்கக் கூடாது. அவ்வாறு பயணித்தால் நாம் நம் ஊரை விட்டு காந்தியை ஒதுக்கிவிட வேண்டும். அதுமட்டுமல்ல, நம் மத நம்பிக்கைக்கு விரோதமாகப் பயணப்படும் காந்திக்கு யார் உதவி செய்தாலும் அவர்களும் ஊரை விட்டு ஒதுக்கி வைக்கப்படுவார்கள். முடிவு இப்போது காந்தியின் கையில்தான் இருக்கிறது" என ஊர்க் கூட்டத்தில் முடிவெடுக்கப்படுகிறது.

இருந்தாலும் காந்தி தன் முடிவில் இருந்து பின் வாங்காமல் லண்டன் பயணத்தை தொடர இருப்பதாகத் தெரிவித்தார். காந்தியின் சொந்த ஊர், கடல் பயணத்தை எதிர்த்தது.

அதைவிட பாரிஸ்டர் பட்டம் பெற்று அண்ணல் காந்தியடிகளாக இந்தியா முழுவதிலும் சுற்றுப் பயணம் மேற்கொண்டபோது, கன்னியாகுமரி கோயிலில் காந்தியை அனுமதிக்க மறுத்தனர் என்பதும் வரலாறாகும்!.

1925இல் கன்னியாகுமரியில் உள்ள அம்மன் ஆலயத்தில் நுழைவதற்கு காந்திக்கு அனுமதி கிடையாது என கோயில் நிர்வாகிகள் தெரிவிக்கின்றனர். வழக்கமாக அம்மனின் தரிசனம் மாலை ஐந்தரை மணிக்குத் தான் தொடங்கும். இருந்தாலும் நீங்கள் நான்கு மணிக்கே வந்துவிட்டதால் கோயில் வெளிப் பிரகாரங்களில் வேண்டுமானால் சுற்றிப் பார்க்கலாம் என நிர்வாகிகள் காந்திஜியிடம் தெரிவிக்கின்றனர்.

"தீண்டாமை ஒழிப்புப் போர்வீரர்களில் நானும் ஒருவன். என்னை நான் தோட்டியாகவே நினைத்து வாழ்ந்து கொண்டிருப்பவன். அனைவருக்குமான ஆலய நுழைவு எப்பொழுது சாத்தியமோ அந்தச் சமயத்தில் நான் வழிபாடு செய்து கொள்கிறேன். ஆனால் ஒன்று மட்டும் நிச்சயம். என் மனதிலும் இந்த வருத்தம் ஏற்படுகிறது; கோயிலின் முழு பிரகாரத்தை சுற்றி வர அனுமதிக்கப்பட்டுள்ளேன். கடல் கடந்து இங்கிலாந்திற்குச் சென்றதால் கோயிலின் மூலஸ்தானத்திற்குச் செல்ல அனுமதியில்லை என்கிறார்கள். அதே போல சில பிரிவு மக்களை தீண்டத்தகாதவர்கள் என அடையாளப்படுத்தி பிறப்பின் அடிப்படையில் கோயிலுக்குள் நுழைய அனுமதி மறுக்கப்படுகிறது. இந்த வழக்கத்தை எவ்வாறு ஏற்பது எனத் தெரியவில்லை.

தீண்டத்தகாதவர்களும், மிலேச்சர்களும் கன்னியாகுமரி அம்மனை தரிசித்தால் அம்மனுக்கு தீட்டு படும் என்பதே மூட நம்பிக்கைதானே? ஆதி காலத்தில் இருந்தே இந்த மூட நம்பிக்கைகள் இருந்து வருகிறதா எனத் தெரியவில்லை. அவ்வாறு ஒரு போதும் கடவுள் பேதம் பார்க்க மாட்டார் என என்னுடைய அந்தராத்மா சொல்கிறது. ஒருவேளை ஆதி காலத்திலும் இருந்திருக்கிறது என்றால் அது பாவமே. ஒரு பாவமான காரியம் அது பரம்பரை பரம்பரையாக தொடர்கிறது என்பதற்காகவே அது பாவமில்லாததாகவோ அல்லது சிறப்புக்குரியதாகவோ ஆகிவிடாது!

ஆகையால் இந்தப் பாவத்தை கடவுளின் பெயரால் மனிதர்களில் ஒரு பிரிவினரை களங்கப்படுத்தும் இந்த நம்பிக்கைகளை அகற்றுவதற்கு ஒவ்வொரு இந்துவுக்கும் கடமை உள்ளது. எதிர்காலங்களில் அனைவருக்குமான ஆலய நுழைவுத் தரிசனங்கள் சாத்தியப்படும் என நம்புகிறேன்" என்று பதிவு செய்தவர் காந்திஜி!

உண்மைதான்! இன்றைய நிகழ்கால வரலாறு என்பது கடலைத் தாண்டி பயணித்தால் மிலேச்சன் ஆவான் என்கிற

இழி பட்டத்தை கால ஓட்டம் தகர்த்தெறிந்துள்ளது. எந்த சனாதன தர்மத்தின் கீழ் உயர்சாதி வகுப்பினர் அவ்வாறு கூப்பாடு போட்டார்களோ, அவர்களே பிற்காலத்தில் கடலைத் தாண்டி பயணித்து, மேலை நாடுகளில் கோயில்களைக் கட்டி பேஷாக நெய்வேத்தியம் செய்து வருகின்றனர்.

இன்று உலகம் முழுவதும் போற்றப்படும் கணிதமேதை இராமாநுஜத்தையும் மிலேச்சன் எனப் பட்டம் கட்டி சனாதனிகள் ஒதுக்கி வைத்தனர். காரணம் அவரும் கடல் கடந்து பயணித்தார் என்பதற்காக! இராமாநுஜம் இறந்தபோது மிலேச்சனுக்கு வைதீக இறுதிச் சடங்குகளையும் பிராமணர்கள் செய்ய மறுத்தனர் என்பதும் கசப்பான வரலாறாகும். கன்னியாகுமரி கோயில் வளாகத்தில் இது என்ன பைத்தியக்காரத்தனமான கட்டுப்பாடுகள்! இவ்வாறு கடவுளின் பெயரால் இருக்கவே முடியாது என நம்பினார். அந்த நம்பிக்கை வீண் போகவில்லை.

இன்றைய நிலையில் சாதியின் பெயரைச் சொல்லி கோயிலுக்குள் வராதே என தடை போட ஆட்கள் இல்லை. உயர் சாதிப் பிரிவினர் வசிக்கும் தெருவில் நடக்கக் கூடாது எனச் சொன்னால் அப்படிச் சொல்பவர்கள் சிறைக்குத்தான் செல்ல வேண்டும் என்கிற அளவுக்கு இன்றைக்கு சட்டங்கள் வந்துவிட்டன. இந்த மாற்றங்களை சாத்தியமாக்க காந்தியும் அவருக்கு ஆதரவாக அணிவகுத்து நின்ற லட்சக்கணக்கான மக்களும் காரணமாவார்கள். இந்தச் சீர்த்திருத்த போராட்டத்தில் உயர்சாதிப் பிரிவினரும் இருந்தனர்.

காந்தியின் தனி மனித ஆளுமை அவருக்கு இருந்த மானுட நேய சிந்தனைகள் மற்றும் அணுகுமுறைகள் என இவைகள்தான் சாதி, மத வேறுபாடுகளைக் கடந்து பெரும்பான்மையான மக்கள் ஆதரவளித்தனர். எதிர்ப்பும் இருந்தன. அதனையும் இன்முகத்தோடு எதிர்கொண்டவர் காந்தி. உலக்கைக்கு ஒருபக்கம்தான் அடி, மத்தளத்திற்கு இரண்டுபக்கமும்

அடிதான் என்கிற பழமொழிக்கேற்ப, காந்தியின் தீண்டாமை ஒழிப்பு இயக்கத்துக்கு ஒருபுறம் பிராமண உயர் வகுப்பினர் கடுமையாக எதிர்த்தனர். காந்தியின் வர்ணாசிரம முறையானது ஆண்டான் அடிமைக்குச் சமமானது என்கிற வகையில் நீதிக் கட்சியினர் உள்ளிட்ட முற்போக்குவாதிகளும் காந்தியை எதிர்த்தனர்.

1927ஆம் ஆண்டில் மன்னார்குடிக்கு காந்தி வருகை தந்தபோது, கோட்டூர் சமஸ்கிருதப் பள்ளியின் முதல்வரான உ.வெ.தில்லியம்பூர் சக்கரவர்த்தி ஆச்சாரியா மகாத்மாவை சந்திக்கிறார். சாத்திரங்களில் தீண்டாமை இருக்கிறது என்றும், காந்தியின் தீண்டாமை ஒழிப்புக்கு சாத்திரங்களில் இருந்து ஆதாரம் காட்ட முடியாது என்று வாதாடுகிறார். மேலும் அரிசன மக்களுக்கு வீடு கட்டித் தரலாம், அன்னதானம் செய்யலாம், கைராட்டிணம் வாங்கிக் கொடுத்து உதவலாம், ஆனால், அவர்களைத் தீண்டுதல் கூடாது. சுவாமி திருஉலாவீதி வருகிற சமயத்தில் வணங்கலாம். ஆலயப் பிரவேசம் கூடாது என்கிற வகையில் காந்தியிடம் வாதிடுகிறார்.

சாத்திரங்களில் ஒரு சில பகுதிகளை மட்டுமே வைத்துக் கொண்டு பேசுவது சரியல்ல என்றும், எந்தச் சாத்திரத்தையும் நூற்றுக்கு நூறு அப்படியே ஏற்றுக்கொள்ள வேண்டியதில்லை என்றும் காந்தி பதில் அளிக்கிறார். ஒரு ஸ்மிருதியில் ஒரு பகுதியை மட்டும் ஏற்றுக்கொண்டு மற்றொரு பகுதியை விட்டுவிடலாமா என்கிறார் ஆச்சாரியார்.

இந்து மதத்தில் சாத்திரங்கள் என்று கூறப்படும் நூல்கள் நூற்றுக்கணக்கில் உள்ளன. ஆகையால் ஒரு விசயம் நல்லதா, கெட்டதா என வரையறுப்பதற்கு நான் குறிப்பிட்ட நூலை மட்டுமே ஆதாரமாகக் கொள்ளமாட்டேன். இந்து சமயத்தை மொத்தமாகவே வைத்துப் பார்க்கிறேன். சாத்திரங்களில் சொல்லப்பட்டதை சரியா தவறா என அளப்பதற்கு எனது மனசாட்சியையும், வலிமைமிக்க சத்தியம் என்கிற

அளவுகோலையும் வைத்துப் பார்த்து அதனடிப்படையில்தான் எனது கருத்துகளை மக்கள் மத்தியில் கொண்டு செல்கிறேன்.

"அனைத்து உயிர்களிடத்திலும் நானே இருக்கின்றேன்" என்று பகவத் கீதையில் கண்ணன் சொல்கிறான். அப்படியெனில் மனிதர்களிடத்தில் எப்படி பேதம் இருக்க முடியும். அவ்வாறு சாத்திர நூல்கள் சொன்னால் அதை புறந்தள்ளுவதுதான் நல்லது என்கிறது என் மனசாட்சி என நீண்ட விளக்கமளிக்கிறார் காந்தி! அப்படியானால் தீண்டாமை சத்தியத்திற்கு விரோதமானது என்கிறீர்களா? என ஆச்சாரியார் கேட்கிறார். "நான் உங்களைப் பார்த்து நீங்கள் தீண்டத்தகாதவர் எனச் சொன்னால் அதுவும் சத்தியத்திற்கு உடன்பாடானதல்ல, எதிரானதுதான்" என்கிறார் காந்தி!.

நான் எப்படி தீண்டத்தகாதவர் ஆக முடியும்? வீட்டில் சமையல் செய்யப் பயன்படும் நெருப்புக்கும், சுடுகாட்டு நெருப்புக்கும் உள்ள வேறுபாடுதான் மனிதர்களிடையே இருக்கிறது என்று விடாமல் வாதம் செய்கிறார் ஆச்சாரியார்! நீங்கள் இன்னொரு சக மனிதனை தீண்டத்தகாதவர் என்று சொல்லும்போது நானும் உங்களைச் சொன்னால் என்ன? என்கிறார் காந்தி. உடல் அமைப்பு, சிந்தனை, குணம் உள்ளிட்ட எல்லாமே மனிதனுக்குள் வேறுபடும் என்பதால் அந்த வேறுபாடுதான் சாதியை குறிப்பிடுகிறது என்று ஆச்சாரியார் மேலும் உரையாட முனைந்தபோது, 'நீங்கள் போகலாம்.. உங்களுக்கென ஒதுக்கப்பட்ட நேரம் முடிந்தது' என காந்தி உரையாடலுக்கு முற்றுப்புள்ளி வைக்கிறார்.

காந்தி மகானுடன் உரையாடும் வாய்ப்பு கிடைத்ததே நான் பெற்ற பேறு. அவரின் தீர்க்கமான எண்ணங்கள் நிறைவேறட்டும் என வாழ்த்தி விடைபெறுகிறார் சமஸ்கிருதப் பள்ளியின் முதல்வரான சக்கரவர்த்தி ஆச்சாரியார்!

காந்தியின் தனித்தன்மை வாய்ந்த தலைமைப் பண்பு என்பது எதையும் வறட்டுத்தனமாக வாதிடும் குணமும்

பண்பும் இல்லாதவர் எனலாம். தான் சொன்ன கருத்தாக இருந்தாலும் அவரின் மனசாட்சிக்கு உறுத்தலாக இருந்தால் அதை உடனடியாக மாற்றிக் கொண்ட நிகழ்வுகளும் காந்தியின் பொதுவாழ்வுப் பயணத்தில் நிரம்பவே உள்ளது.

சென்னை சுற்றுப் பயணத்தின்போது பெரம்பூர் பகுதியில் இருந்த அருந்ததியர் சமூகத்தவர் வழங்கிய வரவேற்பு வித்தியாசமாக இருந்தது. காந்தியின் செருப்பு பல இடங்களில் கிழிந்து தையல் போட்ட நிலையில் உள்ளது என்பதை அறிந்து கொண்டு காந்திக்கும், கஸ்தூரிபாவுக்கும் இரண்டு ஜோடி செருப்புகளை வழங்கி வரவேற்றனர்.

புன்னகையுடன் பெற்றுக்கொண்ட காந்தி "எனக்கும் செருப்பு தைக்கும் தொழில் தெரியும். ஆனால், உங்கள் அளவுக்கு நுணுக்கமாகத் தெரியாது. உங்களிடம் ஒரு வேண்டுகோள் வைக்கிறேன். வேண்டுகோள் என்பதைவிட உறுதிமொழியாகவே ஏற்றுக் கொள்ளுங்கள். செருப்புக்காக கால்நடைகளைக் கொன்று அதன் தோல்களைப் பயன்படுத்துவதை தவிர்த்துவிடுங்கள். இயற்கையாக மரணிக்கும் கால்நடைகளின் தோல்களையே பயன்படுத்தி தொழில் செய்ய உறுதியேற்றுக் கொள்ளுங்கள்" என்பதுடன் உறுதிமொழியையும் ஏற்க வைத்தார்.

பிறகு அந்த அருந்ததியர் மக்கள் வாழும் பகுதிக்குச் சென்று பார்வையிட்ட பிறகு, "இறந்துபோன கால்நடைகளின் தோல்களை மட்டுமே பயன்படுத்தி தொழில் செய்வது இயலாத காரியம் என உங்களின் வாழ்நிலை எனக்கு உணர்த்துகிறது. ஆகையால், நீங்கள் எனக்களித்த உறுதி மொழியை முடிந்தவரை மட்டுமே பின்பற்றலாம்" என்று உடனடியாக தன்னுடைய நிலையில் இருந்து மாற்றிச் சொன்ன தலைவர்தான் காந்தியடிகள். தான் ஏற்கனவே சொன்னதுதான் வேதவாக்கு; அதனை அப்படியே பின்பற்ற வேண்டும் என்று ஒருபோதும் காந்தி நினைத்தது கிடையாது. அதனால்தான்

சாமானியர் தொடங்கி வசதி படைத்தோர் வரையில் காந்தியின் பின்னால் அணிவகுத்தனர்.

வருணாசிரம தர்மம் குறித்த காந்தியின் கருத்துக்கள் பலரது புருவங்களை உயர்த்தியது எனலாம். காந்தியின் சமகாலத்தில் வாழ்ந்த புகழ்பெற்ற எழுத்தாளர் வ.ரா. அவர்கள் காந்தியிடமே வருணாசிரம தர்மம் குறித்து உரையாடியுள்ளார். "சாதி வேற்றுமைகள் கூடாது என்கிறீர்கள். ஆனால், விடுதலை பெற்ற இந்தியாவும் வருணாசிரம தர்மத்தின் அடிப்படையில் இருந்தால் நல்லது என்கிறீர்கள். இது முரண்பாடாகத் தோன்றவில்லையா? என்று காந்தியிடம் வ.ரா. கேட்கிறார். "என்னைப் பொறுத்தவரையில் வருணாசிரம தர்மம் என்பது அவரவர் தொழில்களை அவரவர் செய்து வருவது.

இதனால் பண விரயமும், கால விரயமும் தவிர்க்கப்படும். ஒவ்வொரு தொழில் துறையும் செம்மையாக, நுணுக்கமான முறையில் வளர்வதற்கான வாய்ப்புகள் உண்டாகும். மற்றபடி செய்கின்ற தொழில்களால் தாழ்வு கற்பிப்பதை நான் ஒருபோதும் ஏற்கமாட்டேன். வருணாசிரம தர்மம் என்பது மனித குலத்திற்கான அமைப்பாக இருக்க வேண்டும். தொழில் ரீதியாகத்தான் வேறுபாடே தவிர, இதில் வர்ணத்திற்கு வேலை கிடையாது. எந்த வருணத்தவரும் எவருடனும் உறவாடலாம். கொடுப்பினை, கொள்வினை என எல்லாவற்றிலும் பேதமில்லாமல் இருக்க வேண்டும். உயர்சாதி, தாழ்ந்த சாதி என்கிற பேச்சுக்கே நான் சொல்லும் வருணாசிரம தர்மத்தில் இடமில்லை."

"ஆண்டவன் மனிதருக்குள் மனிதர் வேறுபாடுடன், அடையாளப்படுத்தி பிறக்க வைக்கவில்லை. குழந்தையாகப் பிறக்கும்போது சாதி ரீதியாக ஒரு அடையாளம் தாங்கிப் பிறப்பதில்லை. அடியோடு நாம் தீண்டாமையை ஒழித்துக் கட்டாவிட்டால் எதிர்காலத்தில் இந்து மதமே அழிந்து போகும். நாம்தான் அதற்குக் காரணமாக இருப்போம்.

ஆண்டவன் அருளால் இந்தச் செய்தி உங்கள் உள்ளத்தில் பதிந்தால் உயர்ந்தவர், தாழ்ந்தவர் என்ற வேறுபாட்டை நீங்கள் மறந்து விடுவீர்கள்" என்று திருவல்லிக்கேணி கடற்கரை பொதுக் கூட்டத்தில் இரண்டு லட்சம் பேர் கூடிய கூட்டத்தில் உறுதிமிக்க குரலில் பேசினார் காந்தி!

இந்த மாபெரும் பொதுக் கூட்டத்தை மக்கள் பகிஷ்கரிக்க வேண்டும் என்கிற சுவரொட்டிகள் அந்தப் பகுதிகளில் சனாதனிகள் ஒட்டிய போது மக்கள் அதையெல்லாம் பொருட்படுத்தாமல் கைக்குழந்தைகளுடன் பங்கேற்றார்கள் என்று 1933 மார்ச் 22 இந்து பத்திரிகை செய்தி வெளியிட்டதும் குறிப்பிடத்தக்கதாகும்.

தமிழகத்தின் வடபகுதியில் காந்தியின் சுற்றுப்பயணம் மிகுந்த எழுச்சியுடன் நடைபெற்றுக் கொண்டிருந்த அதே சமகாலத்தில் தெற்கே மதுரையில் காந்தியின் வருகையை எதிர்த்து சனாதனிகள் சிறப்பு மாநாட்டையே நடத்தினர். பூரி சங்கராச்சாரியார் தலைமையிலும், மதுரை ராவ்சாகிப் என்.நடேசன் அய்யர் வரவேற்புக்குழு தலைவராக இருந்தும் நடைபெற்ற இந்த மாநாட்டின் தீர்மானங்கள் கடுமையான முறையில் இருந்தன.

"ஒன்றுமறியாப் பெண்கள் மற்றும் சிறுவர்களிடம் மட்டுமல்ல, விருப்பமில்லா வணிகர்களிடமும் தங்க மோதிரங்கள், வளையல்கள், ரொக்கத் தொகைகள் என நிதிகள் திரட்டுவது இந்த மாநாட்டின் நோக்கமல்ல" என்று காந்தியை மறைமுகமாக கிண்டலடித்தது ஒரு தீர்மானம்.

"நம்முடைய முன்னோர்களின் அடிப்படையான கோட்பாடுகள் பற்றிய சிக்கலில் மக்கள் வாக்கெடுப்பு மூலம் ஒரு முடிவுக்கு வந்துவிடக் கூடாது எனவும், காந்தி ஒரு சனாதனியுமல்ல, வர்ணாசிரம தர்மத்தை கடைபிடிப்பவரும் அல்ல. அவர் போதிக்கும் அகிம்சை தத்துவத்தை அவரே பின்பற்றுவதில்லை.

வேதங்களிலோ, ஆலயங்களிலோ அவருக்கு நம்பிக்கையும் கிடையாது" என்று நீளும் இந்தத் தீர்மானத்தில் முக்கியமானதாக ஆலய நுழைவுப் போராட்ட எதிர்ப்பு மற்றும் தீண்டாமை ஒழிப்பு இயக்கத்தை எதிர்த்து தீர்மானங்கள் நிறைவேற்றப்பட்டன. இந்த மாநாட்டின் செய்திகள் எல்லாம் காந்தியின் கவனத்திற்குச் சென்ற போதும் புன்முறுவலுடன் அந்தத் தகவல்களை எதிர்கொண்டு தன்னுடைய சுற்றுப் பயணத்தை வேகப்படுத்தினார்.

காலம் காலமாக சனாதனிகள் மேற்கொண்டு வரும் பழக்க வழக்கங்கள் மற்றும் சடங்கு சம்பிரதாயங்களை கடுமையான முறையில் விமர்சித்தவர் காந்தி. தஞ்சையைச் சேர்ந்த இரண்டு பிராமண இளைஞர்கள் உழவுத் தொழில் செய்து வந்தார்கள். பிராமண இளைஞர்கள் ஏர் உழும் கலப்பையை தொடக் கூடாது என்பது சனாதனிகளின் கட்டுப்பாடுகளில் ஒன்று.

கும்பகோணத்தில் சங்கராச்சாரியார் வருகை தந்தபோது அந்த இரண்டு பிராமண இளைஞர்களும் சந்திக்கச் செல்கின்றனர். "பிழைப்புக்காக உடலால் உழைப்பது என்ற பாவத்தை செய்கிற இந்த பிராமண இளைஞர்களின் காணிக்கை எதுவும் நான் பெறுவதற்கில்லை" என்று சங்கராச்சாரியார் மறுத்து விடுகிறார். ஆனாலும், இந்த இளைஞர்கள் தொடர்ந்து உழவுத் தொழிலையே மேற்கொண்டனர். ஒரு கட்டத்தில் பிராமண வகுப்பில் இருந்து இருவரும் விலக்கி வைக்கப்படுகின்றனர்.

தங்களுடைய நிலையை விளக்கி இரண்டு இளைஞர்களும் காந்திக்கு கடிதம் எழுதுகின்றனர். "கொடுமையான ஒரு சமூகத்தில் இருந்து விலக்கி வைக்கப் பெறுவதே ஒரு சிறப்புதான். அதை வரவேற்க வேண்டும். ஒரு பிராமணர் கலப்பையை தொடக் கூடாது என்று சொல்வது வர்ணாசிரம தர்மத்தையே கேலி செய்வதாகும். அவர்கள் நம்பும் பகவத்கீதையையும் தவறான முறையில் புரிந்து கொண்டுள்ளார்கள் என்பதையே இது காட்டுகிறது" என கண்டித்து காந்தி பதில் எழுதியிருந்ததும் குறிப்பிடத்தக்கது.

ஆனாலும் காந்தியின் வருணாசிர முறைகள் நீடிக்க வேண்டும் என்கிற கருத்துகளை பலதரப்பினரும் எதிர்த்தனர். குறிப்பாக உதகமண்டலத்தில் காந்தி தங்கியிருந்தபோது ஸ்ரீராமகிருஷ்ண மடத்தைச் சேர்ந்த சுவாமி சித்பவானந்தர் சந்திக்கிறார். ஏற்கனவே சிறிது நேரம் பேட்டி வழங்க வேண்டும் என்கிற அடிப்படையில் காந்தியுடன் உரையாடுகிறார்.

"ஒரு குடும்பத்துக்குள் இருக்கிற நான்கு சகோதரர்களில் ஒருவன் பிராமணனாகவும், இன்னொருவன் சத்திரியனாகவும், வேறொருவன் வைசியனாகவும், மற்றொருவன் சூத்திரனாகவும் இருப்பது சாத்தியம் என்றுதான் என் மனதுக்குப் படுகிறது. தங்களின் கருத்தினை அறிய விரும்புகிறேன்" என்கிறார் சித்பவானந்தர்.

"இல்லை இதை நான் ஆமோதிக்க முடியாது" என்கிறார் காந்தி! "குணத்தையும் கர்மத்தையும் முன்னிட்டுத்தானே வருண பேதத்தை கீதா சாத்திரம் வகுத்து வைத்திருக்கிறது" என்கிறார் சித்பவானந்தர்.

"அது உண்மைதான். ஆனால், நான் பிறப்பால் வைசியன். இதை யாரும் மாற்ற முடியாது. இது ஒரு சமுதாய அமைப்பு. இந்த அமைப்பை நான் மாற்ற முடியாது. எனது உறவுகள் எல்லோரும் வைசியர்களே; நானும் என் மக்களும் வைசியர்களுக்கான கருமங்களை முறையாகச் செய்தாலே போதுமானது என நினைக்கிறேன்" என்கிற வகையில் பதில் தருகிறார் காந்தி!

"அருள் நாட்டம் கொள்ள வேண்டிய அந்தணர் இக்காலத்தில் வெறும் பொருள் நாட்டம் ஒன்றிலேயே உழல்கின்றனர். உங்களின் சமுதாய அமைப்பின்படி அவர்களும் பிராமணர்கள்தான் என்கிறீர்கள் அப்படித்தானே" என்று வினவுகிறார் சித்பவானந்தர்.

அதற்கு காந்தியடிகள் "சமுதாய அடிப்படையின்படி அவர்கள் பிராமணர்கள்தான். அவர்களின் கருமத்தில் இருந்து விலகி இருக்கிறார்கள் என்றால் அவர்கள் பதிதர்கள் ஆகிறார்கள். வேறு வருணத்தைச் சேர்ந்தவர்களாக மாட்டார்கள். அவர்களும் பிராமணர்கள்தான். பிறப்பை யாரும் புறக்கணிக்க முடியாது. பதிதராயிருப்பவர்கள் தம்மைத் திருத்திக் கொண்டு பிராமணியத்தைக் கடைபிடிக்க வேண்டும் என்பதே என் எண்ணம்" என்று நீண்ட விளக்கமளிக்கிறார் காந்தி!

"வருணம் பிறப்புதான் நிர்ணயம் செய்கிறது என்கிறீர்கள். இக்காலத்து இளைஞர்களுக்கு பிராமண தர்மம், சத்திரிய தர்மம், வைசிய தர்மம், சூத்திர தர்மம் இவைகள் குறித்த எல்லாமே அடங்கிய புதிய கல்வி முறையை அமல்படுத்த வேண்டும் என நாங்கள் நினைக்கிறோம். அவரவர் கடமைகள் குறித்து முதலில் புரிதல் ஏற்பட்டால் நல்லது என நினைக்கிறோம். அது குறித்த தங்களின் கருத்தினை அறிய விரும்புகிறேன்" என சித்பவானந்தர் சொன்னவுடன், "சிறிது நேரம் கண்களை மூடிக் கொண்ட காந்தி அப்படியொரு கல்வி முறை நல்லதுதான் என நினைக்கிறேன்" என பதில் தந்து உரையாடலை காந்தி நிறைவு செய்து கொள்கிறார்.

அத்துடன் சித்பவானந்தரால் வடிவமைக்கப்பட்ட விநாயகர் ஆலயத்துக்குள் சென்று வழிபாடு செய்கிறார். "இந்தக் கோவிலில் சாதி பேதம் கிடையாது. அரிசன மக்கள் உள்ளிட்ட அனைவருக்குமான கோயில் இது" என சித்பவனாந்தர் தெரிவித்தபோது, "நாடு முழுவதும் இப்படி பேதம் இல்லா கோயில்கள் உருவானால் மட்டுமே தீண்டாமை ஒழியும்" என்கிறார்.

ஆன்மிகத் தளத்தில் இருப்போர் மட்டுமல்ல. அரசியல் தளத்தில் இருப்போரும் காந்தியின் வருணாசிரமக் கொள்கையை எதிர்க்கின்றனர். நீதிக்கட்சித் தலைவர்களான பன்னீர் செல்வம் மற்றும் உமா மகேசுவரம்பிள்ளை

உள்ளிட்டோர் காந்தியிடம் நீண்ட நேரம் பிராமணர், பிராமணர் அல்லாதோர் இயக்கம் குறித்து பேசுகின்றனர். பிராமணர்கள் எண்ணிக்கையில் குறைவாக இருந்தபோதும், அவர்களின் கையில்தான் அதிகாரங்கள் உள்ளன. ஏனெனில் அனைத்து வேலை வாய்ப்புகளிலும் அவர்களே நிரம்பியிருக்கின்றனர். இதனைக் களையத்தான் நாங்கள் பிராமணரல்லாதோர் இயக்கத்தைத் தொடங்கி நடத்தி வருகிறோம்.

"அதிகாரம் கைமாறுவதுதான் உங்களின் நோக்கம் எனில் அதற்கு என்னால் ஆதரவு அளிக்க முடியாது" என்கிறார் காந்தி. அதிகாரம் பெறுதல் என்பது பல நோக்கங்களில் ஒன்று. அதற்குமுன் சமூகத் தீமைகள், மதம் தொடர்பான சீர்திருத்தங்களையும் நாங்கள் முன்னெடுக்கிறோம். எங்கள் செயல்பாட்டில் நியாயம் இருப்பதால் சாதி இந்துக்கள் பலர் எம்மை ஆதரித்து வருகின்றனர். அந்த ஆதரவின் காரணமாக பிராமணர்களின் நிலைபாட்டிலும் மாறுதல் ஏற்பட்டு வருகிறது என்பதையும் உணர்கிறோம் என்கிறார் பன்னீர்செல்வம்.

அதற்கு காந்தி சிரித்துக்கொண்டே "உண்மைதான். பிராமணர்களிடம் கொஞ்சம் முற்போக்கு எண்ணங்கள் வளர்வதைக் காண்கிறேன். சில ஆண்டுகளுக்கு முன்பு சென்னைக்கு வந்தபோது எஸ்.சீனிவாச அய்யங்கார் வீட்டின் தாழ்வாரத்தில்தான் உட்கார்ந்திருந்தேன். இப்போது அவர் வீட்டில் எங்கும் செல்லலாம் என்கிற வகையில் மாற்றம் ஏற்பட்டுள்ளது. என் மனைவி, அய்யங்கார் வீட்டு அடுப்பங்கரை வரையில் செல்கிறார்" என்கிறார் காந்தி. இந்த மாற்றம் எங்கள் இயக்க செயல்பாட்டிற்கு கிடைத்த வெற்றியாகக் கருதுகிறோம் என்கின்றனர் நீதிக்கட்சியினர்.

இந்த உரையாடலில்தான் முதல்முறையாக பிறப்பினால் மட்டுமே ஒருவன் உயர்ந்தவனாகி விடுவதில்லை என்கிற

கருத்தை வெளிப்படுத்துகிறார். தம்முடைய மனசாட்சியின்படி எந்த நேரத்தில் எதை உணருகிறோமோ அதை அப்படியே வெளிப்படுத்தும் தன்மை கொண்டவர் காந்தி. அதனால்தான் அவர் மகான் ஆனார்!

பிராமண குலத்தில் பிறந்தவராக இருப்பது மட்டுமே உயர் சாதிக்கான சிறப்பில்லை. பிறர் மீது அன்பு செலுத்துதல், அனைத்து உயிர்களிடத்திலும் கடவுளைக் காண்பது, ஒழுக்கத்தால் உயர்ந்து நிற்பது இவைதான் பிராமணியத்தின் அடையாளமே தவிர, இது பிறப்பால் வருவதல்ல என்பதை மகாபாரத காப்பியமும் ஓரிடத்தில் உணர்த்துகிறது.

பாண்டவர்களின் 13 ஆண்டுகால வனவாசத்தின்போது நடைபெற்ற சம்பவம் ஒன்று இன்றைக்கும், நமக்குத் தேவைப்படும் அறிவுரையைச் சொல்கிறது.காட்டில் தவமிருந்த ஒரு முனிவருடைய தண்டம் எனப்படும் Y வடிவ தடியானது, வேகமாக வந்த ஒரு மானின் கொம்பில் மாட்டிக் கொள்கிறது. முனிவர் அந்த தண்டத்தை மீட்க, மானைப் பின்தொடர்ந்து ஓடுகிறார். தண்டத்தைப் பெற முடியாத சூழலில், அப்போது

கண்ணில்பட்ட பாண்டவர்களின் உதவியை நாடுகிறார். அந்த முனிவருக்கு உதவுவதற்காக மானைத் துரத்திச் செல்கின்றனர். மான் பாண்டவர்கள் வசம் சிக்காமல் மறைந்துவிடுகிறது. ஓடிக் களைத்த பாண்டவர்கள் தாகத்தால் தவிக்கின்றனர்.

அவர்களை வாட்டும் தாகம் தீர்க்க தண்ணீர் எங்கே இருக்கிறது என்பதை அறிய வான் முகட்டைப் பார்க்கிறபோது பறவைகள் கூட்டமாக ஒரு குறிப்பிட்ட பகுதியில் இருந்து வருவதை அறிந்த நகுலன் அந்தப் பகுதியில்தான் குளம் இருக்கிறது என்கிற தெளிவுடன் சகோதரர்களின் தாகம் தீர்க்க தண்ணீர் கொண்டு வருகிறேன் என புறப்பட்டுச் செல்கிறான்.

எதிர்பார்த்தபடியே குளத்து நீரைக் கண்ட மகிழ்ச்சியில், முதலில் தன்னுடைய தாகத்தைத் தீர்க்க தண்ணீர் அருந்த குளத்தில் இறங்குகிற தருணத்தில் அசரீரியாக ஒரு குரல் வருகிறது. என்னுடைய கேள்விகளுக்கு விடையளித்தால் மட்டுமே உமக்கு நீர் அருந்தும் உரிமை கிடைக்கும் என்கிறது அந்த அசரீரி!

அலட்சியப்படுத்திய நகுலன் குளத்தில் கால் வைக்க முனைகிறபோது மயங்கி விழுகிறான். பின்னர் நகுலனைத் தேடி சகாதேவன், பீமன், அர்ஜூனன் செல்கின்றனர். நகுலனுக்கு நேர்ந்த கதிதான் அவர்களுக்கும் ஏற்படுகிறது.

கடைசியாக தம்பிமார்களைத் தேடி தருமனே செல்கின்றான். தம்பிமார் நால்வரும் குளத்துக் கரையில் மயங்கிக் கிடக்க, தருமனும் அதிர்ச்சியடைகின்றான். அயர்ச்சி தீர குளத்தில் இறங்குகிற நேரத்தில் தருமனிடமும் அசரீரி கேள்விகளைக் கேட்க ஆரம்பிக்கிறது.

“என் சகோதரர்கள் நால்வரும் வீழ்ந்து கிடப்பதில் இருந்து உன்னுடைய வலிமையை நான் அறிகிறேன். உம்முடைய வினாவுக்கு எனக்குத் தெரிந்த அளவில் விடையளிக்கிறேன்” என்று அசரீரியின் கேள்விகளை எதிர்கொள்கிறான் தர்மன்.

“தூங்கும் போது கண்ணை மூடாமல் இருப்பது எது?” என்கிற வினாவுக்கு ‘மீன்’ என்றும், பிறந்ததும் அசைவற்று இருப்பது ‘முட்டை’ என்றும், “தன்னுடைய வேகங் காரணமாக வளர்வது எது?” என்கிற வினாவுக்கு ‘ஆறு’ என்றும், “நோயாளிகளுக்கு நண்பன்”, ‘மருத்துவன்’ என்றும் விடையளிக்கிற தருமன், தத்துவார்த்தமான கேள்விகளுக்கும், இன்றைக்கும் பயன்படுகிற வகையில் சில விடைகளைச் சொல்கிறான்.

“எதை விடுவதன் மூலம் பிறருடைய அன்பைப் பெறமுடியும்?” என்கிற அசரீரியின் வினாவுக்கு, “ஆணவத்தை விட்டு விட்ட மனிதன் பிறருடைய அன்பைப் பெறுகிறான்” என்கிற பதிலைத் தருகிறான். தருமனின் இந்த விடை அர்த்தமுள்ள சொற்களைக் கொண்டது! யாரும் யாருடனும் பழக முடிய வேண்டும். ஆனால், அது இயலாததற்குக் காரணமே நானே உயர்ந்தவன் என்கிற அகங்காரம்தான். அந்த ஆணவம்தான் பிறரிடம் இருந்து ஒதுங்கச் சொல்கிறது. தன்னைவிடக் குறைவானவர்கள் என ஆணவமிக்க ஒருவன் நினைக்கிற காரணத்தால்தான் மற்றவர்களின் அன்பைப் பெற முடியாமல் போகிறது. அந்த ஆணவச் சுவர்தான் சமூகத்தில் மனிதர்களை கூறு போட வைக்கிறது.

“மனிதன் எதனால் அளக்கப்படுகிறான்?” என்கிற வினாவுக்கு “அவனது நடத்தையால்” என விடையளிக்கிறான் தருமன்! “பிராமணன் என்பவன் பிறப்பால் நிர்ணயிக்கப்படுகின்றானா?” என்கிற வினாவுக்கு “இல்லை வளர்ப்பால் நிர்ணயிக்கப்படுகிறான் பிராமணன்” என்கிறான் தருமன். இன்றைக்கும் சிலபேர் பிராமணனுக்கு தனித்திறமை உண்டு. அவனுடைய அறிவாற்றல் என்பது மற்றவர்களை விட அசாத்தியமானது என்று பேசுவோர், எழுதுவோர் உண்டு.

காந்தியடிகள் வாழ்ந்த காலத்திலேயே அப்படியெல்லாம் தனி ஆற்றல் ஒரு குறிப்பிட்ட சமுதாயத்திற்கு கிடையாது

என்று நிரூபித்தவர் கேரள மாநிலத்தில் வாழ்ந்த நாராயண குரு. 1856ஆம் ஆண்டில் ஆகஸ்ட் 20இல் செம்பழந்தி எனும் கிராமத்தில் தாழ்த்தப்பட்ட ஈழவ சமுதாயத்தில் பிறந்தவர் நாராயண குரு. ஈழவ சமுதாயத்தைவிட கீழ் நிலையில் இருக்கும் புலையர், தீயர், பறையர் போன்ற சமுதாய மக்களையும் அரவணைத்து பிராமணனுக்கு நிகராக உயர்த்திய ஞானிகளுள் ஒருவர் நாராயண குரு என்றால் அது மிகையாகாது. சிவகிரி மலையில் ஓர் ஆசிரமத்தை அமைத்து அங்கு சாரதாம்பாளைப் பிரதிஷ்டை செய்து வழிபட்டு வந்தார். இந்தக் கோவிலின் அர்ச்சகர் நம்பூதிரி அல்ல. ஒரு தாழ்த்தப்பட்ட சமுதாயத்தைச் சேர்ந்தவர். மலையாளம், சமஸ்கிருதம், ஆங்கிலம், தமிழ் ஆகிய மொழிகளில் சரளமாக உரையாடும் வல்லமையைப் பெற்றவர். இந்த ஞானியின் வாழ்க்கையில் மூன்று மேதைகள் வெவ்வேறு கால கட்டங்களில் சந்திக்கின்றனர்.

1922இல் நாராயண குருவை இந்தியாவின் தேசிய கீதத்தை இயற்றிய மகாகவி ரவீந்திரநாத் தாகூர் சந்திக்கிறார். நாராயண குருவின் எதிரில் அமர்ந்த தாகூர், எதுவும் பேசாமல் அவரை தரிசித்துக் கொண்டே இருந்தார். சிறிதுநேர மவுன உரையாடல் என்று வரலாறு பதிவு செய்கிறது. நாராயண குரு மடத்திலிருந்து வெளியே வந்த தாகூர் இவ்வாறு பதிவு செய்திருக்கிறார். "நான் உலகில் பல ரிஷிகளைச் சந்தித்திருக்கிறேன். அவர்கள்

யாரும் நாராயண குருவைப் போல மகாஞானிகள் அல்ல என்பதை இந்தத் தருணத்தில் உணர்கிறேன். ஏனெனில் ஏகாந்தப் பெருவெளியில் நாராயண குருவின் முகத்தில் ஒருவித தெய்வீக சைதன்யம் ஒளிவீசியதை என்னால் மறக்க முடியாது” என்று பேசியிருக்கிறார்.

வங்க மாநிலத்தைச் சேர்ந்தவர் தாகூர். அதுமட்டுமல்ல நோபல் பரிசு பெற்ற கவிஞர். அண்ணல் காந்தியடிகளுக்கு மகாத்மா என்கிற பட்டத்தை வழங்கியவர். பல நேரங்களில் காந்தியுடன் முரண்பட்டிருக்கின்ற சம்பவங்களும் உண்டு. மனதில் தோன்றியதை நேர்படப் பேசுவதில் வல்லவர் தாகூர் என்றால் அது மிகையாகாது. அப்பேர்ப்பட்ட கவிஞர் நாராயண குருவை ரிஷிகளுக்கெல்லாம் ரிஷி எனப் போற்றியுள்ளார். அருளாளராக வருவதற்கு குறிப்பிட்ட உயர்சாதியினர்தான் தகுதி வாய்ந்தவர்கள் என்கிற பிம்பத்தை உடைக்கிறது தாகூரின் வார்த்தைகள்!

அடுத்ததாக மூதறிஞர் ராஜாஜி ஒரு சமயத்தில் நாராயண குருவைச் சந்திக்கிறார். நாராயண குருவிடம் ராஜாஜி உரையாடுகிறார். “சனாதன தர்மத்தில் சதுர்வர்ணம் எனப்படும் நான்கு பிரிவுகள் இறைவனால் உருவாக்கப்பட்டது தானே!, இதை ஏன் நீங்கள் ஒன்று சேர்க்க விரும்புகிறீர்கள்? சாதிப் பிரிவுகளை அப்படியே விட்டுவிடலாமே?” இப்படி ராஜாஜி கேட்டவுடன் அமைதியாக எழுந்த நாராயண குரு, ராஜாஜியை மாணவர்கள் படித்துக் கொண்டிருக்கின்ற மடத்தில் இருக்கும் வகுப்பறை ஒன்றுக்கு அழைத்துச் செல்கிறார்.

“நீங்கள் இங்கிருக்கும் மாணவர்களிடம் வேத சுலோகங்களை ஓதும்படிக் கேட்கலாம்” என்கிறார். ராஜாஜி ஒரு மாணவனை எழுந்திருக்கச் செய்து, சங்கரரின் லலிதா சகஸ்ரநாமத்தை ஓதச் சொல்கிறார்.

அந்த மாணவன் சகஸ்ரநாமத்தை ஓதி முடித்தபின் “அட்சுர சுத்தமாக ஓதுகிறானே! இவன் என்ன பிராமணச் சிறுவனா?”

என்று ராஜாஜி கேட்கிறார். "அந்த மாணவனையே கேளுங்கள்" என்கிறார் நாராயண குரு. அந்த மாணவன் தன்னை 'பறையன்' என்கிறான். அதிர்ச்சியடைந்த ராஜாஜி மேலும் யாரையும் சோதிக்காமல் வெளியேறி விடுகிறார். வளரும் சூழல்களால் வர்ண பேதங்கள் காணாமல் போகின்றன என்பதை உணர்ந்த இடம் நாராயண குரு வாழும் இடம் என்பதை உணர்வு பூர்வமாக அறிந்து கொண்டேன் என்று பின்னாட்களில் ராஜாஜி பதிவு செய்தார் என்பதும் வரலாறு.

மூன்றாவதாக நாராயண குருவின் மடத்திற்கு வந்தவர் மகாத்மா காந்தியடிகள். அவரை முறையாக வரவேற்று நாராயண குரு அருகில் அமர வைக்கிறார். ஒருவரை ஒருவர் பரஸ்பர நலம் குறித்த விசாரணைகள் நடைபெறுகின்றன.

"ஒரே சாதி, ஒரே மதம், ஒரே கடவுள் என்கிறீர்களே, மனிதர்களுக்கு மத்தியில் வேறுபாடே இல்லையா? அந்த வேறுபாடுகள் இருந்தால் அவை தவறானவையா? இயற்கை உருவாக்கியிருக்காதா?" என்று காந்தியடிகள் கேட்கிறார். "தவறானவைதான். இயற்கை அப்படி உருவாக்கவில்லை" என்கிறார் நாராயண குரு.

ஓர் அரச மரத்தடியில் இந்த உரையாடல் நடைபெறுகிறது. காந்திஜி நாராயண குருவைப் பார்த்து "சுவாமி இதோ இந்த மரத்தில் இருக்கும் அரச இலைகள் ஒவ்வொன்றும் வெவ்வேறு வடிவங்களில் சிறிதாகவும், பெரியதாகவும் இருக்கிறதே அப்படியே பழுத்தும் கீழே விழுந்துவிடுகிறதே... அப்படியெனில், இயற்கைதானே ஒரே வடிவம் இல்லாமல் இலைகளைப் படைக்கிறது. இப்படித்தானே மனிதர்களையும் இயற்கை படைத்திருக்கும் அது தவறல்லவே" என்கிறார் காந்தி!

நாராயண குரு தமது சீடர்களை அருகில் அழைத்து அரச மரத்தில் உள்ள வெவ்வேறு வடிவிலான இலைகளைப் பறித்து வரச் சொல்கிறார். காந்தியின் கைகளில் அந்த இலைகளை வழங்கி "உங்களுடைய கட்டை விரலால் உள்ளங்கையில்

அழுத்தி சிறிது சாறு எடுங்கள்" என்கிறார் நாராயண குரு. புன்னகையோடு அவ்வாறே காந்தி இலைகளை வாங்கி உள்ளங்கையில் பிழிந்து சாறெடுக்கிறார். "நீங்கள் பிழிந்தெடுத்த சாறுகளில் இப்போது எந்த வடிவிலான இலையின் சாறு அதன் சுவைகளில் இருந்து வேறுபடுகிறது எனத் தெரிந்துகொள்ளலாமா?" எனக் கேட்கிறார் நாராயண குரு!

"இந்தச் சாறுதான் ஆன்மா. வெவ்வேறு வடிவிலான இலைகள் வெறும் தோற்றங்கள்தான். அதுபோலத்தான் மனிதர்களிடமும் ஒரே ஆன்மாக்கள்தான் உள்ளது. உயர் வகுப்பினருக்கென்று ஆன்மாக்கள் எதுவும் தனியாகக் கிடையாது" என காந்தியைப் பார்த்து நாராயண குரு பேசுகிறார்! மகாத்மா மெய் மறந்து போய் நாராயண குருவை வழிபட்டு விடைபெற்றார் என்பதும் வரலாறு.

உண்மையிலேயே இந்துமத சாத்திரங்களில் சாதி வேறுபாடுகள் இல்லையா? பல பண்டிதர்கள், வேத விற்பன்னர்கள் பலரும் தீண்டத்தகாதவர், சூத்திரர் என பல பிரிவுகள் உண்டென்றும் அவைகளை மறுதலிப்பது கூடாதெனவும் வாதிடுகின்றனரே! இது குறித்த தங்களின் விளக்கம் என்ன என்று கேட்கிறார் காந்தி! "இந்து மதத்தில் உள்ள ஸ்மிருதி-சுருதி என்ற இரண்டு விதமான வேறுபாட்டை விளங்கிக் கொண்டால் ஒரு தெளிவு பிறந்துவிடும். ஸ்மிருதிகள் காலம்தோறும் மாறும். யமஸ்மிருதி, நாரதாஸ்மிருதி முதலியவை அகற்றப்பட்டே மனு ஸ்மிருதி வந்துள்ளது.

ஒவ்வொரு ஸ்மிருதியும் ஒவ்வொரு நீதியை சொல்லக் கூடியது. ஆனால், சுருதிகள் மாறுவதில்லை. அவையே ஞானத்தின் அடிப்படை. சுருதி எனக்கருதப்படும் நூல்களில் உள்ள சில இடைச் செருகல்களைத் தவிர்த்தாலே போதும் எங்கும் மனிதர்களைப் பிரிக்கின்ற சாதி வேறுபாடுகளைக் காண முடியாது என்கிற நீண்ட விளக்கம்தான் காந்திக்கு தீண்டாமை விசயத்தில் மிகப்பெரிய ஞானத்தை வழங்கியது எனலாம்.

திருவனந்தபுரத்தில் அன்று மாலையில் நடைபெற்ற பிரார்த்தனைக் கூட்டத்தில் காந்தியே தெளிவுறப் பேசுகிறார். "என் வாழ்வில் பல ஐயங்களை சுமந்து கொண்டிருந்தேன். இரண்டரை மணி நேரம் அவதாரப் புருஷரான நாராயண குருவிடம் உரையாடியதில் என் ஐயப்பாடுகள் பல நீங்கின" என்று பேசுகிறார்.

1925இல் நாராயண குருவை சந்தித்த பின்னர்தான் அரிசன மக்களுக்கான ஆலய நுழைவுப் போராட்டத்தை சாத்வீகமான முறையில் ஒரு பெரும் இயக்கமாகவே காந்தி முன்னெடுக்கிறார். அது மட்டுமல்ல, நாராயண குருவின் சாதியத் தீண்டாமை வித்தியாசமானது. அவர் வாழ்ந்த காலத்தில் நம்பூதிரிகளின் அடுத்த நிலையில் இருக்கும் நாயர்களுக்குக் கூட கோயிலில் நுழைய அனுமதி கிடையாது. அப்பேற்பட்ட காலச் சூழலில் 1888இல் திருவனந்தபுரத்திற்கு அருகில் உள்ள அருவிப்புரம் பகுதியில் ஆற்றில் இருந்து ஒரு கல்லை எடுத்து பிரதிஷ்டை செய்து சிவன் கோயிலை உருவாக்கினார்.

கோயிலுக்கே நுழைய அனுமதி இல்லாத ஈழவ சாதியைச் சேர்ந்த ஒருவர் எப்படி ஆலயம் கட்டலாம் என உயர்சாதியினர் எதிர்ப்பு தெரிவித்தனர். "கடவுள் ஒரு குறிப்பிட்ட சமுதாயத்திற்கு மட்டும் சொந்தமானவரல்ல. சாதி மதம் பேதம் இல்லாமல் வணங்கும் தலமாக அருவிப்புரம் சிவன் கோயில் விளங்கும்" என விளக்கமளித்தார்.

1913 ஆம் ஆண்டில் ஆலுவா எனுமிடத்தில் அத்வைத ஆசிரமம் அமைக்கப்பட்டது. அந்த ஆசிரமத்தின் நுழைவு வாயிலில் "கடவுளின் கண்களுக்கு அனைத்து மனிதர்களும் சமம்" என்கிற வாசகத்தை எழுத வைத்தவர் நாராயணகுரு! நாயர்கள் நம்மை மதிப்பதில்லை என ஈழவ மக்கள் நாராயண குருவிடம் முறையிட்டால் அதனால் என்ன? நீங்கள் புலையர்களை அரவணைக்கக் கற்றுக் கொள்ளுங்கள் என்கிற

வகையில் வித்தியாசமான சாதிய தீண்டாமை இயக்கத்தை முன்னெடுத்தவர் நாராயணகுரு!

ஈழவ மக்களிடையே இருந்த குல தெய்வ வழிபாட்டையம் மாற்ற முயற்சி செய்தவர். குல தெய்வ வழிபாடு என்கிற நாட்டார் வழிபாட்டின் மூலம்தான் பெருவாரியான மக்கள் வழிபாட்டு முறையில் பிரிந்திருக்கின்றனர். இந்த வழிபாட்டில் கள், சாராயம், மாமிசம் என படைக்கப்படுவதால் பெரும்பாலும் பெண்கள் கூட விரும்புவதில்லை. எனவே உயர்சாதியினர் வணங்குகின்ற பெரு தெய்வ வழிபாட்டிற்கு ஈழவ மக்கள் உள்ளிட்ட அனைவருமே வரவேண்டும் என விரும்பி சிவன், விஷ்ணு கோயில்களையும் கட்டியெழுப்பியவர் நாராயணகுரு.

தேசப்பிதா காந்தியடிகளுக்கு ஞானத்தை வழங்கிய நாராயணகுருவின் சீர்திருத்த வரலாறுகள் கேரள மாநிலத்தைத் தாண்டி, தமிழ்நாட்டில் கூட அறியப்படாமல் இருப்பதும் ஒரு வகையான வரலாற்றுத் தீண்டாமைதான் என்பதே கசப்பான உண்மையாகும். எதிர்காலத்தில் பாடத் திட்டங்களில் இந்த ஞானியரின் ஆன்மிகக் கொள்கையினை பாடத்திட்டமாக வைத்தால் இங்கு மத இடம் என்பது ஏது?

5. ஆலய நுழைவுப் போராட்டத்தில் பிராமணர்களின் பங்கேற்பு!

"ஆண்டவன் மனிதருக்குள் மனிதர் வேறுபாடு பாராட்டுவதில்லை. அவ்வாறு அவர் வேறுபாடு காண்பிப்பதாயிருந்தால் அதற்கான அடையாளச் சின்னங்களுடன் மனிதர்களைப் படைத்திருப்பார். அடியோடு தீண்டாமையை நாம் ஒழித்துக் காட்டாவிட்டால், நாம் மட்டுமல்ல, இந்து மதமே அழிந்து போகும். நாம் அதற்குக் காரணமாகவும் இருப்போம். ஆண்டவன் அருளால் இந்தச் செய்தி உங்கள் உள்ளத்தில் பதிந்தால், உயர்ந்தவர் தாழ்ந்தவர் என்ற வேறுபாட்டை நீங்கள் மறந்து விடுவீர்கள்."

- மகாத்மா காந்தி

"ஆலய நுழைவுப் போராட்ட இயக்கத்தை காந்தியடிகள் கைவிட்டால் நாங்கள் முழுமையாக தீண்டாமை ஒழிப்பு இயக்கத்தில் ஈடுபடத் தயாராக உள்ளோம்" என்று சனாதனிகள் காந்தியிடம் வேண்டுகோள் விடுத்தனர். அதற்கொரு

பொருந்தா காரணத்தையும் முன் வைத்தனர். அனைவருக்குமே ஆலயப் பிரவேசம் சாத்தியம் என்றால் குடிப்பழக்கம் கொண்டோரும் ஆலயத்தில் இருப்பார்கள். ஏனெனில் அரிசன மக்கள் பல பேர் இப்பழக்கத்தைக் கொண்டுள்ளனர் என்கிற வகையில் அவர்களின் அறிக்கை இருந்தது. ஆனால், காந்தியடிகள் இதனை மறுத்தார். ஆலயப் பிரவேசம் நடைபெறும். குடிப்பழக்கம் கொண்ட ஒரு சமுதாயம் என எந்தச் சமுதாயத்தையும் ஒட்டுமொத்தமாக சுட்டிக் காட்டுவது தவறு.

பிராமணர்கள் மற்றும் சாதி இந்துக்கள் இதுவரையில் தீண்டாமை ஒழிப்பு இயக்கத்தில் என்னவெல்லாம் செய்தார்கள் என்று அவர்களால் சொல்ல முடியாது. எம்முடன் உடன்பட்டு வருகின்ற பிராமணர்களின் துணை கொண்டு ஆலயப் பிரவேசம் அமைதியான முறையில் நடைபெற்றே தீரும் என காந்தி உறுதியுடன் பதிலடி வழங்கியதும் குறிப்பிடத்தக்கது.

தமிழின் பக்தி இலக்கியங்களில் பெரும்பாலும் சாதி வித்தியாசம் கிடையாது. ஆயிரம் ஆண்டுகளுக்கு முன்னர் தமிழகத்தில் பிறந்த பிராமணரான இராமானுசர் சாதி வேறுபாடு இல்லாமல் அனைத்து மக்களையும் ஆலயத்திற்குள் அழைத்துச் செல்லும் முறையினை பலத்த எதிர்ப்புகளிடையே தொடங்கி வைத்தார். 'நந்தனைப் போல் ஓர் பார்ப்பான் நானிலத்தில் உண்டோ' என மகாகவி பாரதி நந்தனாரைப் போற்றினார்.

அதுமட்டுமல்ல, அறுபத்தி மூன்று நாயன்மார்களின் வரிசையில் அந்தணர் மட்டுமல்ல, வேளாளர், வணிகர், குறும்பர், ஆதிசைவர், பாணர், குயவர், பறையர், ஆதிசைவ வேளாளர், வேடர், வாணியர், பரதர், இடையர் என அனைத்து சாதியினரும் வேள்விகள் ஏதும் நடத்தாமலேயே, வேத பாராயணங்கள் ஓதாமலேயே, சக மனிதருக்கு செய்கின்ற தொண்டுகளால் மட்டுமே சிவபெருமானே நேரில் வந்து காட்சியளித்ததாக நாயன்மார்களின் வரலாறு சொல்கிறது.

பிராமணரான திருஞானசம்பந்தரின் பதிகத்தை கோயில்தோறும் இசையுடன் திருஞானசம்பந்தருடன் இணைந்து வலம் வந்த பறையர் குல யாழ்ப்பாணர் தன் மனைவியான மதங்க சூளாமணியையும் அழைத்துக் கொண்டு சென்ற வரலாறு கொண்டது தமிழனின் பக்தி இலக்கியம் எனலாம்.

இந்தியாவில் உள்ள மற்ற மாநிலங்களைவிட தமிழகம் தீண்டாமை ஒழிப்பு இயக்கத்தை வேகமாக முன்னெடுத்தது. காந்தியின் நெருங்கிய சீடர்கள் பலர் பிராமண வகுப்பைச் சேர்ந்தவர்கள்தான். தீண்டாமை ஒழிப்பின் முதற்கட்டமாக தம்முடைய பிராமண சீடர்களுக்கு காந்தி ஓர் வேண்டுகோளை விடுத்தார்.

"எனக்கு ஆதரவாக இருந்து செயல்படும் பிராமணர் உள்ளிட்ட சாதி இந்துக்கள் அனைவரும் முதலில் தமது இல்லங்களில் தீண்டாமை ஒழிப்பைத் தொடங்க வேண்டும். ஒவ்வொருவர் வீட்டிலும் தீண்டத்தகாதவர் என யாரை நாம் காலம் காலமாக ஒதுக்கி வைத்திருக்கிறோமோ அவர்களில் ஒருவரை தங்களின் இல்லத்தில் பணியாளாக சேர்க்க வேண்டும். அந்தப் பணியாளரோடு உண்ணவும் பழகவும் தயாராக வேண்டும். என் மீது நம்பிக்கையுள்ள சீடர்கள் அதைச் செய்வார்கள் என நம்புகிறேன்" என்று அரிசன் பத்திரிகையில் எழுதினார் காந்தி.

இதற்குப் பல இடங்களில் உடனடி பலன்கள் கிடைத்தன. மதுரையில் புகழ்பெற்ற வழக்கறிஞரான ஏ.வைத்தியநாதய்யர் தனது இல்லத்தில் தும்பைப்பட்டியைச் சேர்ந்த கக்கன் என்னும் இளைஞரை பணியாளராகச் சேர்த்துக் கொண்டார். வைத்தியநாதய்யரின் குடும்பத்தோடு ஒன்றிப் பழகி சமையல் செய்கிற வரையில் அய்யரின் குடும்ப உறுப்பினர் என்னும் அளவுக்கு கக்கன் பழகினார்.

வீட்டு வேலையுடன் கக்கனின் பணி முடிவடையக் கூடாது என்பதை மனதில் கொண்டு, அரசியல் விவகாரங்கள்

காந்தியின் செயலூக்கப் பேச்சுக்கள் என அனைத்தையுமே அய்யர் அவர்கள் கக்கனுக்கு பாடமாக சொல்லிக் கொடுத்தார். அந்த கக்கன்தான் பின்னாட்களில் தமிழ் மாநில காங்கிரஸ் கமிட்டி தலைவராகவும், பின்னர் காமராசர் அமைச்சரவையில் உள்துறை அமைச்சராகவும் பரிணமித்தார்.

காந்தியின் வேண்டுகோளை ஏற்று ராஜாஜியும் தம்மால் இயன்றதை நிறைவேற்றினார். சேலத்தில் நகராட்சித் தலைவராக இருந்தபோது, நகர குடிநீர்க் குழாயினை திறந்து விடுவதற்கு அரிசன வகுப்பைச் சார்ந்த ஒருவரை நியமித்தார். சேலத்தில் வைதிகர் வட்டாரங்களில் பலத்த எதிர்ப்பு இதற்கு உருவானது.

தீண்டுதல் பாவம், கோயிலுக்குள் நுழைவது தீட்டு என்று ஒதுக்கப்பட்ட ஒரு சமூகத்தில் இருந்து வந்த ஒருவர் அனைவருக்கும் குடிநீர் வழங்குவதா என கொந்தளித்த சனாதனிகளின் கோபத்தைக் கண்டு கொள்ளாமல், ராஜாஜி சேலம் புறநகர் பகுதியில் காந்தி ஆசிரமத்தை தொடங்கிய உடனே அதன் அருகில் உள்ள புதுப்பாளையம் கிராமத்தில் அரிசன குடும்பத்தாரை குடியமர்த்தினார். மதுரை மீனாட்சியம்மன் ஆலய நுழைவுப் போராட்டத்திற்கு சட்டரீதியாக துணை நின்றவர் ராஜாஜி! அதனைப் பின்னர் பார்ப்போம்...

பரம்பரை பரம்பரையாக ஒரு குறிப்பிட்ட பிரிவினரை நாம் தீண்டத்தகாதவர்கள் என ஏன் உருவாக்கினோம்? இது நம் முன்னோர்கள் செய்த பிழையல்லவா? இதற்கான பரிகாரத்தை நாம் செய்தே ஆக வேண்டும். காந்தி மகான் அதற்கொரு வாய்ப்பினை வழங்கியுள்ளார் என ஆயிரம் ஆயிரம் பிராமண, உயர்சாதி இந்துக்கள் தீண்டாமை ஒழிப்புப் போரில் களமாட வெளியில் வந்தனர்.

திண்டுக்கல்லில் புகழ்பெற்ற வழக்கறிஞரான டி.ஆர். மகாதேவ அய்யர் தம்முடைய வழக்கறிஞர் தொழிலையே

உதறித் தள்ளிவிட்டு முழுநேர அரிசன மக்களின் முன்னேற்றத்திற்காகவும், கதர்ப் பணியிலும் முற்றிலுமாக தம்மை அர்ப்பணித்துக் கொண்டனர். மகாதேவஅய்யரின் நெருங்கிய நண்பர்களான குப்புசாமி அய்யர், அமிர்தலிங்க அய்யர் ஆகியோரும் தீண்டாமை ஒழிப்பில் கரம் கோர்த்துக் கொண்டனர். தீண்டாமை தொடர்ந்தால் இந்து மதமே அழிந்து போகும். சனாதனிகள் மட்டுமே இருப்பார்கள் என்று காந்தி சொன்னது முற்றிலும் உண்மை என பிரச்சாரம் செய்தனர்.

பிராமணர் அல்லாத சாதி இந்துக்களும் தீண்டாமை எதிர்ப்பு களப்போரில் முன்களப் போராளிகளாக மாறினார்கள். இதனால், அரிசன மக்களின் பாதுகாப்பு உறுதி செய்யப்பட்டது. இனக் கலவரமாக மாறிவிடக் கூடாது என்பதில் சாதி இந்துக்களின் தலைவர்கள் கவனமாகச் செயல்பட்டனர். ஊர் ஊராகச் சென்று அரிசன மக்களும் நம் இந்துக்கள்தான்.

ஆண்டவன் சன்னதியில் சாதி பேதம் பார்ப்பது இடையில் ஏற்பட்ட வழக்கமே தவிர, அனைவருமே ஆண்டவனின் படைப்புகள்தான் என்பதை பகவத்கீதை சுலோகங்களே சொல்கின்றன. அவரவர் குலத் தொழிலை வைத்துத்தான் தீண்டாமையை திட்டமிட்டே உருவாக்கினர் என்பதைத் தெளிவான முறையில் காந்தியத் தொண்டர்கள் பிரச்சாரம் செய்தனர்.

அவ்வாறு பிரச்சாரம் செய்த சாதி இந்துக்களின் தலைவர்கள் வரிசையைப் பார்த்தால் ஆச்சரியமாக உள்ளது. சென்னையைச் சேர்ந்த பாஷ்யம் அய்யங்கார், கோவையில் இருந்து டி.எஸ். அவினாசிலிங்கம், கோபிச்செட்டிபாளையத்தில் சுப்பண்ணக் கவுண்டர், தென்னார்காடு பகுதியில் இருந்து சகஜானந்தர், கோவிந்தராவ் குர்சாலே, திருச்சியிலிருந்து எல்.என். கோபால்சாமி, டாக்டர் டி.எஸ்.எஸ்.ராஜன் மற்றும் ஆன்மிகத்தளத்தில் புகழ்பெற்ற மதுரை நகரின் என்.எம்.ஆர். சுப்புராமன், பி.கே.ராமாச்சாரி, கே.அருணாசலம்.

அதேபோல சோழவந்தான் முனகால பட்டாபிராமய்யர், தேவாரம் பகுதியில் நாராயணசாமி செட்டியார், தேவகோட்டையில் இருந்து ரெங்கசாமி அய்யங்கார், சிவசுப்ரமணியம், அவரது மனைவி கமலா ஆகியோரும், மானாமதுரையில் இருந்து பி.எஸ்.கிருஷ்ணசாமி அய்யங்கார், பி.கோபால்சாமி, முகவை மாவட்டம் அபிராமம் பகுதியில் இருந்து எஸ்.பி.சீனிவாசஅய்யங்கார், திருநெல்வேலி பகுதியில் இருந்து யக்ஞேஸ்வர சர்மா, கோமதி சங்கர தீட்சிதர், கே.ஆர்.கிருஷ்ணய்யர், தஞ்சாவூர் ஏ.வேதரத்னம்பிள்ளை, நாகர்கோவில் எம்.பெருமாள்நாயுடு என ஆலயப் பிரவேசப் போராட்டத்தில் பங்கேற்ற சாதி இந்துக்களின் தலைவர்கள் பெயர் நீண்டு கொண்டே செல்லும்.

காந்தி மகானின் ஆலயப் பிரவேசப் போராட்டம் வெகுமக்களைக் கவர்ந்தது மட்டுமல்ல, நீதிக்கட்சியின் தலைவர்களையும் ஆதரிக்கச் செய்தது. வருணாசிரம கோட்பாட்டில் முரண்பட்ட தந்தை பெரியார் தொடங்கி, பல திராவிட இயக்க முன்னோடிகளும் இந்தப் போராட்டத்தை ஆதரித்தனர்.

ஜஸ்டிஸ் பத்திரிகையின் ஆசிரியர் டி.ஏ.வி.நாதன் காந்தியின் தீண்டாமை ஒழிப்பு இயக்கம் இந்து மதத்தை தூய்மைப்படுத்தும் என்பதைவிட, அனைவருக்குமான சமூகநீதி ஆண்டவனின் சன்னதியில் கிடைக்கும். எனவே உற்சாகமாக மட்டுமல்ல, உறுதியுடனும் நம்மவர்கள் ஆதரிக்க வேண்டிய போராட்டம் இது என்று அந்த பத்திரிகை தலையங்கம் தீட்டியிருந்தது.

அதே சமயத்தில் எதிர்ப்பும் கடுமையாக இருந்தது. சிதம்பரம் நகருக்கு காந்தி வந்துவிட்டார் என்றவுடன் சிதம்பரம் நடராஜர் கோயிலின் நான்கு திசையில் உள்ள வாசல்களை தீட்சிதர்கள் அடைத்துவிட்டனர். அப்போது கோயிலுக்குள் வழிபாடு செய்து கொண்டிருந்த பக்தர்கள் கூட

வெளியில் வர முடியவில்லை. வீட்டுக்காவலில் வைப்பதுபோல, கோயிலுக்குள் அடைத்து வைக்கப்பட்டனர்!

இப்படி திடீரென கதவு அடைத்ததற்குக் காரணமும் இருந்தது. காந்தியுடன் அரிசன மக்கள் நூற்றுக்கணக்கான பேர்கள் ஆலயத்தில் நுழைந்துவிட்டால் என்ன செய்வது என்கிற அச்சத்தால்தான் தீட்சிதர்கள் அவ்வாறு நடந்து கொண்டனர். அதுமட்டுமல்ல, "காந்தியே நீர் போம்! ஊர் ஊராய் பணம் பறிக்கும் காந்தியே நீர் போம்" என்ற வாக்கியங்கள் அடங்கிய துண்டுப் பிரசுரங்கள் தீட்சிதர்களால் வெளியிடப்பட்டிருந்தன.

சிதம்பரம் நகரில் காந்தி இறங்கியவுடன் முழங்காலிட்டு மண்ணைத் தொட்டு வணங்கிய நிகழ்வும் நடைபெற்றது. தூய சிவ பக்தரான நந்தனார் நடந்த மண் என்பதால் என் உள்ளத்தில் பக்தி பெருக்கெடுக்கிறது என்று காந்தியடிகள் இங்கு கூறியதும் குறிப்பிடத்தக்கது.

காந்தியின் ஆலயப் பிரவேச நிகழ்வு என்பது மக்களின் மனமாற்றத்துடன்தான் நிகழ வேண்டும். பலவந்தமாக நிகழ்வதில் காந்திக்கு சிறிதும் விருப்பமில்லை. எந்த ஊருக்குப் போனாலும் அங்கு சாதி வித்தியாசம் இன்றி ஆலய தரிசனம் என்பது அனைவருக்குமானதாக இருந்தால் மட்டுமே செல்வது என்பதில் உறுதியுடன் இருந்தார்.

தென்னிந்தியாவின் புகழ்பெற்ற ஆலயங்களில் முதன்மையாக இருப்பது மதுரை மீனாட்சி அம்மன் ஆலயம். இங்கு மட்டும் சாதி வித்தியாசம் பாராமல் அனைவருக்குமான ஆலய வழிபாடு சாத்தியம் எனில், தமிழகத்தில் பிற இடங்களில் ஆலய நுழைவு இயக்கம் மாபெரும் வெற்றியைத் தரும் என்பதில் காந்தி நம்பிக்கை கொண்டிருந்தார்.

அந்த நம்பிக்கையை நடைமுறைப்படுத்தும் வகையில் வைத்தியநாத அய்யர், பி.வரதராஜூலு நாயுடு,

எஸ்.சோமசுந்தர பாரதி, எஸ்.கிருஷ்ணசாமி பாரதி போன்றோர் மதுரை நகர வீதிகளில் மேடை போட்டு ஆலய நுழைவுப் போராட்டத்தைத் தொடர்ந்து ஆதரித்துப் பேசி வந்தனர்.

காங்கிரசில் இருந்து விலகி சுயமரியாதை இயக்கம் நடத்திக் கொண்டிருந்த தந்தை பெரியாரும் காந்தியாரின் ஆலய நுழைவுப் போராட்டத்தை தீவிரமாக ஆதரிக்கிறேன் என்று எழுதியும், பேசியும் வந்தார் என்பதும் குறிப்பிடத்தக்கது. 1933 ஆம் ஆண்டில் மதுரை தேவஸ்தானக் குழுவிற்கான தேர்தல் அறிவிக்கப்பட்டது. இந்தத் தேர்தலின் முடிவுகள்தான் மீனாட்சியம்மன் ஆலய நுழைவுப் போராட்டத்திற்கான அனுமதி கிடைப்பதற்கான வெற்றியாக இருந்தது.

ஆலயப் பிரவேசத்திற்கு ஆதரவாக காந்தியின் தொண்டர்கள் வேட்பாளர்களாக தேவஸ்தான தேர்தலில் பங்கேற்றார்கள். இந்த வேட்பாளர்களை எதிர்த்து புகழ்பெற்ற வழக்கறிஞரான என்.நடேசஅய்யர் தலைமையிலான குழு வேட்பாளர்களை களமிறக்கியது. நம் முன்னோர்கள் காலம் காலமாக வலியுறுத்தி வந்த சனாதன தர்மங்களை அழித்தொழிக்கும் வகையில் செயல்படும் காந்தியின் தொண்டர்களை தோற்கடியுங்கள் என நடேசஅய்யர் பகிரங்கமாகவே பிரச்சாரம் செய்தார்.

ஆனால், தேர்தலின் முடிவுகள் என்பது காந்தியின் கருத்துக்கு வலுசேர்க்கும் வகையில் இருந்தது. ஆலயப் பிரவேசத்தை ஆதரிக்கும் வேட்பாளர்களில் ஆறுபேர் வெற்றி பெற்றனர். நடேச அய்யர் குழுவில் இருந்து ஒருவர் மட்டுமே வெற்றி பெறுகிறார். ஏழு பேர் கொண்ட தேவஸ்தான குழுவில் ஆறு பேர் ஆலயப் பிரவேசத்திற்கு ஆதரவானவர்கள் என மதுரை மக்கள் தீர்ப்பளித்தனர். பதிவான 1887 வாக்குகளில் 1498 வாக்குகள் ஆலயப் பிரவேச வேட்பாளர்களுக்கு ஆதரவாக இருந்தது.

இருந்தாலும் சனாதனிகளின் மிரட்டல் என்பது அதிகமாகவே இருந்தது. காந்தி சொன்னதுபோல தீண்டாமை முடிவுறும்

காலம் இது. இதற்கான போராட்டம் என்பது அனைவரின் ஒத்துழைப்புடன்தான் இருக்க வேண்டும் என வலியுறுத்தியதன் விளைவாக இன்னும் அதிகமான முறையில் சாதி இந்துக்கள் வாழும் பகுதிகளில் ஆலயப் பிரவேச இயக்க பிரச்சாரத்தை தீவிரப்படுத்தினர். இன்னொரு பக்கம் நடேச அய்யர் தலைமையிலான குழு சனாதனிகளுக்கு ஆதரவாகப் பிரச்சாரம் செய்தது.

1939ஆம் ஆண்டில் ஆலய நுழைவுப் போராட்டம் தொடர்பாகவே சிறப்பு மாநாடு ஒன்று நடைபெற்றது. ராஜாஜி அமைச்சரவையில் இருந்த சுகாதாரத்துறை அமைச்சரான டாக்டர் டி.எஸ்.எஸ்.ராஜன் உள்ளிட்ட 800 பிரதிநிதிகள் மாநிலம் முழுவதிலும் இருந்து கலந்துகொண்டனர். இந்த மாநாட்டில் கலந்துகொண்டோரில் 90 விழுக்காடு பேர்கள் சாதி இந்துக்கள்தான். இங்குதான் ஆலய நுழைவுப் போராட்டம் குறித்த தீர்மானத்தில் அனைவருமே கரங்களை உயர்த்தி ஆதரவளித்தனர்.

1939 ஜூலை 8 ஆம் தேதியன்று அமைதியான முறையில் மீனாட்சி அம்மன் கோயிலின் அர்த்த மண்டபத்திற்கு அனைவரையும் அழைத்துச் சென்று வழிபடுவதென முடிவு செய்யப்படுகிறது. ஆலம்பட்டியைச் சேர்ந்த சுவாமி முருகானந்தம், அரிசன சேவாலய தொண்டர்களான பி.கக்கன், முத்து, மதிச்சியம் வி.எஸ்.சின்னய்யா, வீராட்டிபத்தைச் சேர்ந்த பி.ஆர்.பூவலிங்கம் ஆகிய அரிசன மக்களின் பிரதிநிதிகளுடன் நாடார் வகுப்பைச் சேர்ந்த விருதுநகர் நகராட்சி மன்ற உறுப்பினரான எஸ்.எஸ்.சண்முகநாடார் என ஆறு பேரை கோயிலுக்குள் அழைத்துச் செல்வதென முடிவெடுக்கப்படுகிறது.

தமிழ்நாடு அரிசன சேவா சங்கத் தலைவர் வைத்தியநாத அய்யர், செயலாளர் எல்.என்.கோபால்சாமி ஆகியோர் முன்னிலையில் காலை 8.45 மணிக்கு என நேரமும்

மதுரை மீனாட்சி அம்மன் கோயில் அருகே
26.08.1973ல் நிறுவப்பட்ட ஐயர் அவர்களின் கம்பீரமான சிலை

குறிக்கப்படுகிறது. இதை எப்படியாவது தடுத்து நிறுத்த வேண்டும் என சனாதனிகள் தரப்பு முழு வீச்சுடன் களமிறங்குகிறது. இந்து மகாசபா என்கிற பெயரில், ஒரு துண்டுப் பிரச்சாரம் வெளியாகி அதில் இந்துமத சனாதன தர்மத்தை மீறும் வகையில் ஆலயப் பிரவேசம் என்னும் பெயரில் கோயிலுக்குள் பிற சாதியினர் அனைவரும் நுழைந்தால் கடுமையான எதிர்வினைகளை சந்திக்க நேரிடும் என்று அந்தப் பிரசுரம் எச்சரிக்கை செய்தது. மிகுந்த பதட்டத்தை அது உருவாக்கியது.

தக்க தருணத்தில் அப்போது ஸ்ரீவில்லிபுத்தூர் நாடாளுமன்ற உறுப்பினராக இருந்த முத்துராமலிங்கத் தேவரின் கரங்கள் ஆலயப் பிரவேச குழுவினருக்கு ஆதரவாக வந்தது. “அரிசன மக்களை மீனாட்சி அம்மன் ஆலயத்துக்குள் அழைத்துச் செல்வதில் இடையூறுகள் ஏதும் ஏற்பட்டால் அதனை

எதிர்கொள்ள நாம் தயாராக இருக்கிறோம்" என்று தேவர் அறிக்கை விட்டதுடன் ஆலயப் பிரவேச நாளில் தம்முடைய ஆட்களையும் கோயிலுக்குள் அனுப்பி வைத்தார்.

குறித்த நாளில் குறித்த நேரத்தில் வைத்தியநாதய்யர் தலைமையில் ஆலய நுழைவு வாசலில் வந்தனர். சட்டையைக் கழற்றிக் கொண்டு உடம்பில் விபூதிகளை பட்டை பட்டையாகப் பூசி வைத்தியநாதய்யர் தலைமையில் வந்தவர்களை அப்போதிருந்த கோயில் நிர்வாக அதிகாரி ஆர்.எஸ்.நாயுடு வரவேற்று அழைத்துச் சென்றார்.

வழக்கமாக பிராமணர்கள் மட்டுமே சென்று வழிபடக் கூடிய மீனாட்சி அம்மனையும் சுந்தரேசர் இருக்கும் அர்த்த மண்டபத்தில் நின்று வைத்தியநாத அய்யரும் அவருடன் வந்தவர்களும் வழிபட்டனர். இந்து மதத்தின் மேல் மாறாத பற்றுகொண்ட சீர்த்திருத்தவாதிகளின் கனவுகள் நிறைவேறின. பிராமணியத்தை எதிர்க்க கடவுளே இல்லை என்று சொல்லி வந்த தந்தை பெரியார் ஆலயப் பிரவேச இயக்கத்திற்கு ஆதரவாக நின்றார். ஆனால், கடவுளின் அருகில் இருந்து வழிபட்ட இந்துமத சனாதனிகள் இதற்கு எதிராக நின்றனர். தீண்டத்தகாதவர்கள் எனவும், சூத்திரர்கள் எனப் பெயரிட்டும், மிகப்பெரும்பான்மையான மக்கள் கூட்டத்தை கோயிலுக்குள்ளேயே அனுமதிக்க மறுத்தனர்.

ஆலயப் பிரவேசத்துக்குப் பிறகு சனாதனிகள் அமைதியாக இருந்துவிடவில்லை. அரிசனங்கள் கோயிலுக்குள் நுழைந்ததால் ஆலயம் தீட்டுப்பட்டுவிட்டது என்றும் ஆலயத்தைவிட்டு அம்மன் போய்விட்டதாகவும் பிரச்சாரம் செய்தார்கள். இந்த சனாதனிகளுக்கு தலைமை தாங்கிய நடேச அய்யர் இல்லத்தில் சிறிய அளவிலான மீனாட்சி அம்மன் விக்கிரகத்தை வைத்து வழிபடலாயினர். அத்துடன் நின்றுவிடாமல் மீனாட்சி அம்மன் ஆலயத்தில் இருந்த அர்ச்சகர்களை கடத்திச் சென்று கோயில் கதவுகளைப் பூட்டி சாவிகளையும் சனாதனிகள் கொண்டு சென்றனர்.

இதனை அறிந்த கோயில் நிர்வாக அதிகாரியும் பார் அட்லா பட்டம் பெற்றவருமான ஆர்.எஸ்.நாயுடு பூட்டுகளை உடைத்து கதவுகளைத் திறந்துவிடுகிறார். வழக்கமாக அர்ச்சனை செய்திடும் அர்ச்சகர்களை எங்கு மறைத்து வைத்திருக்கிறார்கள் என்று தெரியாத நிலை உருவானது.

வெளியூர்களிலிருந்து அர்ச்சகர்களை வரவழைக்க தீவிர முயற்சி மேற்கொண்டு அதில் வெற்றியும் பெறுகிறார் வைத்தியநாதய்யர். இதனால் அர்ச்சகர்கள் இல்லாத ஆலயமாக மீனாட்சி அம்மன் ஆலயம் இருக்க வேண்டும் என்கிற திட்டம் தகர்த்தெறியப்பட்டது. வழக்கமான பூசை, நெய்வேத்திய நடைமுறைகள் தொடர ஆரம்பித்தன.

நடேச அய்யரும், அவர்களது ஆதரவாளர்களும் கடைசியாக சட்டப் போராட்டத்தை தொடங்கினர். ஆலயப் பிரவேசத்துக்கு ஏற்பாடு செய்த வைத்தியநாதய்யர், நிர்வாக அதிகாரி ஆர்.எஸ்.நாயுடு மற்றும் எல்.என்.கோபால்சாமி உள்ளிட்டோரும், ஆலயப் பிரவேசத்தன்று உள்ளே நுழைந்த அரிசன மக்கள் சிலர் மீதும் வழக்கு தொடுத்தனர்.

இந்த இக்கட்டான நேரத்தில் காங்கிரஸ் அமைச்சரவை துணைக்கு வந்தது. சென்னை மாகாண அரசாங்கம், ஆலய பிரவேச சட்டத்தையும், ஆலய பாதுகாப்புச் சட்டத்தையும் முன் தேதியிட்டு இயற்றியது. சென்னை உயர்நீதிமன்றம் வரை சனாதானிகள் வழக்கினை கொண்டு சென்றபோதும், அவர்களால் வெற்றிபெற இயலவில்லை.

மதுரை மீனாட்சி அம்மன் ஆலயப்பிரவேசம் நடைபெற்ற மறுநாளே கூடலழகர் கோயில் மற்றும் கள்ளழகர் வீற்றிருக்கும் அழகர் கோயிலும் அனைத்து மக்களுக்கான வழிபாட்டுத் தளங்களாக திறந்துவிடப்பட்டன. தர்மகர்த்தாக்கள் இதனை முன்னெடுத்து செயல்படுத்தினர்.

இதற்குப் பின்னர் படிப்படியாக தமிழகத்தின் அனைத்து ஆலய நுழைவுக் கதவுகளும் திறந்தன என்பதே வரலாறாகும்.

ஒருவேளை சனாதனிகளின் வழக்கம் தொடர்ந்திருந்தால் இந்தியாவில் இன்று இசுலாம், கிறித்துவ மதங்கள் மட்டுமே பெரும்பான்மை கொண்ட மதங்களாக இருந்திருக்கும். இந்து மதத்தை விரிவுபடுத்திய பெருமை காந்திக்கு மட்டுமல்ல, காந்தியின் ஆலய நுழைவுப் போராட்டத்துக்கு ஆதரவாக நின்ற நீதிக்கட்சி தலைவர்களுக்கும் உண்டு.

சனாதனக் கோட்டை தமிழகத்தில் தகர்வதற்கு காந்தி ஒரு காரணமென்றால், அவரின் கருவியாக முன்நின்று செயல்பட்ட வைத்தியநாதய்யரை, சனாதனிகள் மன்னிக்கவே இல்லை. வைத்தியநாதய்யரின் தந்தையார் இறந்தபோது கிரியைகள் செய்ய புரோகிதர்கள் வர மறுத்தனர். வெளியூரில் இருந்து வந்த புரோகிதர்களால்தான் இறுதிச் சடங்குகள் நடத்தப்பட்டன.

வைத்தியநாதய்யருக்கு சனாதனிகள் பல தொந்தரவுகள் செய்து கொண்டிருந்தனர். காந்தியின் கவனத்திற்கு இந்த விசயங்கள் சென்றன. அரிசன் பத்திரிகையில் மதுரை வைத்தியநாதய்யர் மிகச் சிறந்த சமயவாதி. அவரின் ஆன்மீகத் தொண்டு பரந்துபட்ட ஒன்றாகும். அய்யரின் போராட்டத்தால் எதிர்காலத்தில் இந்து சமயம் தழைத்தோங்கும் என காந்தி பாராட்டியிருந்தார்.

இன்றைய நிகழ்காலத்தில் காந்தியின் இந்தக் கருத்து நிதர்சனமாகத் தெரிகிறது. யாரையும் சாதியை அடையாளப்படுத்தி கோயிலுக்கு வரவேண்டாம் எனச் சொல்ல முடியாது. குறிப்பிட்ட வீதிகளில் நடப்பதற்கு உரிமை இல்லை எனச் சொல்வோர் இன்று சிறைக்கு அனுப்பப்படுவர். தீண்டாமையை யாராவது எந்த வடிவத்தில் பயன்படுத்தினாலும் வன்கொடுமைச் சட்டம் பாய்கிறது. இந்த மாற்றங்களுக்கு எல்லாம் காரணமானவர்கள் சாதி இந்துக்கள் உள்ளிட்ட பல பிராமணர்களும் இருந்தனர் என்பதே உண்மையாகும்.

மதுரை ஆலய நுழைவுப் போராட்டத்திற்கு நான்கு ஆண்டுகளுக்கு முன்னரே சட்டரீதியாகப் போராடி

திருவல்லிக்கேணி பார்த்தசாரதி கோயிலுக்குள் தாழ்த்தப்பட்டோரை அழைத்துச் சென்றவர் பொதுவுடைமை இயக்கத் தலைவரான P.ராமமூர்த்தி. இவரும் பிராமண வகுப்பைச் சேர்ந்தவர்தான்.

தாழ்த்தப்பட்ட மக்கள் சிலருக்கு "திவ்ய பிரபந்தம்" சொல்லிக் கொடுத்து மார்கழி மாதம் பனிக்கால வேளையில் கோயிலைச் சுற்றிவரச் செய்தார். கோயில் வாசல்வரை வந்த இந்த பக்தர்கள் குழு கோயிலுக்குள் நுழையாமலேயே கலைந்து சென்றுவிடுவார்கள். செருப்பு தைக்கும் தொழிலைச் செய்கின்ற இவர்களுக்கு திவ்ய பிரபந்தம் சொல்லிக் கொடுத்து கெடுக்கிறார் ராமமூர்த்தி என வைதீகக் கூட்டம் குமுறியது. ராமமூர்த்திக்கு எச்சரிக்கை செய்தனர். உங்களது இன்னொரு காலையும் உடைப்போம் என்றனர். இந்த மிரட்டல்களுக்கு எல்லாம் அச்சப்படாமல் தாழ்த்தப்பட்டோரை கோயிலுக்குள் அழைத்துச் செல்ல தீவிர முயற்சியில் இருந்தார் ராமமூர்த்தி.

அந்தச் சமயத்தில் பாரத்தசாரதி தேவஸ்தான தர்மகர்த்தா தேர்தல் வருகிறது. இந்தத் தேர்தலில் வாக்களிக்க வேண்டும் எனில் 18 வயது நிரம்பிய தென்கலை வைணவராக இருக்க வேண்டும். வருடம் தோறும் 4 அணா சந்தா செலுத்தி இருக்கவேண்டும். கோயில் அருகே குடியிருப்பவராக இருக்க வேண்டும். இந்த விதிகளுக்கு உட்பட்டவர்களாக இருக்க வேண்டும். பார்த்தசாரதி கோயில் அருகில் வசிக்க வேண்டும் எனில் அங்கு செருப்பு தைக்கும் தொழிலாளர்கள் காலம் காலமாக வாழ்ந்து வருகிறார்கள்.

அதில் பல பேர் கோயில் வாசல் எதிரில் சென்று வழிபடுபவர்களாகவும் இருந்தனர். ராமமூர்த்தி அவர்களை அணுகி "ஷமா ஷயம்" செய்வித்தார். அதாவது ஆண்களுக்குத் தோள்பட்டையில் சங்கு சக்கர அடையாளச் சூடு போடுவது. அங்கிருந்த 200 ஆண்டுகளுக்கு "ஷமா ஷயம்" செய்யப்பட்டது. அதற்கேற்ப சின்னச் சின்ன மந்திரங்களை பி.ஆர் சொல்லிக்

கொடுத்தார். பின்னர் அவர்களை அழைத்துச் சென்று வாக்காளர்களாகப் பதிவு செய்ய கோயில் நிர்வாகத்தினரிடம் முன் நிறுத்துகிறார் பி.ஆர்.

கோயில் நிர்வாகிகள் அவர்களை வாக்காளர்களாக பதிவு செய்ய முடியாது என்கின்றனர். உரிமையியல் நீதிமன்றத்தில் பி.ராமமூர்த்தி வழக்கு தொடுத்து, சாதி வித்தியாசம் இல்லாமல் வைணவர்கள் அனைவரும் கோயிலுக்குச் செல்ல அனுமதிக்க நீதிமன்றம் உத்தரவிட வேண்டும் என்கிறார். இந்த வழக்கானது நீதியரசர் ராமப்பா முன்னிலையில் வருகிறது. 200 பேர்களுக்குச் சார்பாக வழக்கறிஞர் டி.ஆர்.வெங்கட்ராம சாஸ்திரி வாதிடுகிறார். வைதீக, வைணவர்களுக்காகப் பிரபல வழக்கறிஞர் வரதாச்சாரியர் ஆஜராகி கோயிலுக்குள் அனைவரும் செல்ல அனுமதிப்பது ஆகம விதிகளை மீறுவதாகும் என வாதிடுகிறார்.

வழக்கு விசாரணையின்போது நீதிபதி செருப்புத் தைக்கும் தொழிலாளர்களைப் பாரத்து "உங்கள் குரு யார்?" எனக் கேட்கிறார். "எங்கள் குருநாதர் சாத்தாணி அய்யங்கார்" என ஒரே குரலில் சொல்கின்றனர். மேலும் சங்கு சக்கர அடையாளங்களையும் காட்டுகின்றனர். இந்த வழக்கானது அன்றைக்கு எல்லா நாளிதழ்களிலும் முதல் பக்க செய்திகளாக வெளியானதும் குறிப்பிடத்தக்கது.

வழக்கறிஞர் டி.ஆர்.வெங்கட்ராமசாஸ்திரிக்கு ஆதரவாக பி.ராமமூர்த்தி தீவிரமாக களமிறங்கி ஆகம சாத்திரங்கள் என்னதான் சொல்கிறது என ஆராய பல வைணவ சம்பிரதாய நூல்களைப் படித்து அறிந்து கொள்ள தீவிர முயற்சிகளை மேற்கொள்கிறார். அவரது முயற்சிகள் வீண்போகவில்லை. "பஞ்சராத்ரம்" எனப்படும் ஆகமத்தில் இருந்து ஒரு மேற்கோள் கிடைக்கிறது.

எந்த ஒரு வைணவனும், இன்னொரு வைணவனைப் பார்த்து "நீ என்ன சாதி?" எனக் கேட்டால் தாயுடன் தகாத உறவு கொள்வதற்கான பாவத்திற்கு நிகரானது என்கிறது

பஞ்சராத்ரம்! இந்த மேற்கோள் நீதிமன்றத்தை உலுக்குகிறது. வழக்கின் இறுதியில் 200 பேர்களுக்கும் வாக்குரிமை வழங்கலாம் எனத் தீர்ப்பளிக்கப்படுகிறது.

வைணவ வைதீகர்கள் இந்தத் தீர்ப்பை எதிர்த்து உயர்நீதிமன்றம் செல்கின்றனர். அங்கேயும் அவர்களுக்கு தோல்வியே ஏற்படுகிறது. வேறுவழியின்றி செருப்பு தைக்கும் தொழிலாளர்களுக்கு வாக்குரிமை வழங்கப்பட்டது. சொத்து வரி செலுத்துவோர் மட்டுமே தர்மகர்த்தாவாக போட்டியிட முடியும் என்கிற விதியைக் காட்டி தர்மகர்த்தாவாக வேட்பாளராக அவர்கள் நிற்க முடியாது என்றனர். இருந்தபோதும் அன்றைய சூழலில் கோயிலுக்குள் நுழைய முடியாத தாழ்த்தப்பட்ட மக்களிடம் தர்மகர்த்தா வேட்பாளர்களிடம் வாக்குகள் கேட்டு நின்றது ஒரு மாபெரும் புரட்சியாகவே பார்க்கப்பட்டது. 1935 ஜனவரி 18 ஆம் நாளில் வெளியான அரிஜன் இதழில் இத்தீர்ப்பை வரவேற்று அண்ணல் காந்தியடிகள் விரிவாக கட்டுரை எழுதியிருந்ததும் குறிப்பிடத்தக்கது.

சாதியத் தீண்டாமையை ஓரளவு ஒழித்திருக்கிறோம். சாதி ஒழிப்பு எப்போது என்றால் அது சமுதாய அமைப்பைப் பொறுத்தது எனச் சொல்வோர் உண்டு. காந்தியும் இதனை பல இடங்களில் வலியுறுத்துகிறார். தூய்மைப் பணியாளர் பணிக்கு அரசின் இளநிலை எழுத்தர் என்கிற அளவுக்கு ஊதியம் உள்ளிட்ட பதவி உயர்வும் கிடைக்கும் என்கிற வரை சென்றால் குறிப்பிட்ட சமுதாயத்தைச் சேர்ந்தவர்கள் மட்டுமே தூய்மைப் பணிக்கு வருவார்கள் என்கிற நிலைமை நிச்சயமாக மாறும்.

கலப்பு மணம் ஒரு தீர்வாகாதா? என்றால் அது பல எதிர்விளைவுகளை உண்டாக்குகிறது என்பது கசப்பான உண்மையாகும். மாறாக கலப்புமணம் புரிவோர் நல்ல பொருளாதார வசதியுடன் கூடிய பணியில் இருந்தால் அங்கு எந்தத் தடைகளும் இருப்பதில்லை. மணமகன் அல்லது

மணமகள் மட்டுமே பணியில் இருப்பது அல்லது இருவருமே வேலையில்லாமல் இருப்பது போன்ற நிலைகளில் கலப்புத் திருமணங்கள் நடைபெற்றால் எதிர்வினைகள் உண்டாகின்றன.

ஆணவக் கொலைகள் உள்ளிட்ட காட்டுமிராண்டித்தனம் அரங்கேறுகிறது. சாதித் தீண்டாமையை ஒழித்தது போல் சாதி ஒழிப்பும் சாத்தியமாக வேண்டும் எனில் கல்வி, பொருளாதாரம், வேலைவாய்ப்பு இம்மூன்றும் அனைவருக்கும் கிட்டும் வரையில் சாதி ஒழிப்பு என்பது வெற்று அரசியல் முழக்கமாகத்தான் இருக்கும்.

இந்து விரோத சக்திகளுக்கு வாக்களிக்க வேண்டாம். இந்துக் கடவுள்களைத் திட்டுவோரை தேர்தலில் தோற்கடியுங்கள் என்கிற முழக்கம் தற்போது மேலோங்கியதைப் பார்க்க முடிகிறது. ஆனால், உண்மையில் இந்த முழக்கம் வைப்போர் வசதியாக கடந்தகால வரலாற்றை மறந்து விடுகின்றனர் அல்லது வரலாற்றை மறைக்கின்றனர்.

இந்து விரோத சக்திகள் என யாரை இன்று அடையாளம் காட்டுகிறார்களோ அவர்களின் முன்னோர்களான, நீதிக்கட்சி நிறுவனர்கள் மற்றும் திராவிட இயக்கத்தினர்தான் ஆலய நுழைவுப் போராட்டத்தை நடத்தி பெரும்பாலான மக்களை கோயிலுக்குள் அழைத்துச் சென்றவர்கள்.

இன்று ஒட்டுமொத்தமாக இந்து மதமே தமக்கானது என்று முழங்கும் முன்னோர்கள் குறிப்பாக இந்து மகாசபா போன்ற அமைப்புகள் இந்துக் கோயிலில் சாதாரண மக்கள் நுழைவதை தடுக்கப் போராடியவர்கள் என்பதுதான் வரலாறாகும். 'உண்மையும் நெருப்பும் ஒன்றென்பர் நெருங்கிடும் போதே சுடும் என்பர்' என்கிற கவிஞர் கண்ணதாசன் வரிகள்தான் நினைவுக்கு வருகிறது!

6. விவேகானந்தரின் ஆன்மிகம்!

"ஏழைகள், ஆதரவற்றவர்கள், அனாதைகள், முடவர்கள், வயோதிகர்கள் இவர்களுக்கான தொண்டும், உதவிகளும்தான் உண்மையான ஆன்மிகம், ஒருவனுக்குத் துன்பம் நேரும்போது தனக்கே வந்தது போல யார் துன்பப்படுகின்றானோ.. அவனையே நான் சிறந்த ஆன்மிகவாதி என்பேன்" எனச் சொன்னவர் சுவாமி விவேகானந்தர். 39 வயது வரை மட்டுமே வாழ்ந்தவர்.

இதில் கடைசி பத்தாண்டு காலம் உலக மாந்தர்களுக்கான ஆன்மிக விழிப்புணர்வைத் தந்தவர். 1893 முதல் 1900 நவம்பர் வரையில் இரண்டுமுறை மேலை நாடுகளில் சுற்றுப்பயணம் செய்து ஆன்மிகப் பணிகளை மேற்கொண்டவர். இதற்காக அவர் ஒரு லட்சத்து 7 ஆயிரத்து 396 கிலோமீட்டர் பயணித்திருக்கிறார். 317 சொற்பொழிவுகள்... 431 வகுப்புச் சொற்பொழிவுகள் 26 கருத்தரங்குகள் என ஏழு ஆண்டுகளில் மட்டுமே இச்சாதனைகளைப் படைத்தார். இந்த மகத்தான இளைஞன் நரேந்திரனாகப் பிறந்தது கல்கத்தாவில்.

1863 ஆம் ஆண்டில் ஜனவரி 12 ஆம் தேதியன்று விஸ்வநாதர் புவனேஸ்வரி தம்பதியர்க்கு ஆறாவது குழந்தையாகப் பிறந்தவர் விவேகானந்தர். விவேகானந்தரின் மூத்த சகோதரி 72 வயதுவரை வாழ்ந்தார். தம்பி மகேந்திரநாத் 87 வது வயதில் மரணமடைந்தார். விவேகானந்தரின் இன்னொரு இளைய சகோதரர் பூபேந்திரநாத் 81 வயதில் மரணமடைகிறார்.

விவேகானந்தரின் பெற்றோருக்கு ஆறு பெண்களும் நான்கு ஆண்களும் பிறந்தனர். அதில் மேற்சொன்ன மூவரைத் தவிர அனைவரும் 22 வயதுக்குள் மரணமடைகின்றனர். விவேகானந்தர் தனது 39 வது வயதில் 1902 ஜூலை நான்காம் நாள் காலமாகிறார். ஆனாலும், இன்றும் வாழ்ந்து வருகிறார். மதம் குறித்த சர்ச்சைகள் ஏற்படும்போதெல்லாம் விவேகானந்தர் உயிர்ப்புடன் உலவுகிறார்.

கொலம்பஸ் அமெரிக்காவை கண்டுபிடித்த 400வது ஆண்டு விழா கொண்டாட்டத்தின் ஒரு பகுதிதான் சிகாகோவில் நடைபெற்ற சர்வமத நாடாளுமன்றம். அதில் பங்கேற்ற விவேகானந்தரின் வயது 29 மட்டுமே! அன்று அந்த அவையில் அவர் பேசிய பேச்சு என்பது 458 வார்த்தைகள்தான்... 5 அல்லது 6 நிமிடங்கள் மட்டுமே அந்த உரை நீடித்தது.

விவேகானந்தரின் சிகாகோ உரையின் வெற்றி குறித்து “தி ஒப்பன் ஹார்ட்” என்கிற அமெரிக்க பத்திரிகை இவ்வாறு எழுதியிருந்தது. “சர்வசமய மகா சபையின் அமைதியை குலைத்தது இந்து அறிஞரோ அல்லது முஸ்லீம், யூத அறிஞர்களோ அல்ல. மாறாக கிறித்தவ பாதிரியார் ஒருவர்தான் அமைதியைக் குலைத்தார். மனிதன், பாவி, அஞ்ஞானி, கதியற்றவன் என்றெல்லாம் பாதிரியான ஜோசப் கவிதை நயத்துடன் பேசினார். அதற்கடுத்துப் பேச வந்த இந்துமத இளைஞன்,

“வையத்துள் வாழும் தெய்வங்களே நீங்கள் பாவிகளா? இந்த ஐந்து வார்த்தைகள் கொண்ட மந்திரம் ஓர் அணுகுண்டைப்

போல அவையில் விழுந்தது. நீங்கள் பாவிகளல்ல. நீங்கள் பூமியில் வாழும் தெய்வங்கள்" என்று அந்த இளைஞர் பேசியதுதான் அனைவரின் முதுகையும் நிமிர்த்தியது. கரவொலி அதிக நேரம் நீடித்தது. "மனிதன் தெய்வீகமானவன். அவன் தனது தெய்வீகத்தை வெளிப்படுத்தினால் போதும்" என்ற புதிய செய்தியை சர்வ சமய மகா சபையில் அந்த இளைஞன் வெளிப்படுத்திய விதம் உணர்வு பூர்வமாக அமைந்தது" என அந்தப் பத்திரிகை தலையங்கம் தீட்டியிருந்தது.

"அமெரிக்க சகோதர, சகோதரிகளே" என்று தொடங்கிய விவேகானந்தரின் மந்திர வார்த்தைகள் பார்வையாளர்களாக இருந்த ஆறாயிரம் பேர்களை எழுந்து நின்று கரவொலி எழுப்பத் தூண்டியது என்பதும் வரலாறு.

கடல் கடந்து வந்த முகம் தெரியாத இளைஞன் ஒருவன் அனைவரையும் சகோதர மனப்பான்மையுடன் நேசித்தது, மதவாதிகளின் உபதேச வார்த்தைகளுக்கு மத்தியில் திருப்புமுனையாக அமைந்தது.

தம்முடைய மதமும் அதனைச் சார்ந்த வழிபாடே உயர்ந்தது எனச் சொல்லி வாதிடும் சர்வ சமய மாநாட்டில், "எல்லா மதங்களையும் நேசிக்கிறோம். மத சகிப்புத்தன்மை என்கிற வார்த்தைகள் வேண்டாம். அதற்கு மாறாக அனைத்து மதங்களையும் நேசிக்கப் பழகுவோம்" என விவேகானந்தர் அன்று சொன்னது இன்றைக்கும் பொருந்துகிறது.

அமெரிக்காவிலிருந்து புறப்படுவதற்கு முன்பாக, நிறைவாக அவர் ஆற்றிய உரை என்பது, இன்றைக்கும் மதவாதிகளுக்கான அறிவுரையாக அமைந்திருந்தது.

நிலத்தில் ஒரு விதை ஊன்றப்படுகின்றது. நிலம், நீர், காற்று இம்மூன்றுமே அவ்விதை வளருவதற்குத் துணை நிற்கின்றன. விதையானது நிலமாகவோ, நீராகவோ, காற்றாகவோ மாறுவதில்லை. மாறாக அவற்றை உள்வாங்கிக் கொண்டு ஒரு செடியாகவே வளர்கிறது.

ஒவ்வொரு மதமும் அப்படித்தான். ஒரு கிறித்தவன் இந்துவாகவோ, இசுலாமியராகவோ மாற வேண்டியதில்லை. அதேபோல ஓர் இந்துவும், ஒரு கிறித்தவரும் அவ்வாறு மதம் மாற வேண்டாம். மாறாக ஒவ்வொரு மதத்திலும் உள்ள ஆன்மிகத்தை அறிந்து உணர்ந்து வளர்ச்சிக்குப் பயன்படுத்தி தனது தனித்தன்மையோடு நல்லவனாக வளர்ந்து நல்ல சமுதாயத்தை உருவாக்க வேண்டும் என்று சொன்னவர் விவேகானந்தர். சிகாகோ புகழுக்குப் பிறகு சொன்ன இந்த வார்த்தைகள் என்பது எம்மதமும் சம்மதமே என்கிற சமத்துவத்தை போதிப்பதைப் பார்க்க முடிகிறது.

மனிதகுல மேன்மைக்காக பாடுபடும் அனைவரையும் முதலில் தமிழ்ச் சமூகம் கண்டெடுத்து அங்கீகாரம் செய்வது வரலாறு எங்கும் பார்க்க முடிகிறது. இன்று உலகம் போற்றும் உத்தமர் காந்தியை முதன் முதலில் தமிழ்ச் சமூகம்தான் வரவேற்றது. 1896 முதல் 1946 வரையில் இருபது முறை தமிழகத்திற்கு வருகை தந்தவர் காந்தி. 1946-ல் அவரின் கடைசி வருகையின்போது, "என்னை இந்த அளவுக்குப் போராட துணிச்சலைத் தந்த சமூகம் ஒன்று உண்டென்றால் அது தமிழ்ச் சமூகம் என்பேன்" என்று பேசியவர் காந்தி.

சுவாமி விவேகானந்தரை தென்னிந்தியா அங்கீகரிக்காது புறக்கணித்திருக்கும் என்றால் ஸ்ரீராமகிருஷ்ணா மடத்து இயக்கம் இந்தியா முழுவதிலும் பரவியிருக்க வாய்ப்பில்லை

என்று சொன்னவர் சுவாமி சித்பவானந்தர்! அதே போல பிரெஞ்சு நாட்டு அறிஞரான ரோமன் ரோலந்து என்பவரும் இதனை அதே சமகாலத்தில் வழிமொழிந்து எழுதியிருந்தது குறிப்பிடத்தக்கது.

"ஆரிய சமாஜம் இந்தியா முழுமைக்கும் பரவியது. சென்னை மாகாணம் ஒன்றில் மட்டும் பரவத் தவறியது. அதே சமகாலத்தில் விவேகானந்தருக்கு ஊக்கமும், ஆக்கமும் மிக்க, செயல்திறம் பூண்ட சீடர்கள் சென்னையில்தான் கிடைத்தார்கள். சமூக சீர்த்திருத்த கருத்துக்களின் நுழைவு வாயிலாக சென்னை மாகாணம் விளங்கியது" என்று விவேகானந்தரின் வாழ்க்கை வரலாற்றை எழுதிய ரோமன் ரோலந்து பதிவு செய்துள்ளார்.

சுவாமி விவேகானந்தர் சர்வமத நாடாளுமன்றத்தில் உரையாற்றிய பின்னர் இந்தியாவிற்கு வருகை தந்தபோது விவேகானந்தரின் புனிதப் பாதங்கள் முதலில் பதித்தது இராமநாதபுரம் மாவட்டத்தில் இருக்கும் பாம்பன் கடற்கரைப் பகுதியில் உள்ள இன்றைய குந்துகால் கடற்கரைதான் அன்றைக்கு

துறைமுகமாக இருந்தது. சேதுபதி மன்னரின் மிகச் சிறப்பான வரவேற்புக்குப் பிறகு விவேகானந்தர் ஆற்றிய உரையில்...

"மேன்மை தங்கிய இராமநாதபுரம் மன்னர் என்னிடம் கொண்டிருக்கும் அன்பிற்கு வார்த்தைகள் மூலம் நன்றி செலுத்துவது என்பது முடியாத காரியம். என்னாலும், என் வாயிலாகவும் ஏதாவது நற்காரியம் செய்யப்பட்டு இருக்குமேயானால், அது இந்த மனிதரால்தான். இந்தியா இந்த நல்ல மனிதருக்கு கடமைப்பட்டிருக்கிறது.

ஏனெனில் நான் சிகாகோ சர்வமத மகாசபைக்குப் போக வேண்டும் என்று நினைத்தவரே இந்த சேதுபதி மன்னர்தான். அந்த எண்ணத்தை என் மனதில் உருவாக்கி, இடைவிடாமல் வற்புறுத்திய காரணத்தால்தான் என்னுடைய அமெரிக்கப் பயணம் சாத்தியமானது" என்று உணர்வுபூர்வமாக பேசியவர் விவேகானந்தர்.

சிகாகோ வீரராக விவேகானந்தர் 1897இல் பிப்ரவரி 6இல் சென்னைக்கு வருகை தந்தபோது எழும்பூர் ரயில் நிலையம் முதல் திருவல்லிக்கேணி கடற்கரையில் உள்ள இன்றைய விவேகானந்தர் இல்லம் வரையில் மிகச் சிறப்பான முறையில் எழுச்சியுடன் வரவேற்றது சென்னை.

17 இடங்களில் வரவேற்பு வெற்றி வளைவுகள் அமைக்கப்பட்டு விழாக் கோலத்துடன் விவேகானந்தரை வரவேற்ற விதம் என்பது அன்றைய சூழலில் எந்தத் தலைவருக்கும் கிடைக்காத ஒன்றாக இருந்தது என நாளிதழ்கள் தலையங்கம் தீட்டின.

கொழும்பு முதல் அல்மோரா வரையில் என அழைக்கப்படும் இந்தப் பயணத்தின்போது, விவேகானந்தர் நிகழ்த்திய சொற்பொழிவுகளில் மிகப் புகழ் பெற்ற சொற்பொழிவுகள் சென்னையில்தான் நிகழ்த்தினார்.

"எனது போர் முறை" மற்றும் "வேதாந்தமும் இந்திய வாழ்க்கையும்" எனும் தலைப்பிலும், அடுத்தடுத்த நாட்களில் சென்னை ஹார்ம்ஸ்டன் சர்க்கஸ் பந்தலில் "வருங்கால இந்தியா" எனும் தலைப்பிலும் விவேகானந்தர் பேசிய பேச்சுகள் என்பது இன்றைக்கு மட்டுமல்ல, இனி எதிர்வரும் 1500 ஆண்டுகள் நமக்குத் தேவைப்படும் அறிவுரைகளாக உள்ளது என இந்தியா பத்திரிகையில், பிற்காலத்தில் மகாகவி பாரதியார் எழுதி ஆவணப்படுத்தினார் என்பதும் வரலாறாகும்.

"மாத்ரு தேவோ பவ, பித்ருதேவோ பவ என நாம் ஓதி வருகிறோம். தரித்திர தேவோ பவ, மூர்க்க தேவோ பவ என்று சேர்த்து ஓதுதல் நல்லது. ஏழை, எழுத்தறிவில்லாதவன், அறியாமையில் உழலும் மூடன் என இவர்களையே தெய்வமெனக் கருதி தொண்டு செய். அதுவே நம் சமய உணர்வின் சாரமாகும். பாமர மக்களை அலட்சியம் செய்ததே நமது தேசியப் பெரும் பாவமாகக் கருதுகிறேன். நமது வீழ்ச்சியின் காரணங்களுள் அது முக்கியமான ஒன்றாகும்.

இந்தியாவின் பாமர மக்கள் கல்வி உடையவர்களாக, வயிற்றுச் சோற்றுக்குக் கவலை இல்லாதவர்களாக ஆகும் வரையில் அரசியல் என்று எவ்வளவுதான் கூச்சலிட்டாலும் பயன் தராது" என்பதை வேதாந்தம் கற்ற ஒரு இளம் துறவி பேசியது அன்றைக்கு புதுமையாக இருந்தது.

விவேகானந்தர் பேசிய காலச் சூழல் என்பது அனைவருமே கோயிலுக்குள் போக முடியாத அளவுக்கு சாதிய வன்மம் இருந்த காலம் அது. ஆனாலும், விவேகானந்தரின் இந்த சீர்திருத்தப் பேச்சு சென்னையில் அன்றைக்கிருந்த முற்போக்கு எண்ணம் கொண்ட சமயச் சீர்திருத்தவாதிகளைக் கவர்ந்தது.

"சாமானிய ஏழை மக்களுக்குச் செய்கின்ற உதவிகள்தான் கடவுளுக்கான உண்மையான நெய்வேத்தியம் என்று சொன்னவர். பலவீனமானவர்களையும், நோயாளிகளையும், உடல் ஊனமுற்றோர்களையும், அனாதைகளையும்,

விதவைகளையும் கண்டு உதவ முன் வராத கரங்கள் சிவபெருமான் வழிபாட்டுக்கு உகந்ததல்ல.

உடல் முழுவதிலும் பட்டை பட்டையாக விபூதிகள் பூசிக்கொண்டு நெற்றியில் விதம் விதமான சின்னங்களை வரைந்து தினம்தோறும் கோயிலுக்குச் சென்றாலும் அவன் பக்தன் ஆகிவிடுவதில்லை. மாறாக எல்லா மனிதர்களிடத்திலும் இறை வடிவம் காண்பவன் எவனோ அவனையே உண்மையாக பக்திமான் என்பேன்" என்று 153 ஆண்டுகளுக்கு முன் பிறந்த விவேகானந்தர் உலக மக்களுக்கு பறைசாற்றினார்.

இந்தியா முழுவதிலும் குறுக்கும் நெடுக்குமாக இரண்டுமுறை பயணித்தவர் விவேகானந்தர். அப்போது விவேகானந்தருக்குக் கிடைத்த அனுபவங்களை பிற்காலத்தில் உபதேசங்களாக மாற்றிக் காட்டினார்.

நாட்டுப்பற்று, நாட்டுப்பற்று என்கிறார்களே உண்மையில் அதன் பொருள் என்ன? கண்மூடித்தனமான நம்பிக்கையா? அல்லது வெறும் உணர்ச்சிப் பெருக்கில் வருகின்ற வார்த்தைகளா? என அந்த இளந்துறவியிடம் கேட்டபோது,

"நாட்டு மக்களுக்குத் தொண்டு செய்கின்ற பேரார்வம் கொண்டோர் அனைவரையும் தேச பக்தர்கள் என்பேன். இந்தியா முழுவதிலும் சுற்றிப் பார்த்துவிட்டேன். எங்கு பார்த்தாலும் அறியாமையும், அதனால் உருவாகிற துன்பங்களையும் மக்கள் சுமந்து கொண்டு வாழ்வதைப் பார்த்தேன். துன்பப்படுவதும், பட்டினி கிடப்பதும் அவரவர் செய்த கர்மபலன் என்று வாய் கூசாமல் சொல்லும் அறிவுஜீவிகளையும் ஆங்காங்கே சந்திக்க நேரிட்டது.

துயரப்படுவது அவர்களின் கர்மபலன் என்றால் அவர்களுக்கு உதவி செய்வது உன்னுடைய கர்மபலன் என ஏன் நினைக்கக் கூடாது என்கிற என் வினாவுக்கு விடை கிடைக்கவில்லை. ஒன்று மட்டும் சொல்கிறேன், நாட்டுப்பற்று என்பது வெறும்

நிலத்தின் மீது வைக்கின்ற பக்தி அல்ல; மாறாக நிலத்தின் மேல் வசிக்கும் மக்கள் மீது வைக்கும் அன்பும், ஆதரவும்தான் உண்மையான நாட்டுப்பற்று என்பேன்" என்று சொன்னவர் விவேகானந்தர்.

உண்மைதான், மனிதன் இந்த பூமியில் தோன்றுவதற்கு முன்னாலேயே காடுகள், மலைகள், ஆறுகள் இருந்தன. மனிதனின் பரிணாம வளர்ச்சியில்தான் காடுகள் வயல்வெளிகள் ஆகின. மலைகளில் இருந்து உற்பத்தியாகும் ஆறுகளை ஒழுங்குபடுத்தி வேளாண்மை செய்து பூமிக்கே அழகைக் கூட்டியது மனிதனின் உழைப்பால்தான். அதனால்தான் மனிதருக்குள் கடவுளைக் கண்டார் விவேகானந்தர். எல்லாப் பிரச்சனைகளுக்கும் காரணம் அவனே என்று வானத்தை நோக்கி கைகாட்டிய துறவிகளுக்கு மத்தியில் எல்லாப் பிரச்சனைகளுக்கும் காரணம் நீயே என்றும் உன் வாழ்க்கை உன் கையில்தான் என்றும் தன்னம்பிக்கை ஊட்டியவர் விவேகானந்தர்.

"நாத்திகன் என்பவன் கோயிலுக்குப் போகாதவன் அல்ல. மாறாக உன்மீது உனக்கு நம்பிக்கை இல்லாமல் கோயில் வாசலில் வேண்டி நிற்பவன்தான் நாத்திகன் என்பேன். முதலில் தன்னம்பிக்கையை வளர்த்துக்கொள். அந்த நம்பிக்கை மட்டும்தான் உன்னை உயர்த்தும். அச்சம்தான் எல்லா பலகீனங்களுக்கும் காரணம். அச்சமின்மை மட்டும்தான் வாழ்வை உயர்த்தும்" என நம்பிக்கையூட்டியவர் விவேகானந்தர்.

அது மட்டுமல்ல, அனாதைகளும், விதவைகளும் கடவுள் படைப்பில் உள்ளதுதான் என்றால் அந்தக் கடவுளே எனக்கு வேண்டாம் என்பேன். மனிதத் தவறுகள் அனைத்தையும் கடவுளின் மேல் பழியைச் சுமத்தி தப்பித்துக் கொள்ளும் ஆன்மிகம் தேவையற்றது மட்டுமல்ல போலியானது என்று சொன்னவர் விவேகானந்தர்.

1882ஆம் ஆண்டில் இந்தியா முழுமைக்குமான தனது தேசாந்திர பயணத்தின்போது கன்னியாகுமரிக்கு வருகை

தந்தவர் விவேகானந்தர். வங்காள விரிகுடாவும், இந்தியப் பெருங்கடலும் சங்கமிக்கின்ற கடலை உற்று நோக்குகிறார். கடலின் நடுவே சற்றுத் தொலைவில் இருக்கும் இரண்டு பாறைகள் இருக்குமிடத்திற்கு செல்ல வேண்டும் என்று அங்கிருக்கும் மீனவர்களிடம் கேட்கிறார்.

கட்டுமரப் படகில் பயணிக்க கட்டணம் செலுத்த வேண்டும் என மீனவர்கள் சொல்கிறார்கள். கையில் பணம் இல்லை, ஆனால் துணிச்சல் இருக்கிறது என்கிற நம்பிக்கையில் துணிந்த மனதுடன் உடனே கடலில் இறங்கி நீந்திச் செல்ல ஆரம்பிக்கிறார். விவேகானந்தருடன் அப்போது இருந்த சதாசிவம் என்பவர் அங்கு போனால் உணவுக்கு என்ன செய்வீர்கள் எனக் கேட்கிறார்.

நான் அந்தப் பாறையின் மீது அமர உள்ளேன். பழம், இளநீர், பால் ஏதாவது கொண்டு வந்து வைத்து விடுங்கள். தேவைப்பட்டால் சாப்பிடுகிறேன் என்று சொல்லிக் கொண்டே நீச்சலடித்துச் செல்கிறார் விவேகானந்தர். சதாசிவமும் அவ்வாறே செய்தார்.

கன்னியாகுமரிக் கடலின் நடுவில் பகலில் சுட்டெரிக்கும் வெயிலிலும், இரவில் இதயத்தை நடுங்க வைக்கும் அந்த டிசம்பர் மாத இருளின் குளிரிலும் மூன்று நாட்கள் செய்த தவத்தால் நிமிர்ந்தது விவேகானந்தரின் முதுகெலும்பு மட்டுமல்ல, நம் தேசத்தின் முதுகெலும்பும் நிமிர்ந்தது.

நான்காவது நாள் கரைக்கு வந்தபோது ‘நான் ஸ்ரீராமகிருஷ்ண பரமஹம்சரின் சீடன். அவரைப் பற்றி உலகம் விரைவில் அறிய உள்ளது’ என்று மட்டும் சொல்லி அங்கிருந்த மக்களிடம் விடைபெற்றார். விவேகானந்தரையும் தமிழ்மண் வாரி அணைத்துக்கொண்டது. சிகாகோ புகழ் பெறுவதற்கு முன்னர் தேசம் தழுவிய சுற்றுப் பயணத்தின் ஒரு பகுதியாக சென்னைக்கு வருகை தருகிறார்.

சிகாகோ வெற்றிக்குப் பிறகு, சென்னை மக்கள் எழுதிய பாராட்டு மடல்களுக்குத்தான் விவேகானந்தர் முதலில் பதில் எழுதினார் என்பதும் வரலாறாகும். விவேகானந்தர் முழங்கிய செயல் வேதாந்தக் கருத்துக்கள்தான், தேபக்தர்களிடம் எழுச்சியை உண்டாக்கி விடுதலைப் போராட்டத்துக்கும் வித்தாக அமைந்தது. 1885இல் காங்கிரஸ் இயக்கம் தொடங்கப்பட்டது.

1893 சிகாகோ சொற்பொழிவுக்குப் பிறகு அகிலமே விவேகானந்தரை கவனிக்கத் தொடங்கியது. அவரின் சொற்பொழிவுகள், எழுத்துக்கள் எல்லாமே ஆன்மிகத் தளத்தில் இருப்போருக்கு மட்டுமல்ல.. பொதுவாழ்வில் பயணிப்போருக்கும், அதேபோல தேச விடுதலையில் பங்கேற்கவும் சுதந்திரப் போராட்ட வீரர்களை உத்வேகத்துடன் உருவாக்கியதும் வரலாறாகும்.

நான் விவேகானந்தரின் கட்டுரைகள் மற்றும் பேச்சுக்களை ஆழ்ந்து படித்தேன். அவற்றைப் படித்த பிறகு, எனது தேசபக்தி ஆயிரம் மடங்காகப் பெருகி உள்ளது என்றார் அண்ணல் காந்தியடிகள்.

பூமிதான இயக்கத்தின் பிதாமகன் வினோபாபாவே, விவேகானந்தரைப் பற்றி இவ்வாறு சொல்கிறார். “நமது பலத்தை நமக்கு உணர்த்தினார் விவேகானந்தர். அதுபோலவே நமது பலவீனம், நமது குறைபாடுகள் ஆகியவற்றையும் சுட்டிக்காட்டினார். அறியாமையிலும், சோம்பலிலும் மூழ்கிக் கிடந்த மக்களை அவர் தட்டி எழுப்பினார். இந்தியா இழந்திருந்த ஆன்ம சக்தியை தமது இணையற்ற சொற்பொழிவுகள் மூலம் மீண்டும் நிலைநிறுத்தினார்.”

ஜவஹர்லால் நேரு அவர்கள் விவேகானந்தரைப் பற்றி சொல்கிறபோது, “இந்தியா தன்னுடைய வீரத்தை எல்லாம் இழந்து கோழையாகிக் கிடந்த காலத்தில் விவேகானந்தர் தோன்றினார். இந்த நாடே ஆண்மையற்று தூள் தூளாக

சிதறிப்போன காலத்தில் அவர் இந்திய நாட்டிற்கு வீரத்தையும், ஆண்மையையும் ஊட்டினார்."

"நீங்கள் இந்தியாவை அறிந்துகொள்ள வேண்டுமா? விவேகானந்தரைப் படியுங்கள். அவரது கருத்துகள் ஆக்கப்பூர்வமானவை. எதிர்மறையான தத்துவங்கள் எதுவும் அவரிடம் கிடையாது" இப்படிச் சொன்னவர் ரவீந்திரநாத் தாகூர்.

அன்றைய காலகட்டத்தில் சென்னையில் திருவல்லிக்கேணி இலக்கியச் சங்கம் இயங்கிக் கொண்டிருந்தது. அதேபோல சென்னை இந்து ஆசார சீர்திருத்தச் சங்கம் என ஒன்று இருந்தது.

இரண்டுமே மூடநம்பிக்கைகளை ஒழிக்கின்ற வகையில் முற்போக்கான கொள்கையினை முன்னெடுத்து கூட்டங்கள் நடத்தின. இந்து மத நிறுவனங்களும் இதே சமகாலத்தில் சென்னையில் இயங்கிக் கொண்டிருந்தன.

ஆனால், இளந்துறவியான விவேகானந்தரை, திருவல்லிக்கேணி இலக்கியச் சங்கமும், இந்து ஆசார சீர்திருத்தச் சங்கமும்தான் வரவேற்றன. (Triplicane Literary Society) இந்த அமைப்பின் நோக்கம் என்பது அந்தக் காலத்தில் நிலவிய அரசியல், சமூகம் மற்றும் இலக்கியம் குறித்த விவாதங்கள் நடத்தும் சபையாக இருந்தது.

1868ஆம் ஆண்டில் மீர்இப்ராகிம்அலி என்பவரால் துவக்கப்பட்டது. 1874ஆம் ஆண்டில் இந்து பட்டதாரிகள் வசமானது. திவான் பகதூர் ரகுநாதராவ் தலைவராகவும், பி.ரங்கநாயுடு, டி.ராமராவ், வி.கிருஷ்ணமாச்சாரியார், ஸ்ரீசுப்ரமணிஐயர், சதாசிவஐயர், ஜே.எம்.நல்லசாமிப்பிள்ளை ஆகியோர் நிர்வாகிகளாகவும் இருந்துள்ளனர்.

1880 ஆம் ஆண்டு முதல் இலக்கிய அமைப்பு என்கிற வட்டத்தைக் கடந்து, சமூக சீர்திருத்தப் பிரச்சனைகள் குறித்து

விவாதிக்கும் அரங்கமாக மாறியது. அதன் பேரில் புதிய கருத்துருவாக்கம் மக்களிடையே பரப்பப்பட்டது.

சென்னை நகர பொதுமக்களுக்கு முதன் முதலில் விவேகானந்தரை அறிமுகப்படுத்தியது இந்த அமைப்புதான். விவேகானந்தரின் சீடராக இருந்த மண்டயம் அளசிங்கப்பெருமாள் திருவல்லிக்கேணி இலக்கியச் சங்கத்தின் உறுப்பினராக இருந்தார். இதன் மூலம் 1893 ஜனவரி 28இல் சுமார் 100 பேர் கொண்ட சங்க உறுப்பினர்களுடன் விவேகானந்தர் கலந்து பேசும் வாய்ப்பு கிடைக்கிறது. இந்த உரையாடல் மூலம்தான் விவேகானந்தரின் கருத்துக்கள், வேதங்களின் உண்மையான கருவூலம் என்ன என்பதை எளிய முறையில் தகுந்த விளக்கங்களுடன் பேசுகிறார்.

ஸ்ரீ விவேகானந்த விஜயம் என்னும் நூலை எழுதிய பேரறிஞர் மகேசகுமார் இந்த அறிமுக உரையாடல் குறித்து எழுதுகிறபோது, திருவல்லிக்கேணி இலக்கியச் சங்கத்தின் உறுப்பினர்களுடன் உரையாடி, அவர்களின் வினாக்களுக்கு தர்க்க ரீதியாக பதில் அளித்துப் பேசிய விதம் விவேகானந்தருக்குள் ஒரு மகாசக்தி இருக்கிறது என்பதை சங்க உறுப்பினர்கள் உணர்ந்த தருணம் அதுதான் எனக் குறிப்பிட்டு பதிவு செய்துள்ளார்.

இந்த இளைஞரை சிகாகோவில் நடைபெற உள்ள சர்வமத நாடாளுமன்றத்திற்கு அனுப்பினால் என்ன? அப்போதே அளசிங்கப் பெருமாள் உள்ளிட்டோர் சொன்னதாக செய்திகள் உண்டு. எனவே சிகாகோ சர்வமத நாடாளுமன்றத்திற்கு விவேகானந்தர் செல்வதற்கான அடித்தளம் இந்தக் கலந்துரையாடலின் போதுதான் உருவானது என்பதும் வரலாறாகும்.

நமது ஆசாரங்களோ பழக்கவழக்கங்களோ எதுவாயினும், நமது சமகால சமுதாய வாழ்க்கைக்கு முன்னேற தடையாக இருக்குமானால் அதனைத் தகர்த்தெறிந்து முன்னேறுவதுதான்

அறிவுடைமையாகும். சிகாகோ பயணத்துக்கு முன்பாக தேசம் தழுவிய முறையில் நான்கரை ஆண்டுகள் இந்தியா முழுவதிலும் சுற்றிப் பார்த்த அனுபவத்தை முன்வைத்துப் பேசுகிறார்.

1892 ஆம் ஆண்டில் விவேகானந்தர் தேசம் தழுவிய சுற்றுப் பயணம் மேற்கொண்டபோது, கேரள மாநிலத்திற்குச் செல்கிறார். மலபாரில் பார்த்ததை விட சாதிய தீண்டாமை என்கிற மடத்தனத்தை நான் எங்குமே பார்த்ததில்லை என்று 1897இல் சிகாகோ பேச்சின் வெற்றிக்குப் பிறகு சென்னையில் நடைபெற்ற "இந்தியாவின் எதிர்காலம்" என்னும் தலைப்பில் உரையாற்றுகிறபோது, கடுமையாகக் கண்டித்துப் பேசியிருக்கிறார்.

உயர் சாதியினர் வசிக்கும் தெருக்களில் வேறு சாதியினர் நடப்பதற்குக்கூட தடை விதித்துள்ளனர். ஆனால், அந்த தாழ்த்தப்படுத்தப்பட்ட மக்கள் கிறித்தவராகவோ, இசுலாமியராகவோ மாறிவிட்டால் அவர்களின் தீட்டு காணாமல் போய்விடுமாம். என்ன இது பைத்தியக்காரத்தனம்!

மதம் மாறினால் அவர்கள் மேன்மக்கள் ஆகிவிடுகின்றனரா? இந்த தீண்டாமையைக் கடைபிடிக்கும் உயர்சாதிப் பைத்தியங்களை எதிர்த்து நாம் எல்லோருமே போராட வேண்டும். உயர்சாதி வகுப்பினர் திருந்தும் வரையில் அவர்களுக்கு எதிரான போராட்டம் தொடர வேண்டும் என கொந்தளித்துப் பேசியவர் விவேகானந்தர்.

கேரளாவைத் தொடர்ந்து பெங்களூரில் விவேகானந்தர் சுற்றுப் பயணம் செய்தபோது ஈழவர் சமுதாயத்தைச் சேர்ந்த டாக்டர் பல்பு என்பவர் வீட்டில் விவேகானந்தர் தங்குகிறார்.

கொச்சி, திருவிதாங்கூர் பகுதியில் இருந்து வரும் தீண்டாமைக் கொடுமை குறித்து விவேகானந்தரிடம் விவாதிக்கிறார் பல்பு. "இதற்கெல்லாம் ஒரே தீர்வு நீங்கள்

பிராமணர்களை நாடாமல் அவர்களை ஒதுக்கிவைக்க முன் வரவேண்டும். உங்கள் சமுதாயத்திலேயே கற்றறிந்த சான்றோரைக் கண்டு அவரின் பின்னால் அணி வகுப்பதே தீர்வாக இருக்க முடியும். பிராமணியம் ஏதோ குறிப்பிட்ட ஒரு வகுப்பாருக்கு மட்டும் சொந்தமல்ல. ஒழுக்கம், தியாகம் போன்றவற்றில் உயர்ந்தோர் எல்லோருமே பிராமணர்கள்தான்" என்று விவேகானந்தர் விளக்கமாகப் பேசுகிறார். இந்த உரையாடல்தான் பிற்காலத்தில் ஈழவர் சமுதாய விடிவெள்ளியாகத் திகழ்ந்த நாராயண குருவை ஈழவ மக்கள் பின்பற்றும் முடிவுக்கு வந்தனர் என்பதும் வரலாறாகும்.

கேரளாவில் மட்டுமல்ல இந்தியாவின் பல இடங்களில் பிராமணர்களின் சாதித் தீண்டாமையை கடுமையாக எதிர்த்துக் கொண்டிருந்தனர். தொடாதே, தள்ளிநில் என்றும் ஓலமிடும் குரல்கள் எப்போது நம் நாட்டில் மறையப் போகிறது? *(Non Touchism Party)* தொடக் கூடாது என்பவர்களின் கட்சிக்காரர்கள் திருந்த மாட்டார்களா? என்கிற கேள்வியையும், "*Don't Touchism*" என்னும் புதுச் சொல்லாக்கத்தையும் கிண்டலுடன் விவேகானந்தர் பயன்படுத்தியிருக்கிறார்.

அனைத்து உயிர்களிடத்திலும் நானே இருக்கிறேன் என்கிற உயர்ந்த ஞானத்தை வழங்கிய இந்து மதம், இந்தத் தொடாதே இசத்தால் சுருங்கிப் போய்க் கொண்டிருக்கிறது. தொடாதே என்பது சமய நெறியன்று. அது கொடுமையானது என மனம் வெதும்பி விவேகானந்தர் பேசிய செய்திகள் ஏராளம் உண்டு.

உயர்சாதி இந்துக்களிடம் இருந்து ஆதரவும், அன்பும் இல்லாத காரணத்தால் தான் ஆயிரக்கணக்கான தாழ்த்தப்பட்ட பிரிவைச் சார்ந்த மக்கள் கிறித்துவ மதத்திற்குச் சென்று விடுகின்றனர்.

மத மாற்றத்தைச் செய்திடும் கிறித்தவ பாதிரிமார்களிடம் நம் கோபத்தைக் காட்டாமல் *Don't Touchism* கொண்ட பிராமண வகுப்பாரிடம்தான் நாம் தீவிரமாகப் போராட

வேண்டும். சாதியின் பெயரைச் சொல்லி, ஆலயத்தில் நுழையவிடாமல் தடுப்பது, குறிப்பிட்ட வீதிகளில் நடக்கவிடாமல் செய்வது போன்ற கொடுமைகளைக் காணச் சகிக்காமல்தான் கிறித்தவ, முகம்மதிய மதங்களுக்கு நம்மவர்கள் செல்கின்றனர்.

நம் இந்து மதம் காப்பாற்றப்பட வேண்டும் எனில் முதலில் இங்குள்ள தீண்டாமையை ஒழிக்க வேண்டும் என வலியுறுத்தியவர் விவேகானந்தர்! உயர்சாதி வகுப்பாரை எதிர்த்துக் களமாடிய விவேகானந்தருக்கு எதிர்வினைகளும் வரத்தான் செய்தது. கல்கத்தா பத்திரிகை ஒன்றில் விவேகானந்தரை சூத்திரன் என்றும், ஒரு சூத்திரன் எப்படி சந்நியாசி ஆக முடியும் என்றெல்லாம் கடுமையாக விமர்சித்து கட்டுரை ஒன்று வெளியானது.

இதற்கான பதிலடியை 1897 ஆம் ஆண்டில் சென்னையில் "எனது போர் முறை" என்னும் தலைப்பில் சொற்பொழிவாற்றிய போது வழங்கினார்.

"என்னை சூத்திரன் என்று அவர்கள் அழைத்து விட்டதால் எனக்கு எவ்வழியிலும் குறைவு நேரிடாது. எனது முன்னோர்கள் உள்ளிட்ட உயர் சாதி வகுப்பினர் ஏழைகளுக்குச் செய்த கொடுமைகளுக்கு பரிகாரமாகத்தான் என் பேச்சும் செயலும் இருக்கும். நான் ஒரு பறையனாகப் பிறந்திருந்தால் இன்னும் அதிக மகிழ்ச்சியோடு இருந்திருப்பேன். என்னுடைய போர் முறை இன்னும் வேகம் பெற்றிருக்கும்" என்று பேசியவர் விவேகானந்தர்!

சமூக சீர்திருத்தங்கள் தொடர்பாக மிக விரிவான முறையில் பேசிய இடம் சென்னை என்றால் அது மிகையாகாது. 1893 மற்றும் 1897 ஆண்டுகளில் திருவல்லிக்கேணி இலக்கியச் சங்கத்திலும், சென்னை இந்து ஆசார சீர்திருத்தச் சங்கத்திலும் விவேகானந்தர் பேசிய பேச்சுக்கள் என்பது ஒரு காவி கட்டிய துறவி பேசியவைதானா என்கிற வியப்பு

ஏற்படுகிற வகையில் புரட்சிகரமான கருத்தினை முன்வைத்துப் பேசியுள்ளார்.

திருவல்லிக்கேணி இலக்கியச் சங்கத்தில் அன்றைய சமூக சீர்திருத்தவாதியாகத் திகழ்ந்த திவான் பகதூர் ஆர்.ரகுநாதராவ் தலைமையில், நூற்றுக்கும் அதிகமான அளவில் கலந்து கொண்ட கற்றோர் அவையில் விவேகானந்தர் பேசியதை அன்றைய இந்தியன் சோஷியல் ரிபார்மர் இதழில் வெளியாகி இருந்தது குறிப்பிடத்தக்கது.

இந்தப் பேச்சின் விவரத்தை இராமகிருஷ்ண இயக்க ஆய்வாளர்களான கல்கத்தா சங்கரி, பிரசாத் பாசு 'பிரபுத்த பாரதாவில்' வெளியிட்டுள்ளனர். அதில் 32 வயதே ஆன ஒரு வங்காளி, சாது கல்கத்தா பல்கலைக்கழகத்தில் பி.ஏ பட்டம் பெற்றவராம். இவரின் சீர்திருத்தப் பேச்சுகள் அனைவரையும் கவர்வதாக இருந்தாலும் பலரின் கோபத்திற்கும் ஆளாகியுள்ளது.

வேதமதம் விழுமியது. வேதங்களில் இரு பிரிவுகள் உள்ளன. ஒன்று கட்டளையிடுவது, மற்றொன்று விருப்பத்திற்கு விடுவது, கட்டளையாக அமைந்துள்ளவை என்றும் நம்மை கட்டுப்படுத்துவன. விருப்பத்திற்கு விடுவன என்பது காலத்திற்கு ஏற்ப ரிஷிகளால் மாற்றப்பட்டு வருவன, மாறி வருவன.

பிராமணர்கள் ஒரு காலத்தில் சூத்திரர்களை மணம் புரிந்து வந்தனர். பசு மாமிசம் சாப்பிட்டனர், விருந்தினர் மகிழ்ந்துண்ண இளங்கன்றுகள் கொல்லப்பட்டன. பிராமணர்களுக்காக சூத்திரர்கள் சமையல் செய்தனர். ஒரு பிராமண குல ஆண் மகனால் சமைக்கப்பட்ட உணவு தீட்டுப்பட்டதாகக் கருதப்பட்டது. ஆனால், தற்காலத்தில் இவைகளெல்லாம் தலைகீழ் மாற்றத்திற்கு ஆளாக்கப்பட்டுள்ளன.

சாதி என்பது ஒரு சமூக அமைப்பு, சமயத்தின் பேரால் ஏற்படுத்தப்படவில்லை. நமது சமூகத்தின் இயற்கையான

பரிணாம வளர்ச்சியில் தொழில் ரீதியாகத்தான் சாதி அமைப்புகள் தோன்றினவே தவிர இதில் தீட்டு, தீண்டாமை என்பது திட்டமிட்டே சிலரால் பின்னர் உருவாக்கப்பட்டது.

சாதி அமைப்பின் ஆதரவு இனி ஒருபொழுதும் இந்து மதத்திற்கு தேவைப்படாது. பறையர் உட்பட எவருடனும் பிராமணர் உடன் இருந்து உணவருந்தலாம். இதனால் பிராமணருக்கு எந்த ஒரு ஆன்மிக இழப்பும் ஏற்படாது. பறையரைத் தொடுவதன் மூலம் ஆன்மிக அளவு தொய்வுறும் என்றால் அப்படி நினைப்பவர் மிகவும் பலவீனமாக துன்ப நிலையில் உள்ளார் என்பதே உண்மையாகும்.

ஆயிரக்கணக்கான பறையர்களை ஒரு பிராமணன் தீண்டினாலும் அந்த பிராமணனின் ஆன்மிகம் கொழுந்து விட்டு எரிந்து பிரகாசிக்க வேண்டும். உணவுப் பழக்கங்களில் முற்கால ரிஷிகள் கட்டுப்பாடு காட்டவில்லை என்பதே உண்மையாகும்.

விவேகானந்தர் இப்படி பேசியிருப்பார் என்பது இன்றைய தலைமுறையினருக்கு புதிய செய்திகளாக இருக்கக்கூடும். சரியான முறையில் ஆன்மிகத் தளத்தில் புரட்சி செய்த விவேகானந்தர் உள்ளிட்ட சான்றோர் பெருமக்களை வரலாறு மறைத்தது என்பதைவிட திட்டமிட்டே மறைக்கப்பட்டது என்பதுதான் கசப்பான உண்மையாகும். ஞானியர் அனைவரும் ஒத்த சிந்தனையிலேயே சிந்திப்பர் என்பதற்கு திருவள்ளுவரே சாட்சியாகும்.

"பிறப்பொக்கும் எல்லா உயிர்க்கும் சிறப்பொவ்வா
செய்தொழில் வேற்றுமை யான்"

எல்லா மனித உயிர்களும் பிறப்பினால் சமம். அவரவர் செய்கின்ற தொழில்களைப் பொறுத்துத்தான் வேறுபாடு பார்க்கப்படுகிறது என்பது வள்ளுவரின் கருத்தாகும். விவேகானந்தர் இதை வேதங்களின் துணை கொண்டு களமாடினார்.

யார் எந்தமாதிரியான உணவைச் சாப்பிடவேண்டும் என மதமோ, கடவுளோ நிர்ணயிக்க முடியாது. சூழலுக்கேற்ற வகையில் தன்னை தகவமைத்துக் கொள்ளும் ஆற்றல் கொண்டவன் மனிதன். அங்கு மத நம்பிக்கைக்கு வேலையில்லை என சொன்னதுடன் வாழ்ந்தும் காட்டினார். சிகாகோ புகழுக்குப் பிறகு, மேற்குலக நாடுகளுக்குச் சென்ற விவேகானந்தர் மாமிச உணவு உண்கிறார் என சில கிறித்தவ பாதிரிமார்கள் பிரச்சாரம் செய்தது பத்திரிகைகளில் வெளியானது.

இது குறித்து விவேகானந்தரின் நண்பர்கள் கடிதம் எழுதி, கேட்டபோது, அப்படியானால் ஆசார முறையில் நல்ல சைவ உணவைச் சமைக்கும் சமையல்காரர்களை என்னுடன் நான் பயணிக்கும் நாடுகளுக்கு அனுப்பிவைத்தால், நான் அவர்கள் சமைக்கும் சைவ உணவு உண்பதில் ஒரு பிரச்சனையும் இல்லை என்று பதில் கடிதம் எழுதினார் விவேகானந்தர். ஞானியர்களுக்கு ஒரு பேதமும் கிடையாது என வாழ்ந்து காட்டியவர் சுவாமி விவேகானந்தர்! இன்றைக்கும் நமக்கு வழிகாட்டிக் கொண்டிருக்கிறார்!

7. ஞானத் திருவிளக்கு!

வணிகத்தின் பெயரால் இந்தியாவிற்குள் நுழைந்த வெள்ளையர்கள் முழுவதுமாக இந்தியாவை ஆக்கிரமித்துக் கொண்டபோது, இந்தியப்பகுதி மக்களின் கலாச்சாரப் பண்பாடுகளை அவர்கள் அறிந்து கொள்ள முயன்றனர்.

குறிப்பாக 18-ஆம் நூற்றாண்டின் பிற்பகுதியில் கிழக்கிந்தியப் பகுதிகளில் முழுமையான வகையில் காலனி ஆதிக்கம் பரவிய பிறகு, இங்கிருந்த அறக் கோட்பாடுகளையும், சட்டங்களையும் தொகுக்கும் பணியினை சர்.வில்லியம் ஜோன்ஸ் என்பவர் பிராமணப் பண்டிதர்களின் உதவியுடன், இந்திய மக்களுக்கான சட்டவரைவுகளை தயாரிக்கும் பணியில் மும்முரமாக ஈடுபட்டார்.

பெரும்பாலும் மனுதர்மத்தை அடிப்படையாகக் கொண்டு எழுதப்பட்ட தரும நெறிகளைத்தான் பிராமண பண்டிதர்கள் ஜோன்ஸிற்கு வழங்கினர். அதன் அடித்தளத்தில்தான் "Hindu Law" என்னும் சட்ட விதிகளை வெள்ளை அரசாங்கம் நடைமுறைக்கு கொண்டு வந்தது.

இதே சமகாலத்தில் கிறித்தவ மதத்தைப் பரப்புவதற்கு தென்னிந்தியாவிற்கு பாதிரிமார்கள் வருகை தந்தபோது, வில்லியம் ஜோன்ஸ் தொகுத்தளித்த சட்ட வரைவுக்குத் தொடர்பில்லாத, முற்றிலும் வேறுபட்ட அறநூலாக இருக்கும் திருக்குறளைப் பார்க்கிறார்கள்.

வீரமாமுனிவர்

வீரமாமுனிவர் என்னும் கான்ஸ்டான்டைன் ஜோசப்பெஸ்கி1730 ஆம் ஆண்டில் திருக்குறளில் சில பகுதிகளை லத்தீனில் மொழிபெயர்த்து வெளியிடுகிறார்! ஆங்கிலத்தின் வேர் மொழி லத்தீன் என்பது குறிப்பிடத்தக்கது.

1747இல் பிரெஞ்சு மொழியில் திருக்குறள் திரட்டு என்ற பெயரில் திருக்குறள் மொழிபெயர்க்கப்பட்டது. 1794இல் கிண்டர்செலி என்கிற அறிஞர் ஆங்கிலத்தில் மொழிபெயர்க்கிறார். பிறகு கி.பி 1811இல் அம்பலவாணக் கவிராயர் என்பவர் திருக்குறள் மூலத்தை தமிழில் முதன் முதலில் அச்சிட்டு வெளியிடுகிறார். இதே ஆண்டில் சென்னை மாகாணத்தின் தலைமைக் கருவூல அதிகாரியாக இருந்த எல்லீஸ் (F.W.Ellis) என்பவர் திருக்குறளின் சில பகுதிகளை ஆங்கிலத்தில் மொழிபெயர்த்து வெளியிடுகிறார்.

அதுமட்டுமல்ல, எல்லீஸ் காலத்தில் அச்சிடப்பட்ட நாணயங்களில் திருவள்ளுவ உருவம் பொதித்த நாணயங்களையும் வெளியிடுகிறார். பின்னர் 1840இல் முகவை இராமானுசக் கவிராயருடன் இணைந்து ட்ரூ (Drew) என்பவர், பரிமேலழகர் உரையுடன் முழுமையான அளவில் திருக்குறளை ஆங்கிலத்தில் வெளியிடுகிறார். 1861இல் நல்லூர் ஆறுமுகநாவலர் திருக்குறள் பரிமேலழகர் உரையினை பதிப்பித்து வெளியிடுகிறார்.

ஆக மொத்தத்தில் 19 ஆம் நூற்றாண்டின் நடுப்பகுதியில் காலனி ஆட்சியாளர்களும் பாதிரிமார்களும் திருக்குறளை முழுவதுமாக உணரும் வகையில் பதிப்புகள் வெளியாகின. மேலும் இலக்கிய ஆர்வலர்களை உலகளவில் சாதி, மத, இன வேறுபாடின்றி கவர்ந்த தமிழ் நூல் திருக்குறள் என்றால் அது மிகையாகாது. பிரெஞ்சு நாட்டு அறிஞர் "ஏரியல்" என்பவர் திருக்குறளை மனித இனத்தின் இலக்கியப் பெட்டகம் என்று போற்றியுள்ளார்.

அதே போல டாக்டர் ஜி.யு.போப், வள்ளுவரை அனைத்துலக மனிதனைப் பாடிய பாவலர் என்று புகழ்ந்துள்ளார். பகுத்தறிவுவாதி எனப் பெயர் பெற்ற இங்கர்சால் அவர்களும் "திருக்குறள் அறிவை முதன்மையாகப் போற்றுகிற நூல்" என்றும் பாராட்டி உள்ளார். ஜெர்மானிய அறிஞர்களான டாக்டர் கிரால், கோபன்ஹோவர் போன்றோர்கள் குறளின் பொருள் ஆழத்தை உணர்ந்து பாராட்டி உள்ளனர். அறிஞர் பெர்னாட்ஷா வள்ளுவரின் புலால் மறுத்தல் கொள்கையை வெகுவாகப் பாராட்டி உள்ளார். ரஷ்யப் பேரறிஞர் டால்ஸ்டாய், மகாத்மா காந்தியடிகளுக்கு எழுதிய பல கடிதங்களில் குறளின் மாண்பினை எடுத்துக்காட்டி எழுதியிருக்கிறார். டால்ஸ்டாய் மூலம்தான் காந்திக்கே, திருக்குறள் அறிமுகமானது என்பதும் வரலாறாகும்.

இவ்வாறு நம் தேச எல்லைகளைக் கடந்த திருக்குறள் மதம், இனம் என்ற எல்லைக்கோட்டுக்குள் அடங்காமல் பொதுவான மனிதகுல வளமைக்கான நீதிகள் பேசுவதால் உலகளவில் சிந்தனையாளர்கள் அனைவரையும் கவர்வதற்கு முக்கியக் காரணமாகும்.

எழுத்தாணி கொண்டு ஓலைச் சுவடிகளில் தமிழ் எழுத்துக்களால் எழுதப்பட்டது என்பதைத் தவிர தமிழ் என்ற வார்த்தையும் திருக்குறளில் எங்கேயும் பார்க்க முடியாது. திருவள்ளுவர் தாம் வாழ்ந்த தமிழ்நாட்டின்

அடையாளங்களைக்கூட எந்தக் குறளிலும் பதிவு செய்திருக்கமாட்டார். திருக்குறளில் தாமரை மலரின் பெயர் வரும். ஆனால், தாமரை தமிழ்நாட்டிற்கு மட்டுமல்ல, வேறுபல இடங்களிலும் பூக்கும் மலர் என்பதால் அதுவும் தமிழ்நாட்டின் எல்லைக்குரியது என்று சொல்லிவிட முடியாது. மரங்களை உவமையாகக் காட்டுகிறபோது கூட கவனமாக வேப்பமரம், புளியமரம் என்னும் அடையாளத்தை தவிர்த்துவிட்டு, "மரம்போல்வர் மக்கட்பண்பு இல்லாதவர்" என்று வள்ளுவர் பதிவு செய்வார்.

தமிழ்நாட்டில் பாயும் ஆறுகளான பொன்னி, வைகை, தாமிரபரணி என எந்த ஆற்றின் பெயரையும் திருக்குறளில் பார்க்க முடியாது. ஆனால் "நீரின்றி அமையாது உலகு" என்று நீரின் முக்கியத்துவத்தை திருக்குறளில் வான் சிறப்பு அதிகாரத்தில் பார்க்கலாம்.

"மலையினும் மானப் பெரிது" என்கிற உவமை ஒரு குறளில் திருவள்ளுவர் சொல்லியிருப்பார். அது பொதிகை மலையா அல்லது விந்திய மலையா என எதையும் கணிக்க முடியாது. திருக்குறள் இறை நம்பிக்கையைப் பேசுகின்ற இலக்கிய நூல் என்று பெரும்பாலோர் கருத்து சொல்வர். ஆனால், இறைவனை, திருவள்ளுவர் ஒரு குறிப்பிட்ட மதம் சார்ந்தவராகக் காட்டமாட்டார். திருமால், சிவன், இராமர், கிருஷ்ணர் முதலிய இந்துக் கடவுளர் பெயர் எதுவும் திருக்குறளில் கிடையாது.

அதே சமயத்தில் கடவுளை 'உலகியற்றியான்', 'எண் குணத்தான்', 'வாலறிவன்', 'ஆதிபகவன்', 'மலர்மிசை ஏகினான்', 'தனக்கு உவமை இல்லாதான்' என்றுதான் கடவுளை உவமைப்படுத்துவார். இந்தப் பெயர்கள் எல்லாம் குறிப்பிட்ட ஒரு மதத்தவரின் கடவுளரின் பெயரல்ல. மேலும் வள்ளுவர் காலத்தில் பரவலாக இருந்த சமண, பௌத்த, சைவ, வைணவ சமயங்களை அடையாளப்படுத்தும் வகையிலும் திருக்குறளில் எங்கேயும் பதிவுகள் கிடையாது.

இந்து சாத்திரம் என்று அன்றைய ஆட்சியாளர்கள் நம்பியிருந்த மனுநீதிக்கு மாற்றாக சாதி வருண அடிப்படை எதுவும் காணமுடியாத ஒரு பெரும் அறம் சார்ந்த இலக்கிய நூலாகத்தான் திருக்குறள் வெளிநாட்டவரைக் கவர ஆரம்பித்தது. தமிழ் கற்கவேண்டும் அதன்மூலம் திருக்குறள் அறிய வேண்டும் என்கிற ஆவல்தான் எல்லீஸ் உள்ளிட்ட பல வெளிநாட்டு சிந்தனையாளர்களை தமிழ்மொழி நோக்கி நகர வைத்தது.

ஆத்திகம் பேசுவோரையும் நாத்திகம் பேசுவோரையும் ஒரு சேர விரும்பவைத்த இலக்கிய நூல் ஒன்று உண்டென்றால் அது திருக்குறள் மட்டுமே எனலாம்.

குறிப்பாக தந்தை பெரியார் தமிழ் இலக்கியங்களை குப்பைகள் என்று புறக்கணித்தவர், சிலப்பதிகாரத்தை கடுமையான முறையில் விமர்சித்தவர். விபச்சாரத்தில் ஆரம்பித்து பத்தினித்தனத்தில் வளர்ந்து, முட்டாள் தனத்தில் மூட நம்பிக்கையில் திளைத்து முடிந்த பொக்கிசம் சிலப்பதிகாரம் என்பதே எனது கருத்து என்று பெரியார் கூறினார். ஆனால், அவரே பிற்காலத்தில் திருக்குறளுக்காக மாநாட்டை நடத்தி தமிழர்களின் வேத நூல் திருக்குறள் என்று பறைசாற்றியனார்.

ஒரு தேசிய இனமாகத் தம்மை அடையாளம் காணும் முயற்சியில் தமிழ்ச் சமூகம் இறங்கியபோது, வடமொழி வேத நூல்களுக்கு எதிராக திருக்குறளை உயர்த்திப் பிடித்தனர். கடந்த நூற்றாண்டின் பிற்பகுதியில் தமிழ்நாடெங்கும் திருவள்ளுவர் பெயராலும் திருக்குறளின் பெயராலும் மன்றங்கள் தோன்றின.

1927இல் தென்காசியில் திருவள்ளுவர்கழகம் தொடங்கப்பட்டது. 1935இல் மறைமலைஅடிகளார் தலைமையிலும் 1936இல் தமிழ்த்தாத்தா உ.வே.சா தலைமையிலும் திருக்குறள் மாநாடுகள் நடத்தப்பட்டன. 1937இல் சிவக்கவிமணி

சி.கே.சுப்ரமணிய முதலியார் தலைமையில் பானேரியில் மாநாடு நடத்தப்பட்டது. 1947இல் கல்வியமைச்சர் அவினாசிலிங்கம், தமிழகத்தில் பள்ளி வகுப்புகளில் திருக்குறளை கட்டாயமாகப் போதிக்கவேண்டும் என்று வலியுறுத்தியதும் குறிப்பிடத்தக்கது.

திருக்குறள் நூலுக்கு பொய்யாமொழி, வாயுறை வாழ்த்து, தெய்வநூல், பொதுமறை, தமிழ்மறை, முப்பால், வள்ளுவம், உத்தரவேதம் போன்ற பெயர்களால் அழைக்கப்பட்டாலும் இறுதியில் நின்றது திருக்குறள் என்ற பெயர்தான்!

அதேபோல திருவள்ளுவருக்கு வழங்கிய பெயர்கள் என்கிற வரிசையில், பெருநாவலர், தேவர், செந்நாப்புலவர், முதற்பாவலர், தெய்வப்புலவர், மாதானுபங்கி, நான்முகனார், நாயனார் ஆகிய பெயர்கள் காலம்தோறும் மாறுதலுக்கு உட்பட்டு அழைத்துள்ளனர். இறுதியில் நிலைத்து நின்ற பெயர்தான் திருக்குறள், திருவள்ளுவர்.

தமிழ் இலக்கிய உலகில் படைக்கப்பட்ட நீதி நூல்களில் முதன்மையானது திருக்குறள் எனலாம். முதல் அடி நான்கு சீரும், இரண்டாம் அடி மூன்று சீரும் உடையதாய் அமைந்திருக்கிறது. பதினெண்கீழ்கணக்கு நூல்களின் வரிசையில் ஐந்து நூல்கள் காதல் பற்றியும் ஒரு நூல் போர் பற்றியும் பேசுகின்ற இலக்கிமாகும். மற்ற பன்னிரெண்டு நூல்களும் நீதி போதனைகளைச் சொல்லும் நூல்கள் ஆகும்.

திருக்குறள் அறிவுரை மட்டுமே சொல்லுகின்ற நூலல்ல. மாறாக மனித விழுமிய அனுபவங்களை சுட்டிக் காட்டும் நூல் எனலாம். அறம், பொருள், இன்பம், வீடு என்னும் நான்கு பொருள்களும் முதல் மூன்றையும் பற்றி 1330 குறட்பாக்களால் விளக்குவது திருக்குறள்.

வாழ்நாட்களில் உரிய நெறிகளுடன் வாழ்ந்தால் நான்காவதாக உள்ள வீடுபேறு (முக்தி) அடையலாம் என்கிற

வகையில் திருவள்ளுவர் பாடம் நடத்துகிறார். சிந்தைக்கு எட்டாத அந்த முக்தி என்னும் பேறு அடைய வள்ளுவர் மிகுந்த அக்கறை காட்டாததற்குக் காரணம், அக வாழ்வு வெற்றிக்கு அறத்துப்பால் பகுதியும் அதேபோல புறவாழ்வு வெற்றிக்கு பொருட்பாலும், மனவாழ்வு சிறக்க இன்பத்துப்பால் என முப்பாலும் முக்திக்கான போதனைகளை தேவையான அளவுக்கு வள்ளுவர் பதிவு செய்துள்ளார்.

பத்துக் குறளாகப் பகுத்து ஒவ்வொரு பத்திலும் ஒவ்வொரு பண்பு நலன் அல்லது கொள்கை சார்ந்த நெறிகளைச் சொல்கிறார். அறத்தை 380 குறளில் 38 அதிகாரங்களில் விளக்கியுள்ளார். அரசியல் பற்றியும் அமைச்சர் முதலானவர்கள் பற்றியும் குடிமக்கள் பண்புகள் பற்றியும் இரண்டாம் பகுதியில் 700 குறளில் 70 அதிகாரங்களில் விளக்கியுள்ளார். மூன்றாம் பகுதியில் உயர்ந்த காதலரின் காதல் பற்றிய கற்பனை 250 குறளில் 25 அதிகாரங்களில் சொல்லியுள்ளார்.

முதல் பகுதியான அறத்துப்பாலை கற்பவர்கள் புத்தரைப் போன்றதொரு சான்றோர்களின் மொழிகளைக் கேட்கலாம். இரண்டாம் பகுதியான பொருட்பாலில் அனுபவம் மிக்க அரசியல் அறிஞர்களின் அறிவுரைகளைக் கேட்கலாம். மூன்றாம் பகுதியான இன்பத்துப்பாலில் கற்பனைச் செல்வம் மிகுந்த கவிஞராகவே திருவள்ளுவர் காணப்படுவார்.

திருவள்ளுவரை சமண சமயத்தைச் சார்ந்தவர் என்றும், சமண மதக் கருத்துக்களை அதிகம் வலியுறுத்தி எழுதியுள்ளார் என்பதை அறிஞர் பெருமக்கள் பலர் சொல்வதுண்டு. ஆனால், உண்மையில் சமண மதக்கருத்துக்கு எதிராக பல்வேறு இடங்களில் மனித குலத்துக்கான நீதியைச் சொல்லியிருப்பார்.

சமணர்கள் இயற்கையில் கிடைக்கும் உணவுகளையே உட்கொண்டு வாழ்பவர்கள். உழவுத் தொழிலும், இல்லற வாழ்வும் சமண மதக் கொள்கைக்கு எதிரானது. ஆனால் வள்ளுவரோ, உழவுத் தொழிலின் சிறப்பை விளக்கும்

வகையில் முதன்மைப்படுத்தி உழவு அதிகாரத்தைப் படைத்துள்ளார். ஆயிரம் தொழில்கள் செய்தாலும் கடைசியில் உலகத்தவர் செல்வது உழவனின் கலப்பையின் பின்னால்தான் என்கிறார் திருவள்ளுவர்.

"சுழன்றும் ஏர்பின்னது உலகம் அதனால்
உழந்தும் உழவே தலை" (1031)

சமணர்கள் மட்டுமல்ல, எந்த மதத் துறவிகளானாலும் உழவர்களின் துணை இல்லாமல் வாழவே முடியாது என்கிறார் இன்னொரு குறளில். உழவன் கைமடக்கி தொழில் செய்யாமல் தூங்கிவிட்டால் துறவிகளின் ஜெபமாலை உருட்டல்கூட நடைபெறாது என்கிறார் வள்ளுவர்.

"உழவினார் கைம்மடங்கின் இல்லை விழைவதூஉம்
விட்டேம் என்பார்க்கும் நிலை" (1036)

வேளாண்மைத் தொழில் சமணர்களுக்கு எதிரானது. ஆனால், உழவைப் போற்றும் திருவள்ளுவர் எப்படி சமண மதக் கருத்துகளை வலியுறுத்துகிறார் என்று சொல்ல முடியும்? அதேபோல சமணம், துறவுநெறிக்கு எதிரான இயல்பு வாழ்வையும் உயர்த்தி, மேன்மைப்படுத்தி இல்வாழ்க்கை அதிகாரத்தில் பத்து குறட்பாக்கள் மூலம் பதிவு செய்திருப்பார். தவசிகள், துறவிகள் இவர்களைவிட வலிமைமிக்கவர்கள் இல்லறம் நடத்துபவர்கள் என்கிறார் திருவள்ளுவர்.

தன்னை அண்டி இருப்போரை நன்னெறிப்படுத்தி அறம் தவறாமல் நடத்தப்படும் இல்லற வாழ்க்கை என்பது தவம் புரிவோரின் ஆற்றலைவிட வலிமை மிக்கது என்கிறார் திருவள்ளுவர்.

"ஆற்றின் ஒழுக்கி அறன் இழுக்கா இல்வாழ்க்கை
நோற்பாரின் நொன்மை உடைத்து" (48)

தவசிகளை விட இல்லறத்தான் வலிமை மிக்கவன் என்கிறார் வள்ளுவர். அப்படி எனில், தவசிகளுக்கு என்ன வலிமை என்பதை தவம் அதிகாரத்தில் பார்க்கிறபோது வியப்பு

ஏற்படும். தவம்புரிந்து அதன்மூலம் பேராற்றல் பெற்றவர்கள் சாவைத் தாண்டவும் முடியும். வாழ்நாளின் எல்லைகளைக் கடந்தும் வாழ இயலும் என்பது வள்ளுவரின் கருத்தாக உள்ளது.

"கூற்றம் குதித்தலும் கைகூடும் நோற்றலின்
ஆற்றல் தலைப்பட் டவர்க்கு" (269)

எண்ணியவாறு எண்ணியதை எய்தும் பேராற்றல் தவம் செய்தால் கிடைக்கும். அத்தகைய தவம் முயற்சி செய்து அடைவது சிறப்பானது எனக் கூறுகிறார் வள்ளுவர்.

"வேண்டிய வேண்டியாங் கெய்தலால் செய்தவம்
ஈண்டு முயலப் படும்" (265)

இத்தனை வலிமைமிக்க தவத்திற்கு ஈடானதுதான் இல்லறம் என்கிறார் திருவள்ளுவர். உண்மையில் இல்லறமும் கூட தவம் என்ற பெயரில்லாத தவம் போன்றதுதான். துறவு வாழ்க்கை மேற்கொள்பவர்களுக்கு உதவுவதற்காக இல்லறத்தில் இருந்துகொண்டு மெய்த்தவம் புரிகின்றனர் என்கிறார் வள்ளுவர்.

"துறந்தார்க்குத் துப்புரவு வேண்டி மறந்தார்கொல்
மற்றை யவர்கள் தவம்" (263)

விருந்தோம்பல் அதிகாரத்திலும் இல்லற வாழ்வை சிறப்புடன் எடுத்துச் சொல்லி இருப்பார். இல்லறத்தான் வீட்டில் உள்ள அடுப்பில் எரியும் நெருப்பு என்பது யாக வேள்வியில் பற்றி எரியும் நெருப்பைவிட உயர்ந்தது என்கிறார். இதில் இன்னொரு நுட்பத்தையும் திருவள்ளுவர் நமக்குச் சொல்கிறார். இல்லறம் மேற்கொண்டு விருந்தோம்பல் செய்ய இயலாதவர்கள்தான் யாக நெருப்பை மூட்டி துன்புறுவார்கள் என்கிறார் வள்ளுவர்.

"பரிந்தோம்பிப் பற்றற்றேம் என்பர் விருந்தோம்பி
வேள்வி தலைப்பட தார்" (88)

எனவே, சமண மதக்கருத்துகளை முன்நிறுத்தி வள்ளுவர் திருக்குறளைப் படைத்தார் என்பதற்கான மறுப்புச் சான்றுகள்தான் மேற்சொன்ன குறட்பாக்கள்.

அண்மையில் சர்ச்சைக்குரிய வகையில் ஆங்கிலத்தில் திருக்குறளை மொழிபெயர்த்து வெளியிட்ட தொல்லியல் அறிஞர் நாகசாமி அவர்கள், எதையோ எதிர்பார்த்து திருவள்ளுவர் எழுதிய திருக்குறள் வடமொழி சாத்திரங்களின் தழுவல்தான் என்கிறார். அதற்கு உதாரணமாக கடவுள் வாழ்த்திலேயே தொடங்கிவிடுகிறார்.

"அறவாழி அந்தணன் தாள்சேர்ந்தார்க் கல்லால்
பிறவாழி நீந்தல் அரிது" (8)

என்கிற குறட்பாவிற்கு அண்மையில் உரை எழுதி இன்றும் வாழ்ந்து கொண்டிருக்கின்ற கவிஞர் சிற்பியின் பார்வையில், "அறக்கடலாய் விளங்கும் அருளாளன் திருவடியை மிதவையாகப் பற்றிக் கொண்டவர்கள் அன்றி மற்றவர்கள் துயரக் கடலை நீந்திக் கடக்க முடியாது" என்பதுதான் இக்குறளுக்கான உரையாக கவிஞர் சிற்பி பதிவிடுகிறார். ஆனால் நாகசாமியோ, தன் நிறத்தை வெளிப்படுத்தி பதிவிடுகிறார்.

அவரின் உரையில், தர்ம சக்கரத்தை வைத்துள்ள பிராமணர்களின் பாதங்களில் அடைக்கலம் ஆகாதவர்கள் பிறவியைக் கடப்பது கடினம் என்கிறார். இங்கே அந்தணன் என்பது பிராமணன் என்பவரே என்கிறார். ஆனால், திருவள்ளுவர் வேறொரு இடத்தில் அந்தணன் யார் என்பதற்கான அடையாளங்களைச் சொல்கிறார்.

"அந்தணர் என்போர் அறவோர்மற் றெவ்வுயிர்க்கும்
செந்தண்மை பூண்டொழுக லான்" (30)

என்கிறார். அதாவது, உயிர்களிடத்திலும் அன்புடன் பழகி, அருள் பொழிகின்ற அறநெஞ்சம் படைத்தவர்கள் யாரோ அவர்கள் எல்லோருமே அந்தணர்கள் என்கிறார்.

வேத மரபுகளை ஒருபோதும் திருவள்ளுவர் ஏற்றதில்லை என்பதை பல்வேறு இடங்களில் தெளிவுபடுத்துவார். சமஸ்கிருத மந்திரங்கள் ஓத, யாக குண்டங்களை வளர்த்து அதில் உயிர்ப்பலி தொடங்கி உணவுப் பொருட்கள் வரையில் தீயிலிடுவதுதான் வேதகாலத்து யாக சாலை மரபு.

இந்தச் சடங்குகள் வேகமாகப் பரவியபோது, இந்த முறையை எதிர்த்து உருவானதுதான் புத்தமதம். அறிவே ஆயுதம் என்கிற வகையில், உன் வாழ்க்கை உன்னிடத்தில்தான். ஆசைகளை அடக்கினால் துன்பத்தை வெல்ல முடியும் என்றுதான் புத்தர் போதித்தார். திருவள்ளுவர் காலத்திலும் சடங்கு சம்பிரதாயங்கள் பேரில் யாக சாலைகள் வளர்ந்திருக்கின்றன. அதன்மூலம் மக்கள் பெரிதும் பாதிக்கப் பட்டிருக்கிறார்கள் என்பதை ஒரு குறளின்மூலம் அறிந்துகொள்ளலாம்.

"அவிசொரிந் தாயிரம் வேட்டலின் ஒன்றன்
உயிர்செகுத் துண்ணாமை நன்று" (259)

உயிரினங்களைப் பலியிட்டு ஆயிரம் வேள்விகள் செய்வதைவிட ஒரே ஒரு உயிரைக் கூட உணவுக்காகக் கொல்ல மறுப்பது பலமடங்கு மேலானது என்கிறார். அதாவது வேள்வியை கடுமையாக மறுக்கின்ற இடம் இது! புலால் மறுத்தல் அதிகாரத்தின் தொடக்கத்திலேயே அருளாளருக்கு என்று ஒரு அடையாளத்தைச் சொல்கிறார். தன் உடலின் தசையை வளர்த்துக்கொள்ள பிறிதோர் உயிரை அழித்து அதன் உடலை உண்பவன் எப்படி அருளாளன் என்று போற்றப்படுவார் எனக் கேட்கிறார் திருவள்ளுவர்.

"தன்னூன் பெருக்கற்குத் தான்பிறிது ஊன்உண்பான்
எங்ஙனம் ஆளும் அருள்" (251)

வேத காலத்து அந்தணர் கள்ளும், புலாலும் உண்டதற்கான சான்றுகளை கபிலர் பாடல்களில் பார்க்கலாம். பாரியின் அரசவைக் கவிஞராக இருந்த அந்தணரான கபிலர் கள்ளும்,

புலாலும் உண்டதற்கான செய்திகளை பாரியின் வரலாற்றிலும் பார்க்க முடிகிறது. இந்தப் பழக்கத்தை விட்டொழிக்க வேண்டும் என்பதற்காகத்தான், புலால் உண்ணாமை மற்றும் கள்ளுண்ணாமயையும் வலியுறுத்தி இரண்டு அதிகாரங்களை திருவள்ளுவர் படைத்துள்ளார்.

எனவே, வடமொழி சாத்திர நூல்களைத் தழுவித்தான் திருவள்ளுவர் திருக்குறளை இயற்றினார் என்பது ஆதாரப்பூர்வமற்றது. பொதுவாக திருக்குறளில் உள்ள கடவுள் வாழ்த்துப் பகுதியைத்தான், மேற்கோள் காட்டி, திருவள்ளுவர் ஒரு இந்து என்றும் அந்தணர்களைப் போற்றுபவர் என்றும் பலபேர் பேசுவதும் எழுதுவதும் உண்டு.

சுதந்திரப் போராட்ட வீரரும், கப்பலோட்டிய தமிழர் என்று பெயர் பெற்றவருமான வ.உ.சிதம்பரனார், தம்முடைய இறுதிக் காலத்தில் தமிழ் இலக்கிய நூல்களுக்கு ஆய்வுரை நோக்கில் பல நூல்களை இயற்றியவர். திருக்குறளுக்கான உரையில் வ.உ.சி.யின் கருத்தாக ஒன்று பதிவாகி உள்ளது. அதில் திருவள்ளுவர் கடவுள் வாழ்த்தை எழுதியிருக்க முடியாது என்று பதிவு செய்துள்ளார்.

வடமொழி புலமை பெற்ற சூரிய நாராயணசாஸ்திரி என்பவர், தம்முடைய பெயரை தூய தமிழில் பரிதிமாற்கலைஞர் என மாற்றிக்கொண்டவர். இவர் எழுதிய தமிழ் மொழியின் வரலாறு என்னும் நூலில் பழந்தமிழ் மொழி நூல்களில் இடம்பெற்றுள்ள அறக்கருத்துகளை வடமொழியார் தம் மொழியில் மொழிபெயர்த்த பின்னர், தமிழ் நூல்களை அழித்தனர் என்றும் பதிவிட்டுள்ளார். இந்தப் பார்வையுடன் திருக்குறளை வடமொழியார் வசமிடமிருந்து காப்பாற்ற வேண்டும் என்பதற்காக, மணக்குடவர் உரைக்குப் பிறகு முதன் முதலில் உரை எழுதிய பரிமேலழகர் அவர்களால் புகுத்தப்பட்டதுதான் கடவுள் வாழ்த்து என்கிற பாயிரவியல் அதிகாரம் எனச் சொல்வோரும் உண்டு.

அந்தணர்களை உயர்த்திப் பிடிப்பதன் மூலம் ஒட்டுமொத்த திருக்குறள் இலக்கியத்தை, வடமொழியாளரின் தாக்குதலில் இருந்து காப்பாற்றத்தான் இவ்வாறு பரிமேலழகர் செய்திருப்பார் என்று கருதுவதற்கான வாய்ப்புகள் உண்டு. எதிர்காலத்தில் இதற்கெல்லாம் ஆய்வாளர்கள் தான் இன்னும் அதிகப்படியான ஆதாரங்களுடன் உறுதி செய்திட வேண்டும். மேலும், வடமொழித் தழுவல் என்று நூல் எழுதிய நாகசாமியும் எதிர்கால ஆய்வாளர்கள்தான், திருக்குறள் பற்றிய விரிவான தகவல்களை வழங்க வேண்டும் என்று நிறைவு செய்துள்ளார்.

ஆனால், ஒன்று மட்டும் நிச்சயம். உரிமைப் புகழுக்காக நடைபெறும் போட்டியில் இன்று காலத்தை வென்று நிற்கிற திருக்குறளுக்காக நடந்து கொண்டிருக்கிறது. இன்றைய நவீன தொழில்நுட்ப உலகிலும் ஈடு கொடுத்து திருவள்ளுவர் நம்முடன் பயணித்து வருவது என்பது உலகில் எந்த மொழிப் புலவனுக்கும் கிடைக்காத பெரும்பேறாகும்.

திருவள்ளுவரை தம்மவர் என்று தம்பட்டம் அடித்து பலர் ஓய்ந்திருக்கும் வேளையில் தற்போது வேதங்களின் சுருக்கம் திருக்குறள் எனப் புதுக்குரல் ஒலித்திருப்பது காலத்தால் கரைந்துபோகும். உலகப் பொதுமறையாகத் திருக்குறள் திகழ்வதால்தான் நரிக்குறவரின் மொழியான வக்கிர போலி உள்ளிட்ட 35 மொழிகளில் 148 மொழி பெயர்ப்புகளை திருக்குறள் பெற்றுள்ளது. இத்தாலியத் தமிழ் ஏந்தல் வீரமாமுனிவர் 1730 ஆம் ஆண்டில் லத்தீன் மொழியில் மொழி பெயர்த்த பின்னர், ஆங்கிலத்தில் மட்டும் 58 பேர் மொழி பெயர்த்துள்ளனர்.

திருக்குறள் இரண்டாயிரம் ஆண்டுகளுக்கு முன்னரே தோன்றியது. 1921 ஆம் ஆண்டில் பச்சையப்பர் கல்லூரியில் சுமார் ஐந்நூறு புலவர் பெருமக்கள் கூடி திருவள்ளுவராண்டு என்பதற்கு ஒரு அளவுகோலினை வழங்கி உள்ளனர். திருவள்ளுவர் ஆண்டு கி.மு 31 முதல் தொடங்குவதாக

அறிவித்தனர். தமிழக அரசு 1971இல் இதற்கான முதல் உரிய அரசாணை வெளியிட்டுள்ளது. தற்போதைய கணக்கின்படி திருவள்ளுவர் வாழ்ந்த காலம் என்பது (2024+31) 2055 ஆம் ஆண்டு என்பதே இன்றைய நிலையில் சரியானது.

எனவே கி.மு 31-ல் வடமொழி எழுத்து கொண்ட கல்வெட்டுகள் எதுவும் இதுநாள் வரையில் கண்டெடுக்கப்படவில்லை. இந்தியா முழுமைக்கும் தமிழ்தான் ஒரு கட்டத்தில் ஆட்சி செய்துள்ளது என்பதை இதுவரையில் கிடைத்த கல்வெட்டுகள் உறுதி செய்துள்ளன. முதன் முதலில் இந்தியப் பகுதிகளில் சமத்கிருத எழுத்துகளைக் கொண்ட கல்வெட்டுகள் ராஜஸ்தான் மாநிலத்தில் உள்ள அத்திப்பாரா என்னும் இடத்திலும் மேலும் குஜராத்தில் உள்ள ஜிலாகத் என்னும் இடத்தில்தான் கண்டுபிடிக்கப்பட்டன. இந்த கல்வெட்டுகளின் காலம் என்பது கி.பி 1 ஆம் நூற்றாண்டைச் சேர்ந்தது என அறிவியல் ரீதியாக உறுதி செய்யப்பட்டுள்ளது.

ஆனால், தமிழகப் பகுதிகளில், குறிப்பாக மதுரைக்கு அருகில் உள்ள மாங்குளம் என்னும் இடத்திலும், அதேபோல தேனி அருகில் உள்ள புளிமான் கோம்பை என்னும் பகுதியில், தமிழ் பிராமி எழுத்துகளைக் கொண்ட கல்வெட்டுகள் கண்டெடுக்கப்பட்டன. இதன் காலம் என்பது கி.மு ஆறாம் நூற்றாண்டு என்றும் நிரூபிக்கப்பட்டுள்ளது. அதாவது சமத்கிருத கல்வெட்டுகளின் காலத்தைவிட 700 ஆண்டுகள் பழமையான மொழி தமிழ் என உரிய சான்றுடன் நிரூபிக்கப்பட்டிருக்கிறது.

மேலும், சமீபத்தில் நடைபெற்ற கீழடி அகழாய்விலும் தமிழ் பிராமி எழுத்துகளைக் கொண்ட பானை ஓடுகள் கண்டெடுக்கப்பட்டுள்ளன. அதாவது சாமானியன் கூட தன் பெயரை, தான் பயன்படுத்தும் பானையின் வெளிப்புறத்தில் எழுதும் அளவுக்கு கல்வி கற்ற சமுதாயமாக கீழடியில் மக்கள் வாழ்ந்துள்ளனர்.

கீழடியில் வாழ்ந்த மக்களின் காலம் என்பது 2350 முதல் 2600 வரையிலான ஆண்டுகளுக்கு முற்பட்டது என்று அமெரிக்காவில் உள்ள கால நிர்ணய அளவு நிறுவனம் அறிவியல் ரீதியாக கரிமதேதி முறையில் (கார்பன்டேட்) உறுதி செய்யப்பட்டுள்ளது. சமத்கிருதத்தைவிட 700 ஆண்டுகள் மூத்த மொழியான தமிழில் எழுதப்பட்ட திருக்குறளை, வடமொழித் தழுவல் என்பது எவ்வாறு பொருந்தும்?

மேலும் காம சூத்திரம் வாத்சாயனரால் 3 ஆம் நூற்றாண்டிலும், அர்த்த சாத்திரம் சாணக்கியரால் 4 ஆம் நூற்றாண்டிலும் எழுதப்பட்டது. அதேபோல குலத்துக்கொரு நீதி சொல்லும் மனுசுமிருதி 8 ஆம் நூற்றாண்டில் எழுதப்பட்டது. சுக்ரநீதி 10 ஆம் நூற்றாண்டில்தான் வழக்காறு பெற்றது. மேலும் வடமொழியில் எழுதப்பட்ட நீதி நூல்களுக்கு முற்றிலும் மாறுபட்ட வகையில் மனித நேயப் பார்வையுடன் உலக மக்கள் அனைவருக்குமான நீதிகளைச் சொன்ன தமிழ்மறை திருக்குறள் கௌடலீயம் எனப்படும்.

வடமொழி நீதி நூலான அர்த்த சாஸ்திரத்தில் பெற்ற தாயின் பசியைப் போக்குவதே அறமாகும் என்கிறார் சாணக்கியர். ஆனால், வடமொழியின் இந்த நியதியை முற்றிலுமாகப் புறக்கணித்தது திருக்குறள்.

> "ஈன்றாள் பசிகாண்பாள் ஆயினும் செய்யற்க
> சான்றோர் பழிக்கும் வினை" (656)

என்கிறார் திருவள்ளுவர். உயரிய பண்பாளர்கள் பழிக்கும் செயலை பெற்ற தாயின் பசியைத் தீர்ப்பதற்குக் கூட செய்யக் கூடாது என்று வள்ளுவம் எச்சரிக்கிறது. மேலும் ரிக் வேதத்தின் ஒரு பகுதியான புருச சூக்தத்தில், மனித குலத்தை நான்கு வருணங்களாக பிரித்து அதற்கான தரும நியதிகளைச் சொல்கிறது.

ஆனால், திருவள்ளுவர் இதை அடியோடு மறுக்கிறார். பிறப்பால் எல்லோரும் சமமே அன்றி நான்கு வருணப்

பிறப்பெல்லாம் கிடையாது. மனிதர்கள் பிற்காலத்தில் செய்யும் தொழில்களை வைத்துத்தான் பாகுபடுத்தி பார்க்கப்படுகிறது என்று ஒரு குறளில் தெளிவாக விளக்கியிருப்பார்.

"பிறப்பொக்கும் எல்லா உயிர்க்கும் சிறப்பொவ்வா
செய்தொழில் வேற்றுமை யான்" (972)

தொன்னூல் விளக்கம் என்னும் ஐந்திலக்கண நூலில் வீரமாமுனிவர் சொன்னது போல,

"வேத நூல் முதல் எவ்வகை நூலும் கல்லாது உணரவும் சொல்லாது, உணர்த்தவும் வல்லவராகி, மெய்ஞானத் திருக்கடலாகிய ஒரு மெய்க் கடவுள் தன் திருவடி மலரே தலைக்கு அணி எனக் கொண்டேத்தி, இருளிராவிடத்து விளங்கிய ஒரு மீன் போலவும், பாலைச் சுரத்து அரிது அலர்ந்த பதுமம் போலவும், மெய்யாம் சுருதி விளக்காது இருளே மொய்த்த நாட்டின் கண்ணும் கடவுள் ஏற்றிய ஞானத் திருவிளக்கு எறிப்பத் தெளிந்து உணர்ந்து எங்கும் ஒரு விளக்கென நின்றுயர்ந்தவர் திருவள்ளுவர்"

- (தொன்னூல் 149)

அதனால்தான் மகாகவி பாரதியார், "வள்ளுவன் தன்னை உலகினுக்கே தந்து வான்புகழ் கொண்ட தமிழ்நாடு" என்று பரவசத்துடன் பாடினார். அவருடைய தலையாய சீடரான பாவேந்தர் பாரதிதாசனோ, திருவள்ளுவனைப் பெற்றதால் பெற்றதே புகழ் வையகமே என்றதுடன்,

"வித்திப்பிழைக்கும் உழவனும் வேந்தனும் நாடனைத்தும் ஒத்துப் பிழைக்க வழி காட்டி வள்ளுவன் ஓதிய நூல்" என்கிற பாவேந்தரின் கூற்றுதான் உண்மையாகும்.

விவசாயிகளைச் சுற்றித்தான் உலகம் இயங்கும் என்பதை, "சுழன்றும் ஏர்ப் பின்னது உலகம்" எனச் சொன்னவர் திருவள்ளுவர். கடவுள் முதன் முதலில் பிராமணனைத்தான் படைத்தான் எனச் சொல்கிறது வடமொழி சாத்திரம்.

> "வள்ளுவர் செய் திருக்குறளை
> மறுவற நன்குணர்ந்தோர்கள்
> உள்ளுவரோ மனு ஆதி
> ஒரு குலத்துக்கு ஒரு நீதி"

என்கிற மனோன்மணியம் சுந்தரனார் வாக்கிற்கிணங்க திருக்குறளை மாசறக் கற்றோர், யாராக இருந்தாலும் திருவள்ளுவருக்கு எந்த நிறமும் பூசமாட்டார்கள்.

இதேபோல, கடந்த காலங்களில் திரு.தெய்வநாயகம் என்கிற கிறித்தவர் திருவள்ளுவரை வேறுவிதமாகப் பார்த்தார். இயேசுவின் சீடர் புனித தோமையார் தமிழகம் வந்தபோது, திருவள்ளுவர் அவருக்குச் சீடரானாராம்! இயேசுவின் உபதேசங்களைக் கற்றுணர்ந்து அதன் வழியிலேயே திருவள்ளுவர் திருக்குறளை இயற்றினார் என்று ஒரு நூலே எழுதியுள்ளார். இயேசு கிறித்து பிறப்பதற்கு முன்பே பிறந்த திருவள்ளுவரை, யேசுவின் சீடராகப் பார்க்கிறார்கள்! பொதுவாக, மகான்கள் எல்லோருமே மனித குலத்தை நெறிப்படுத்த முயலுகின்றபோது அவர்கள் பேசும் வார்த்தைகள் ஒத்த சிந்தனையுடன், ஒத்தக் கருத்துகளுடன் வெளியாவது இயல்பானது.

இசுலாம் மார்க்கத்தவரின் இறைத்தூதர் நபிகள் நாயகத்தின் கருத்துகளும் திருக்குறளில் காணலாம் என்கின்றனர்!

காலம் கடந்து நிற்கும் திருக்குறளை அனைவருமே கொண்டாட நினைப்பது நல்லதே என்ற போதிலும் திருக்குறளே இதிலிருந்துதான் வந்தது என்கிற வார்த்தைப் பிரயோகங்கள் வள்ளுவத்தை சிறுமைப்படுத்தும் முயற்சிதான் அன்றி அது வேறல்ல! ஆனால், அதை தெரிந்தோ தெரியாமலேயோ செய்து கொண்டிருக்கிறார்கள். ஒரு அழகான குழந்தையை வாரி அணைத்துக் கொஞ்சுவதென்பது வேறு! அது என்னுடைய குழந்தை! நான்தான் தந்தை எனச் சொல்லவந்தால் குழந்தையின் பெற்றோர் எப்படி ஏற்பர்?

மனித இனத்தை நிறம், மொழி, இனம், சமயம் என்ற அடையாளங்களால் பிரித்துப் பார்க்காமல் உணவு, உடை, பண்பாடு, ஒழுக்கம், அறம் என்ற பரிமாணங்களால் இணைத்துப் பார்க்கும் மானுட மாட்சி திருக்குறள். தனிமனித மேம்பாடு, சமூகநல மேம்பாடு ஆகியவற்றை மையப்படுத்தி எழுதப்பட்டுள்ள திருக்குறள், இன்றைய காலகட்டத்திற்கு மட்டுமல்ல, எதிர்காலத்துக்கும் திருக்குறள் மனிதகுலத்துக்கு வழிகாட்டியாக விளங்கும். எனவே, உலகப் பொதுமறை திருக்குறள் என்பதைவிட தமிழ்மறை எனச் சொல்வதே தமிழருக்கும் தமிழனுக்கும் பெருமையாகும்.

தத்துவ நோக்கில் திருவள்ளுவர் பல இடங்களில் அறிவுரை வழங்கியிருப்பார். தத்துவம் என்கிற வடமொழிச் சொல்லுக்கு தமிழில் மெய்யியல் எனச் சொல்லலாம். காலம் கடந்து நிற்கும் கருத்துகள் எல்லாமே மெய்யியல் கோட்பாட்டிற்கு வருகிறது. அதேபோல வாழ்க்கை அனுபவங்களைச் சுட்டிக்காட்டும் கருத்தியலும் தத்துவக் கோட்பாட்டிற்குள் வருகிறது.

தத்துவம் (Philosophy) என்ற சொல்லை முதன் முதலில் பயன்படுத்தியவர் பித்தாகரஸ் என்கிறார்கள் ஆய்வாளர்கள். அறிஞர் பிளாட்டோவின் கூற்றுப்படி, தத்துவம் என்பது உண்மையை உணர முயலும் வடிகால் எனவும் அறுதியிடுகிறார். திருக்குறளில் உண்மையை உணர்தல் என்பது 95 விழுக்காடுக்கு மேல் இன்றைய வாழ்க்கைச் சூழலிலும் பொருத்தமாகப் பார்க்கப்படுகிறது.

கள்ளாமை (திருடுதல்) அதிகாரத்தில், இகழப்படாத வாழ்க்கையை விரும்புபவன் எவ்வளவு பொருளானாலும் பிறர் உடைமையைக் கவரக் கருதாது தன் மனதைக் கட்டுப்படுத்திக் கொள்ளவேண்டும். மற்றவர்க்கு உரிய பொருளை வஞ்சனையாகக் கைப்பற்றிக் கொள்ள எண்ணுவதும் கூட தீமையைத் தரும் என்கிறார் வள்ளுவர்.

அதாவது செய்கையால் மட்டுமல்ல, எண்ணத்தாலும் நேர்மையுடனும் வாழப் பழகு என்கிறார். இப்படியாக களவு சாராத நன்னெறியை அமைத்துக் கொள்ளாதவர்கள் எல்லை கடந்த வாழ்வால் இன்னலுற்று அழிவார்கள். இன்னொருவர் பொருளைத் திருடும் பழக்கத்தில் ஏற்படும் ஈடுபாடு போகப்போக மாற்ற முடியாத துயரத்தில் கொண்டுபோய் சேர்க்கும்.

பிறர் உடைமையைக் கவர்ந்து உருவாக்கும் செல்வம் பெருகி வளர்வது போலத் தோன்றும். ஆனால், விரைந்து அதே வேகத்தில் அழியும் எனவும் வள்ளுவர் எச்சரிக்கிறார்.

"களவினால் ஆகிய ஆக்கம் அளவிறந்து
ஆவது போலக் கெடும்" (283)

களவில் ஈடுபடுவார் நித்தம் நித்தம் செத்துப் பிழைப்பர். களவு கருதாதார் அனைத்து இன்ப வானுலக வாழ்வும் எளிதில் பெறுவர் என்கிறார்.

"கள்வார்க்குத் தள்ளும் உயிர்நிலை கள்ளார்க்குத்
தள்ளாது புத்தே ளுலகு" (290)

இங்கு புத்தேள் உலகு என்பது *(Utopia)* போன்றதோர் கருத்து உயர்வு நவிற்சிக் கற்பனை எனச் சொல்வாரும் உண்டு. வள்ளுவர் காலத்தில் ஏழேழ் உலகு என்ற சொல் நடைமுறையில் இருந்திருக்க வேண்டும். பெரும்பாலும் பல குறட்பாக்களில் வள்ளுவர் இந்த முறையினைக் கையாண்டிருப்பார்.

ஏழேழ் உலகு என வள்ளுவரே சொல்லியுள்ளாரே எனப் பொருள் கொள்வதை அவரே ஏற்கமாட்டார். பெரும்பாலான உரை ஆசிரியர்கள் பரிமேழலகர் உரையைத்தான் பின்பற்றி எழுதும் வழக்கம் உள்ளவர்கள். காலம் செல்லச் செல்ல, பரிமேழகரின் உரையில் இருந்து விலகி ஆய்வு நோக்கில் உரை எழுதும் உரை ஆசிரியர்களும் தோன்றினர் என்பதும் வரலாறாகும்.

"தோன்றின் புகழொடு தோன்றுக அஃதிலார்
தோன்றலின் தோன்றாமை நன்று" (236)

என்கிற இந்தக் குறளுக்கு, பிறந்தால் புகழோடு பிறக்க வேண்டும். இல்லாவிட்டால் பிறக்காதே என்றுதான் பல உரையாசிரியர்கள் உரை எழுதினர். பரிமேலழகரும் பிறந்தால் புகழோடு பிறக்க வேண்டும். இல்லையேல் மிருகமாகப் பிற என்று கூடக் கடிந்து சொல்லியிருக்கிறார். பிறப்பு எப்படி பிறப்பவர் கையில் இருக்க முடியும்? மேலும் புகழுடன் வாழ முடியவில்லை எனில் பிறவாமல் இருப்பது நல்லது என வள்ளுவர் கூறியுள்ளாரே இதனை பரிமேலழகரும் ஆதரிக்கிறாரே என்கிற குழப்பம் ஏற்பட வாய்ப்புகள் உண்டு.

ஆனால், உண்மையில் வள்ளுவர் அப்படித் தடுமாறவில்லை. இந்தக் குறளானது புகழ் என்னும் அதிகாரத்தில் வருகிறது. புகழின் பெருமையைச் சொல்லும் அதிகாரத்தில் தோன்றின் புகழொடு தோன்றுக என்றால், எந்தத் துறையில் அல்லது எந்த அரங்கத்திலாவது கலந்து கொள்வதாக முடிவெடுத்து விட்டால், அதாவது கலந்து கொண்டால் அந்த அரங்கத்திலாவது புகழ் கிடைப்பதாக இருந்தால் மட்டுமே தோன்றுக என்பது தான் வள்ளுவரின் சிந்தனையாகும். இது நாமக்கல் கவிஞர் ராமலிங்கம்பிள்ளை, கவிஞர் சிற்பி மற்றும் எழுத்தாளர் சுஜாதா ஆகியோரின் உரைகளில் காணப்படுகிறது.

ஏழு பிறப்பு என்பதை இன்னொரு இடத்தில் வள்ளுவர் பதிவு செய்திருப்பார். ஒருவன் கசடறக் கற்ற கல்வியனாது அவனுக்கு ஏழேழு பிறப்புக்கும் துணை செய்யும் என்பதை

"ஒருமைக்கண் தான்கற்ற கல்வி ஒருவற்கு
எழுமையும் ஏமாப் புடைத்து" (398)

என்கிறார் வள்ளுவர். பரிமேழலகர் தொடங்கி பெரும்பாலான உரை ஆசிரியர்கள் எழுமை என்பது ஏழ் பிறப்பு என்று உரையெழுதி உள்ளனர். ஏழ் பிறப்பில் நம்பிக்கை

கொண்டவர்களுக்கு இது பொருந்தும். அடுத்தபிறவி என்பதெல்லாம் கிடையாது என்பவர்களுக்கு இந்தக் குறள் எப்படிப் பொருந்தும்! ஆனால், இங்கே எழுமை என்பதற்கு ஏழு தலைமுறை எனக் கருதினாலும் குறளின் அர்த்தம் மாறாமல் ஒலிக்கும்.

ஒருவன் கற்ற கல்வி என்பது அவனது சந்ததிகள் தொடங்கி ஏழு தலைமுறைக்கும் பயன்படும் என குறிப்பிட்ட உரை ஆசிரியர்கள் எழுதி இருப்பதும் கவனிக்கத்தக்கது. இதே கல்வி அதிகாரத்தில் ஒருவனுக்கு அழிவற்ற செல்வம் கல்வி என்றும், அதனால் அழியும் தன்மை கொண்ட பிறவகைச் செல்வங்கள் மெய்யான செல்வம் அல்ல என்கிறார்.

"கேடில் விழுச்செல்வம் கல்வி ஒருவற்கு
மாடல்ல மற்ற யவை"   (400)

கல்வி அதிகாரத்திற்கு அடுத்த அதிகாரம் கல்லாமை. இந்த அதிகாரத்தில் கல்லாதவர்களின் நிலை குறித்துப் பேசியிருப்பார். கல்லாதவன் இயல்பாகவே அறிவு நலம் மிக நன்கு பெற்றிருப்பினும், அதனை அறிவுச் சான்றோர் ஏற்க முன்வர மாட்டார்கள். கல்வி நலம் இல்லாதவனின் அறிவு கற்றவன் கண்டு உரையாடத் தொடங்கும்போதே வலிவு குன்றித் தேயும். கல்லாதவர் எதுவும் பயிரிட முடியாத களர்நிலத்துக்கு ஒப்பாவார். இருந்தும் பயனில்லாதவர். கல்லாதவனிடம் செல்வம் இருந்தால், அது கற்றவரிடம் இருக்கும் வறுமையைவிட கொடியதாகும் என்றும் கல்லாதவன் உயர்குலத்தில் பிறந்திருந்தாலும் பெருமை ஆகாது. கீழ்குலத்தில் பிறந்திருந்தாலும் அவன் கல்வி கற்றிருந்தால் அந்தப் பெருமையும் மதிப்பும் மேல்குலத்து கல்லாதவனுக்குக் கிடைக்காது என்கிறார் வள்ளுவர்.

நிறைவாக கல்லாமை அதிகாரத்தை நிறைவு செய்கிறபோது கற்றவர்களுக்கும், கல்லாதவர்களுக்கும் உள்ள வித்தியாசம் மனிதர்களுக்கும் விலங்குகளுக்கும் உள்ள வித்தியாசம்தான்

என கல்லாதவர்களை மிருகங்களுடன் ஒப்பிட்டுச் சொல்கிறார் வள்ளுவர்.

"விலங்கொடு மக்கள் அனையர் இலங்குநூல்
கற்றாரோடு யேனை யவர்" (410)

கல்வி கல்லாத ஒருவனை இந்த அளவுக்கு கடுமையாக விமர்சிப்பார் திருவள்ளுவர். கல்லாதவர்கள் அனைவரும் பயன் அற்றவர்கள்தானா என்கிற கேள்வி இயல்பாகவே படிப்போர் மனதில் எழும். இந்தக் கேள்விக்கான விடையினை கல்லாமைக்கு அடுத்த அதிகாரத்திலேயே கேள்வி அதிகாரத்தில் சொல்லியிருப்பார்.

கேடு வராத செல்வம் கல்விச் செல்வம் என்று சொன்ன வள்ளுவர், செல்வங்களில் எல்லாம் தலையாயச் செல்வம் செவிச் செல்வம் என்கிறார். இங்கே வெறுமனே செல்வமாகப் புகழ்வது செவிகளை அல்ல, மாறாக நல்ல விசயங்களை கேட்கும் பண்பு கொண்டோரை புகழும் அதிகாரம்தான் கேள்வி அதிகாரம்.

வானுலகத்தில் வேள்வி உணவு உண்ட தேவர்கள் உண்டு என்பர். செவிக்கு உணவான கேள்வி ஞானம் பெற்றோர் இம்மண்ணுலகிலேயே தேவர்கட்கு நிகராவார் என்கிறார் வள்ளுவர். கற்கும் வாய்ப்பு பெறாவிடினும் கேட்டு அறிவு பெறுதல் வேண்டும். தளர்ச்சி உண்டாகும்போது அது நம்மைத் தாங்கும் துணை ஆகும் என்கிறார்.

"கற்றல னாயினும் கேட்க அஃதொருவற்கு
ஒற்கத்தின் ஊற்றாம் துணை" (414)

அனுபவித்து உணர்ந்து நிரம்பிய கேள்வி ஞானம் பெற்றவர்கள் தவறியும் அறிவு இழந்த சொற்களைக் கூற மாட்டார்கள். கேள்வி அறிவு நுழையாத செவி நுட்பமாகக் கேட்கும் வல்லமை பெற்றதாயினும் கேளாக் காதாகவே இகழப்படும் என்றும் வள்ளுவர் குறிப்பிடுகிறார்.

கல்லாமை அதிகாரத்தில் கல்லாதவர்களை எதற்கும் உதவாத களர்நிலம் என்று சொன்ன வள்ளுவர் இங்கே கேள்வி ஞானம் இல்லாதவர்களை வெறுமனே தின்பதற்காக வாழ்பவர்கள் அவர்கள் எனவும், இவர்கள் இருந்தாலும் ஒன்றுதான். இறந்தாலும் ஒன்றுதான் எனக் கடுமையாகச் சாடுகிறார்.

"செவியின் சுவையுணரா வாயுணர்வின் மாக்கள்
அவியினும் வாழினும் என்" (420)

கள்ளாமை (திருடுதல்), கல்லாமை (கல்வியறிவு இல்லாதோர்) இந்த இரண்டு அதிகாரங்களும் தத்துவ நோக்கில் ஆராய்ந்து பார்த்தால், மனிதர்கள் யாரையும் கைவிடுவதாக இல்லை.

கல்லாதவனை, கேள்வி ஞானம் பெற்றிருந்தால் போதும் என்கிறார். கள்ளாமை குணம் கொண்டோர் தினம் தினம் செத்துப் பிழைப்பர் என்றும் வள்ளுவர் அறுதியிட்டுக் கூறுகிறார்.

கல்வியும் கேள்வி ஞானமும் பெற்றவர்கள் எல்லோருமே அறிவுடையவர்களாக இருப்பார்களா? இல்லை என்கிறார் வேறொரு அதிகாரத்தில். கல்வி, கல்லாமை, கேள்வி அதிகாரத்திற்கு அருகிலேயே அறிவுடைமைக்கென தனி அதிகாரத்தைப் படைக்கிறார்.

கல்வி, கேள்வி ஞானம் பற்றிய சிறப்புகள் எல்லாம் சொன்ன வள்ளுவர், அறிவு இருந்தால் மட்டுமே அழிவு வராமல் தற்காத்துக் கொள்ள முடியும். அந்த அறிவுடைமை என்பது பகைவர்களாலும் அழிக்க முடியாது என்கிறார்.

மனதை அலையவிடாமல், தீமைகளைத் தவிர்த்து நல்ல விசயங்களில் கவனம் செலுத்துவதே அறிவு. எந்த விசயத்தை யார் சொல்லக் கேட்டாலும் அதன் உண்மையைக் கண்டுகொள்வதுதான் அறிவு என்கிறார் வள்ளுவர்.

> "எப்பொருள் யார்யார்வாய்க் கேட்பினும் அப்பொருள்
> மெய்ப்பொருள் காண்ப தறிவு"   (423)

ஒட்டுமொத்த திருக்குறள் இலக்கியத்துக்கே முத்தாய்ப்பான குறள் இது எனலாம். திருக்குறளில் எந்த இடத்தில் ஐயப்பாடு எழுந்தாலும் அதற்கான விடைகள் எல்லாமே நம் அறிவு ஏற்க மறுத்தாலும் திருவள்ளுவரே நேரடியாக வந்து பதில் சொல்ல வேண்டும் என்கிற நிலையில் மெய்ப்பொருள் காண்பது அறிவு என்கிற அளவுகோலுடன் நடைபோட வைக்கும் பகுத்தறிவின் உச்சம்தான் எப்பொருள் யார் யார் வாய்க் கேட்பினும் என்கிற குறள்.

யார் சொன்னால் என்ன உன்னுடைய மெய்யறிவு அதை ஏற்க மறுத்தால், அதனை விட்டுவிட்டு சுய புத்தியுடன் செயல்படுவதே நல்லது என்கிறார் வள்ளுவர்.

ஒவ்வொரு மனிதனுக்குள் இருக்கும் அறிவாற்றலை அங்கீகரிக்கிறார் திருவள்ளுவர். அறிவுடையார் ஏதும் இலராயினும் எல்லாம் படைத்துக் கொள்ளும் திறமை உடையவர்கள். அக்கூறு இல்லாதவர் என்ன பெற்றிருந்தாலும், காக்கும் அறிவின்மையால் ஒன்றும் இல்லாதவரே ஆவர் என்கிறார் வள்ளுவர்.

> "அறிவுடையார் எல்லாம் உடையார் அறிவிலார்
> என்னுடைய ரேனும் இலர்"   (430)

இன்றைக்கும் மிகப்பெரும் குற்றங்களைச் செய்வோரில் பெரும்பாலானோர் கல்வி கற்றவர்களாக இருக்கிறார்கள். வள்ளுவர் காலத்திலும் அப்படிப்பட்டவர்கள் இருந்திருக்க வேண்டும். அதனாலேயே கல்விக்கும், அறிவுடைமைக்கும் தொடர்பில்லை என்கிற முடிவால்தான் அறிவுடைமைக்கென தனியாக பத்து குறட்பாக்கள் வள்ளுவரை எழுதத் தூண்டியிருக்கிறது.

"படித்தவன் பாட்டைக் கெடுத்தான், எழுதியவன் ஏட்டைக் கெடுத்தான்" என்கிற பழமொழி வள்ளுவர் காலத்திலிருந்தே

தொடர்ந்து வந்து கொண்டிருக்கிறது. அறிவு என்பது இயற்கையாகவே ஒவ்வொரு மனிதனின் பிறப்பில் இருந்தே வருகிறது. அப்படி அறிவாற்றலுடன் பிறந்தவர்களில் சிலர் கல்வி கற்கச் சென்றுவிடுவதால் அந்தக் கல்விக்குச் சிறப்பு உண்டாகிறது. எனவேதான் அறிவுடைமையை தனியாகப் படைத்திருக்கிறார் வள்ளுவர்.

கூர்மையான அறிவைத் தரும் பல நூல்களைக் கற்று அறிந்திருந்தாலும் இயற்கை தந்த அறிவே ஆளுமை செலுத்தும் என்பதை ஊழியல் அதிகாரத்தில் உறுதி செய்கிறார்.

"நுண்ணிய நூல்பல கற்பினும் மற்றுந்தன்
உண்மை அறிவே மிகும்" (373)

மிகச்சிறந்த அறிவாளிகளாக இருப்பார்கள். ஆனால் வாழ்க்கையில் செல்வந்தராக இல்லாமல் ஏழையாக இருப்பார்கள். அதே நேரத்தில் செல்வச் செழிப்பில் சிலர் இருப்பர். அவர்களுக்கும் அறிவுக்கும் சம்பந்தமே இருக்காது என்கிற இரண்டு நிலை பெரிதும் காணப்படுகிறது என்கிற கவலையை வள்ளுவர் பகிர்ந்துகொள்கிறார்.

"இருவேறு உலகத்து இயற்கை திருவேறு
தெள்ளிய ராதலும் வேறு" (374)

"பணம் இருக்கும் மனிதனிடம் குணம் இருப்பதில்லை, குணம் இருக்கும் மனிதனிடம் பணம் இருப்பதில்லை" என்கிற கண்ணதாசனின் திரைப்பட பாடல் வரிகள் இங்கு பொருந்துகிறது.

பொதுவாக ஊழியல் அதிகாரத்தில் வரும் ஊழ் தலைப்பில் இருக்கும் பத்து குறட்பாக்களும் திருவள்ளுவரால் ஆராயப்பட்டது எனலாம். ஆனால், அந்த ஆராய்ச்சியின் முடிவை அவரவர் மனதுக்கேற்ப விட்டுவிடுகிறார். இயற்கை ஆக்கச் சக்தியாக உதவும்போது தளர்ச்சிஇன்மை உண்டாகும். இயற்கை அழிவு சக்தியாக ஆகும்போது கைப்பொருள் இழப்புடன் சோம்பலும் உண்டாகும் என்றும், இழப்புச்

சூழல் முந்தும்போது அறியாமை விளையும். ஆக்கச் சூழல் வளரும்போது அறிவு விரிவாகும்.

செல்வம் சேர்க்க முற்படும்போது நல்வழி பயனற்றுப் போவதும் உண்டு. தீயவழி வெற்றி தருவதும் உண்டு. இதுகுறித்து எச்சரிக்கை வேண்டும். ஏனெனில் அறநெறி வகுத்த சான்றோர் நெறியில் வாழ்வை அமைத்துக் கொள்ளாவிட்டால் பொருள் ஈட்டுபவன் கோடி தொகுத்தாலும் துய்க்க முடியாமல் போவதுண்டு எனவும் வள்ளுவர் எச்சரிக்கிறார். இயற்கை முறைமையே எல்லையற்ற ஆற்றல் உடையது. அதனினும் வலியது இல்லை. வேறு முயற்சிகளைக்கூட இம்முறை வெல்ல வல்லது என ஊழின் வலிமையை வள்ளுவர் இவ்வாறு எடுத்துச் சொல்கிறார்.

"ஊழிற் பெருவழி யாவுள மற்றொன்று
சூழினும் தான்முந் துறும்" (380)

ஊழ் என்கிற பழைய வினைகளின் விளைவுகளால்தான் ஒருவனுக்கு வாழ்க்கை அமையும் என்பதை இந்த பத்துக் குறட்பாக்களிலும் வலியுறுத்துகிறார் வள்ளுவர். நடப்பது நடக்கட்டும் எல்லாம் அவன் செயல் என்னும் பிற்போக்குச் சிந்தனையாளராக இந்த அதிகாரத்தில் காட்சி தரும் வள்ளுவர் இன்னோரிடத்தில் நீ செய்கின்ற முயற்சிக்கு ஏற்ப அதன் பலன் நிச்சயம் அடைந்தே தீரும் என நிமிர வைக்கிறார்.

"தெய்வத்தான் ஆகாது எனினும் முயற்சிதன்
மெய்வருத்தக் கூலி தரும்" (619)

கடவுள் அருள் இல்லை என்று சிலர் கூறினாலும் கடும் உழைப்போடு முயன்றால், உழைப்புக்கு ஊதியம் இல்லாமல் போகாது என்கிறார். இவ்வாறு ஆள்வினைஉடைமை முழுவதும் தன்னம்பிக்கைப் பாடம் நடத்தும் அதிகாரமாகப் பார்க்கலாம்.

எந்தச் செயலும் கடினமானது என இதயம் தளர்ந்துவிடாமல் தொடர்ந்து முயற்சி செய்தால் அதற்கான வெற்றி என்பது சாத்தியமே என்கிறார். எச்செயலை எடுத்தாலும் இடையில்

விட்டுவிடக் கூடாது. ஏனெனில் அரைகுறையாய்ப் பணி செய்தானை உலகம் ஒதுக்கித் தள்ளும் என்கிறார்.

பிறருக்கு உதவும் மேன்மையான பண்பு உழைப்பு என்பவை உயர்குணத்தால் உண்டாகிறது எனவும், உழைப்பு மட்டுமே தேடி வரும் எனவும், மூதேவி குடியிருப்பது சோம்பலின் மடியில், ஸ்ரீதேவி குடியிருப்பது உழைப்பின் மடியில் என்றும், உடல் உறுப்பு ஊனமாகிக் கொண்டோரும் முயற்சிக்கலாம், ஓய்ந்திருக்கக் கூடாது என்கிறார். உறுப்பு குறைபாடு யாருக்கும் இழிவன்று. அறிவால் சிந்தித்து ஆற்றலோடு முயற்சி செய்யாமையே இழிவாகும் எனவும் வள்ளுவர் கூறுகிறார்.

"பொறியின்மை யார்க்கும் பழியன்று அறிவறிந்து
ஆள்வினை இன்மை பழி" (618)

இங்கு பொறியின்மை என்பதற்கு ஊழ் இன்மை என்றும், புத்திக்கூர்மை இல்லாதவன் எனவும் உரையாசிரியர் சிலர் பொருள் கூறி உள்ளனர்.

ஊழியல் அதிகாரத்தில் எல்லாமே விதிப்படிதான் நடக்கும் எனச் சொன்ன வள்ளுவர் ஆள்வினை உடைமையில் உன் வாழ்க்கை உன் கையில் என்கிறார்.

பசி நோக்காது கண் துஞ்சாது தளராது தாமதியாது உழைப்பவர்களைக் கண்டு எல்லாவகையான எதிர்ப்புச் சூழலும் புறங்காட்டி ஓடி மறையும் என ஒவ்வொரு மனிதனின் முயற்சிக்கும், உழைப்புக்கும் முன்னால் எந்த விதியும் எதுவும் செய்யாது என்கிறார்.

"ஊழையும் உப்பக்கம் காண்பர் உலைவின்றித்
தாழாது உஞற்று பவர்" (620)

திருக்குறளை மேம்போக்காகப் பார்த்தால் அதன் மெய்யியல் தன்மையை அறிவது கடினம். 133 அதிகாரங்களில் இன்பத்துப்பாலில் உள்ள 250 குறட்பாக்கள் தவிர

அறத்துப்பாலில் உள்ள 380 குறட்பாக்களும், பொருட்பாலில் 700 குறட்பாக்களும் ஏதாவது ஒரு வகையில் தத்துவக் கோட்பாடுடன் கூடிய கருத்துகளே அதிகம் எனலாம். குறிப்பிட்ட சில அதிகாரங்களை முன்வைத்து மற்ற எல்லா குறட்பாக்களையும் மதிப்பிடுவது தவறாகவே இருக்கும்.

மன உறுதியுடன் இருங்கள். எல்லாவற்றையும் எதிர்கொண்டு வென்று காட்டமுடியும். அதற்கான வழிகள் என்பது அறம் சார்ந்ததாக மட்டுமே இருக்க வேண்டும் என்பதில் திருவள்ளுவர் மிகவும் கவனமாக இருந்து திருக்குறள் இலக்கியத்தை உலக மாந்தர்களுக்கு வழங்கியுள்ளார். "நீ எதுவாக நினைக்கிறாயோ அதுவாகவே ஆவாய்" என்பது ஞானியரின் கருத்தியல்களில் முக்கியமானதாகப் பார்க்கலாம்.

சுவாமி விவேகானந்தர் இதனைத் தன் வாழ்நாள் முழுவதிலும் எடுத்துரைத்தார். அண்ணல் காந்தியடிகளும் பகவத் கீதையை மேற்கோளாகக் கொண்டு இந்தக் கருத்தைப் பேசுவார்.

திருவள்ளுவர் வாய்மொழியில் முத்தாய்ப்பாக இதனை வலியுறுத்திச் சொல்கிறார். எண்ணுவதெல்லாம் உயர்வையே எண்ணுக. எண்ணிய உடனே நடக்காமல் போயினும் உயர்வான எண்ணத்தை ஒருபோதும் நிறுத்தாதே என்கிறார்.

"உள்ளுவ தெல்லாம் உயர்வுள்ளல் மற்றது
தள்ளினும் தள்ளாமை நீர்த்து"   (596)

வாழ்க்கையில் மாபெரும் அழிவு வந்தாலும் ஊக்கம் உடையார் மனம் தளரமாட்டார்கள். போர்க்களத்தில் அம்புகளால் புதையுண்டபோதும் தளராத யானைபோல எனவும், ஊக்கமே ஒருவனுக்கு மிகப்பெரிய வலிமையாகும். அந்த வலிமை இல்லாதவன் மனிதனாக இருந்தாலும், மரத்திற்குச் சமமானவன் எனச் சாடுகிறார் வள்ளுவர்.

குளத்தில் மலரும் மலர்களின் உயரம் என்பது அந்தக் குளத்தின் நீர்மட்ட உயர்வுக்கு ஏற்ப உயரம் அடையும். அதுபோல ஊக்கமுடைய நெஞ்சுறுதி கொண்ட மானுடர்களின் வாழ்வும் உயரத்தான் செய்யும் என்கிறார். எனவே ஊக்கம் என்னும் பண்பை உறுதியாய் மேற்கொண்டவர்கள் ஒருநாளும் பொருட்செல்வம் போயிற்றே என்று புலம்பி வருந்தமாட்டார்கள். தடுமாற்றம் இல்லாத மனஉறுதி கொண்டவனின் வீட்டு முகவரியை செல்வச் செழிப்பு தேடி வரும் என்கிறார். ஆகவே, ஒருவனுக்கு உண்மையான உடைமை என்பது பொருளுடைமையல்ல. உறுதி வாய்ந்த உள்ளம்தான் உண்மையான சொத்து எனவும் குறிப்பிடுகிறார்.

"உள்ளம் உடைமை உடைமை பொருளுடைமை
நில்லாது நீங்கி விடும்" (592)

இந்தக் குறளில் முதலில் வரும் உடைமை என்பது மனஉறுதியைச் சொல்லும். இரண்டாவதாக வருகிற உடைமை பொருட்செல்வத்தைக் குறிக்கிறது.

செல்வம் நிலையானதல்ல என்பதற்கு நிலையாமை அதிகாரத்தில் தத்துவ நோக்கில் இன்றும் பொருந்துகிற வகையில் பாடம் நடத்துவார் வள்ளுவர். சினிமா திரையரங்கங்கள் வள்ளுவர் காலத்தில் இல்லாதிருந்தாலும் கூத்தாடும் அவைகள் இருந்திருக்கின்றன அதாவது நாடகக் கொட்டகைகள் மாதிரி!

அந்தக் கூத்தாடும் அவைக்கு அனுமதிச் சீட்டு பெற்று ஒவ்வொருவராக வந்து அமருவர். கூத்து முடிந்தவுடன் ஒவ்வொருவராகச் செல்வதில்லை. மாறாக அனைவரும் உடனே சென்றுவிடுவார்கள். அதுபோல் செல்வம் சிறுகச் சிறுக சேர்ந்திருந்தாலும், செல்வம் தொலையும் நேரம் வந்தால் மொத்தமாகச் சென்றுவிடும் என்கிறார்.

"கூத்தாட்டு அவைக்குழாத் தற்றே பெருஞ்செல்வம்
போக்கும் அதுவிளிந் தற்று" (322)

ஆதலால், நிலையற்றது செல்வம். அதனைப் பெறுகின்றபோதே நிலையான புகழைத் தேடித்தரும் செயல்களில் இறங்கிவருவது நல்லது என்றும், ஒவ்வொரு நாளும் காலை, நண்பகல், மாலை என ஒன்றுபோல் தோன்றி ஏமாற்றும். உண்மையில் அது நம் வாழ்நாளைச் சிறிது சிறிதாய் குறைக்கும் வாள் போன்றது என்கிறார் வள்ளுவர்.

நாக்குச் செயலற்று அடங்கி சாவைத் தரும் விக்கல் உண்டாகும் முன்பே யாக்கை நிலையாமை உணர்ந்து ஆக்கம் நிறைந்த செயல்கள் செய்திட வேண்டும். திடீரென விக்கல் வந்தது, பின்னர் மூர்ச்சையாகி இறந்துபோனார் என்கிற காட்சியை இந்தக் குறளின் மூலம் வள்ளுவர் நமக்கு உணர்த்துகிறார்.

"நாச்செற்று விக்குள்மேல் வாராமுன் நல்வினை
மேற்சென்று செய்யப்படும்" (335)

அதேபோல நேற்று இருந்தவன் இன்று இல்லை என்ற நிலையாமை தொடர்கிறது. இந்த உலகில் தற்போது இருப்பவர்களைவிட இறந்தவர்கள்தான் அதிகம் என்கிறார்.

"நெடுநல் உளன்ஒருவன் இன்றில்லை என்னும்
பெருமை உடைத்து இவ்வுலகு" (336)

உறக்கமும் விழிப்பும் போல் இயல்பானவை சாவும், பிறப்பும். பிறப்பு, விழிப்பு என்றால் சாவு மீளா உறக்கமாகும், மேலும் கூட்டைவிட்டுத் தனியே பறந்துபோகும் பறவை போல உடலைவிட்டு உயிர்போகும் என்கிற நிலையாமை தத்துவத்தைச் சொல்ல வந்த வள்ளுவர் இறுதியில் மறுபிறவியை இந்த இடத்தில் மறுத்திருப்பார்.

"புக்கில் அமைந்தின்று கொல்லோ உடம்பினுள்
துச்சில் இருந்த உயிர்க்கு" (340)

உடலில் ஒட்டிக் குடியிருக்கும் உயிருக்கு, புகும்வீடு வேறு அமையவில்லையே என்கிற வள்ளுவரின் இந்தக் குறள் மறுபிறவியை மறுப்பதாக உள்ளது என்பதும் குறிப்பிடத்தக்கது.

திருக்குறளில் உள்ள அறம், பொருள் உள்ளிட்ட மெய்யியல் தொடர்பாக, திருவள்ளுவர் சொன்ன கருத்துகள் சில இடங்களில் ஏற்கும்படியாக இல்லையே... எது உண்மையென்று அறிவது? என குழப்பம் வருகிறபோது திருவள்ளுவரே நேரில் வந்து ஒரு குறளின்மூலம் குரல் கொடுப்பார்.

"எப்பொருள் எத்தன்மைத் தாயினும் அப்பொருள்
மெய்ப்பொருள் காண்ப தறிவு"   (355)

எனவேதான், கவிமணி தேசிக விநாயகம் பிள்ளை நமக்குள் ஏற்படுத்தும் குழப்பத்தை அகற்றும் நூல் திருக்குறள் என்கிறார்.

"புத்தகம் நூறு புரட்டிக் களைப்புற்றுச்
சித்தம் களங்கி திகைப்பதேன்? வித்தகன்
தெய்வப்புலவன் திருவள்ளுவன்சொன்ன
பொய்யில் மொழியிருக்கும்போது.
மக்களுக்கு மாநிலத்தில் வாழ்க்கை வழிகளெல்லாம்
சிக்கலறக் காட்டிநலம்செய்நூலாம் மிக்கபுகழ்ச்
செந்தமிழ்ச் செல்வத் திருக்குறளைநெஞ்சமே
சிந்தனை செய்வாய் தினம்"

தினம்தோறும் திருக்குறளை நினைத்துப் பார்த்தாலே போதும். அதுவே நம்மை நெறிப்படுத்தும் எனும் நம்பிக்கையில் கவிமணி இவ்வறு கூறுகிறார்.

8. பக்தியில் சுயமரியாதை!

தமிழகத்தில் பகுத்தறிவு இயக்கம், அதனைத் தொடர்ந்து திராவிட இயக்கம் போன்றவைகளுக்கு முன்னோடியாக சென்னையில் தொடங்கப்பட்ட திருவல்லிக்கேனி இலக்கியச் சங்கம் இருந்தது. 1868 ஆம் ஆண்டில் மீர் இப்ராகிம் அலி என்பவரால் தொடங்கப்பட்ட இச்சங்கத்தின் முக்கிய நோக்கமாக சமூக சீர்த்திருத்தப் பிரச்சனைகளை விவாதித்து அதன் மூலம் புதிய கருத்துருவாக்கம் செய்வதில் இருந்து தொடங்குகிறது.

1893இல் சென்னை நகர பொதுமக்களுக்கு புரட்சிகரத் துறவியாக உலவிய சுவாமி விவேகானந்தரை முதன் முதலில் இந்தச் சங்கம்தான் அறிமுகம் செய்தது. அதன்பிறகு சென்னை இந்து ஆசார சீர்த்திருத்தச் சங்கம் என்னும் அமைப்பை 1892இல் ஜி.சுப்ரமணிய ஐயர், சங்கரன் ஐயர், நீதிபதி எஸ். சுப்ரமணிய ஐயர் உள்ளிட்ட 8 பேர் கொண்ட குழு அமைப்பைத் தொடங்கியது.

பெண்கல்விக்கு ஊக்கமளித்தல், திருமணச் செலவுகளில் சீர்த்திருத்த நடவடிக்கைகள், குடும்ப பழக்கவழக்கங்களில்

சீர்திருத்தம் செய்தல், ஒரு சாதியில் உள்ள பல பிரிவுகளை ஒன்றாக்குதல் போன்ற கொள்கைகளை முன்நிறுத்தி செயல்பட்டது இந்து ஆசார சீர்திருத்தச் சங்கம்.

பால்ய விவாக எதிர்ப்பு, விதவை மறுமண ஆதரவு, அந்நிய தேச யாத்திரை செல்ல தனிநபருக்குள்ள உரிமை, பெண்களுக்கான சொத்துரிமை மற்றும் பெண்கல்வி போன்ற கொள்கைகளை முன்நிறுத்தி செயல்பட்ட இந்தச் சங்கத்தின் மாநாடு 1895இல் பூனாவில் நடைபெறுவதாக இருந்த நிலையில் திலகர் எதிர்ப்பால் கைவிடப்பட்டது.

அக்காலத்தில் அரசியலில் தீவிரவாதியாக விளங்கியவர்கள், சமூகச் சீர்திருத்தத்தில் மிதவாதிகளாகவும், சமூகச் சீர்திருத்தங்களால் தீவிரத்தன்மையுடன் இயங்கியவர்கள் அரசியலில் மிதவாதிகளாகவும் இருந்தார்கள்.

இதில் சுதேசமித்திரன் ஆசிரியராக இருந்த ஜி.சுப்ரமணிய ஐயர் இரண்டிலுமே தீவிரமாக இயங்கினார். பால்ய பருவத்தில் தம் மகளை திருமணம் செய்து கொடுத்திருந்த நிலையில், கணவர் இறந்துபோன பின் துணிச்சலுடன் தம் மகளுக்கு மறுமணம் (விதவைத் திருமணம்) செய்து வைத்தவர்.

சமூகச் சீர்திருத்தம் இல்லாமல் அரசியல் விடுதலை என்பது கனவாகவும், கற்பனையாகவும் இருக்கும். ஏனென்றால் அரசியல் விடுதலையை சமூக அடிமைகளால் உணர முடியாது. சமூகச் சீர்திருத்த மாநாடுகள் வெற்றி பெறும் வரையில் நமது தேசிய காங்கிரஸ் என்பது வெறும் புழுதி வெளித் தோற்றமே என 1940இல் இந்து பத்திரிகையில் பாரதி கடிதம் எழுதியதும் குறிப்பிடத்தக்கது. ஆசார விசயங்களில்

சீர்திருத்தங்கள் கூடாது என்கிற திலகரின் நிலைபாட்டை பின்னர் பாரதி ஆதரித்தார் என்பதும் வரலாறாகும்.

சமூகச் சீர்திருத்தத்தில் ஆதரவு காட்டாத திலகருக்கு காங்கிரஸ் கட்சியின் தலைமை எதற்கு? என கடுமையாகத் தாக்கி இந்தியன் சோஷியல் ரிபார்மர் பத்திரிகையில் கட்டுரை வெளியானபோது பாரதியார் கடுமையான முறையில் 1906 ஆம் ஆண்டில் இந்தியா பத்திரிகையில் எழுதினார். மதக் கொள்கைகளையும், ஆசார சம்பந்தமான அபிப்பிராயங்களையும் அரசியல் விசயங்களிலே கொண்டு வந்து புகுத்துவது மூடர்களின் செய்கை என மற்றொருமுறை வற்புறுத்த விரும்புகிறோம் என்று எழுதியிருந்தார்.

சீர்திருத்தக் கொள்கைகளுக்கு ஆதரவு, எதிர்ப்பு என்று தொடர்ந்து வந்த அந்த சமகாலத்தில் பிராமணர்களின் ஆதிக்கம்தான் உச்சத்தில் இருந்தது. 1885இல் தேசிய காங்கிரஸ் கட்சியின் தொடக்கத்திற்கு சென்னையில் இருந்து சென்ற ஆறு பிரதிநிதிகளில் ஐந்துபேர் பிராமணர்கள், பின்னர் அகில இந்திய காங்கிரஸ் குழுவுக்குச் சென்னைப் பிரதேசக் காங்கிரஸ் குழுவைச் சேர்ந்த பதினைந்து பேர் தேர்ந்தெடுக்கப்படுகின்றனர். அதில் பதினான்கு பேர் பிராமணர்கள். 1910-க்கும் 1919-க்கும் இடையில் அரசு உயர்நிர்வாகக் குழுவில் இடம் பெற்றிருந்த ஒன்பது இந்திய அதிகாரிகளில் எட்டுபேர் பிராமணர்கள்!

1912இல் உள்ளாட்சித் துறையிலிருந்து சட்டமன்றத்திற்குத் தேர்ந்தெடுக்கப்பட்டவர்களில் நெல்லை மாவட்டம் தவிர ஏனைய எல்லாத் தொகுதிகளிலிருந்தும் பிராமணர்கள் மட்டும் இருந்தனர். மேலும் பெரும்பாலான மாவட்டக் காங்கிரசின் தலைவர்களாக பிராமணர்களே ஆதிக்கம் செலுத்தினர்.

தென்னிந்தியாவில் 15 லட்சம் பேர்கள் மட்டுமே பிராமணர்களான உயர்சாதிப் பிரிவினர் இருந்தனர். ஆனால், அரசியலில் மட்டுமல்ல கல்வியிலும், வேலைவாய்ப்பிலும்

அரசின் உயர்மட்ட அதிகாரிகளுமாக 97 சதவீதம் பிராமணர்களாகவே இருந்தனர். குறிப்பாக பிராமணர் அல்லாதோர் பட்டப்படிப்பு பெறவே முடியாது என்கிற நிலைமைதான் இருந்தது. சென்னைப் பல்கலைக்கழகத்தில் 1910இல் பதிவு செய்யப்பட்ட பட்டதாரிகள் 650 பேர். இதில் பிராமணரல்லாத இந்துக்கள் 12 பேர் மட்டுமே இருந்தனர். பிற மதத்தவர்கள் கிறிஸ்தவர்கள் உள்ளிட்டோர் 74 பேர் இருந்தனர். மற்றவர்கள் அனைவருமே பிராமணர்கள்தான்.

'அரசியல் சட்டவரைவுக் குழு'வின் (Constitutional Drafting Committee) ஏழு உறுப்பினர்களில் ஐந்து பேர் பிராமணர்களாக இருந்தார்கள். ஏனைய இருவரில் ஒருவர் முஸ்லீம். மற்றொருவர் அம்பேத்கர். இந்தச் சூழலில்தான் பிராமணர்கள் அல்லாதவர்களுக்கு அரசாங்கப் பதவி கிடைக்கவேண்டும் என்கிற எழுச்சி மற்ற இனத்தவர்களுக்கு உண்டானது.

அதன் விளைவாக 1912-ஆம் ஆண்டில் தஞ்சையில் துணை மாவட்ட ஆட்சியராக இருந்த சரவணன், பொறியியல் துறையில் பணியாற்றிய ஜி.வீராசாமி ஆகியோர் சென்னை ஐக்கிய சங்கம் என்கிற அமைப்பைத் தோற்றுவித்தார்கள். சென்னையைச் சேர்ந்த டாக்டர் சி.நடேசன் இவர்களுக்கு ஆதரவளித்தார். 1913 ஆம் ஆண்டு இச்சங்கத்தின் பெயர் 'திராவிடர் சங்கம்' என்று மாற்றப்பட்டது.

அரசாங்கப்பதவி மட்டும் போதாது, அரசியலில் பங்குகொள்ள வேண்டும் என்ற நோக்கத்துடன் 1916 ஆம் ஆண்டு வழக்கறிஞர் டி.எத்திராஜூ என்பவரின் இல்லத்தில் டாக்டர்.சி.நடேசன், பிட்டி தியாகராயர் உள்ளிட்ட 30 தலைவர்கள் ஒன்றுசேர்ந்து தென்னிந்திய நல உரிமைச் சங்கம் என்னும் அமைப்பைத் தோற்றுவித்தனர். அதன் செயலாளராக பிட்டி தியாகராய செட்டியார் தேர்ந்தெடுக்கப்பட்டார்.

பின்தங்கியவர்களின் முன்னேற்றத்திற்காக இச்சங்கம் தொடங்கப்பட்டதால் பிராமணர் அல்லாதார் இயக்கம் என்று

பொதுவாகப் பெயர்பெற்றது. இந்த இயக்கத்தின் சார்பில் 1914 ஆம் ஆண்டிலிருந்து 'Non-Brahmin' என்கிற ஆங்கில வாரஇதழ் தொடங்கப்பட்டது. இதன் ஆசிரியராக பிட்டி தியாகராயர் இருந்தார். பிராமணர் அல்லாதாரின் ஒற்றுமைக்காக முதன்முதலில் குரல் கொடுத்த வாரஇதழ் இது எனச் சொல்லலாம்.

தராசு சின்னம் பொறிக்கப்பட்ட தென்னிந்திய நலஉரிமைச் சங்கத்தின் கொடி உருவாக்கப்பட்ட பின்னர் இந்தச் சங்கத்தின் சார்பில் 'ஜஸ்டிஸ்' (நீதி) என்னும் பெயரில் நாளிதழ் ஒன்றும் தொடங்கப்பட்டது. பிற்காலத்தில் இந்தப் பத்திரிகையின் பெயரே தென்னிந்திய நலஉரிமைச் சங்கத்தின் பெயராக அதாவது ஜஸ்டிஸ் கட்சி என்று அழைத்தனர்.

ஜஸ்டிஸ் கட்சியின் முதல் மாநில மாநாடு 1917-ஆம் ஆண்டு டிசம்பர் 28, 29 ஆகிய தேதிகளில் சென்னையில் நடைபெற்றது. அதில் 'இது ஒரு தற்காப்பு இயக்கமே' ஆகும். இந்திய சுதந்திரமே எங்கள் குறிக்கோள். அதற்கு முன்னதாக, பின்தங்கிய சமூகம் முன்னேற வேண்டும். சமத்துவம் பெற வேண்டும். அதற்கு வகுப்புவாரி பிரதிநிதித்துவம் (அதாவது ஒவ்வொரு வகுப்பினருக்கும் கல்வி மற்றும் அரசாங்க

உத்தியோகங்களில் இட ஒதுக்கீடு) வேண்டும் என்று தீர்மானம் நிறைவேற்றப்பட்டது.

இதே காலகட்டத்தில் மாண்டேகு-செம்ஸ்போர்டு பெயரில் ஒரு அரசியல் திட்டத்தை வெள்ளை அரசாங்கம் வெளியிடுகிறது. அதன்படி அரசாங்க இலாகாக்களை இரண்டு பிரிவுகளாய் பிரிப்பது. அதன் மூலம் இந்தியாவில் பரவலான முறையில் தேர்தல் மூலம் மக்களைப் பங்கேற்கச் செய்து அதிகாரத்தை வழங்குவது. மேலும் இந்த அதிகாரத்தின் மூலம் மாகாணங்களில் ஆட்சிப் பொறுப்பிற்கு இந்தியர்களே வரலாம் எனவும்,

அதேபோல இன்னொரு திட்டமாக சட்டம், நீதி மற்றும் காவல்துறை போன்றவை மத்திய அரசின் வசம் இருக்கும் என்றும் அறிவித்தது. இந்த ஆட்சிமுறை என்பது இரட்டை அதிகார ஆட்சி முறையாக உள்ளது என்று சொல்லி காங்கிரசும், முஸ்லீம் லீக்கும் எதிர்த்தன. ஆனால், காங்கிரஸ் கட்சியின் சில தலைவர்கள் குறிப்பாக அன்னிபெசன்ட் அம்மையார், ராமசாமி ஐயங்கார், மகாகணம் சீனிவாச சாஸ்திரி மற்றும் வ.உ.சிதம்பரனார் போன்றவர்கள் இரட்டை ஆட்சி முறை இருந்தாலும் பரவாயில்லை. இதனை ஏற்றுக் கொண்டு முடிந்தளவிற்கு மக்களுக்கு நன்மைகளைச் செய்யலாம் என்றனர். அதனை காங்கிரஸ் தலைமை ஏற்க மறுத்தது.

இதே சமகாலத்தில் 1919இல் திருச்சியில் கூடிய காங்கிரஸ் மாநாட்டிலும், 1920 திருநெல்வேலி மாநாட்டிலும், 1921இல் தஞ்சாவூர் மாநாட்டிலும் 1923இல் சேலம் மாநாட்டிலும், 1924இல் தமிழ்நாடு காங்கிரஸ் தலைவராக திருவண்ணாமலை மாநாட்டிலும் பெரியார் தொடர்ந்து வகுப்புவாரிப் பிரதிநிதித்துவம் பற்றிய தீர்மானத்தைக் கொண்டுவந்து கொண்டேயிருந்தார். இறுதியில் 1925இல் காஞ்சிபுரம் மாநாட்டிலும் தன் முயற்சியில் தோற்றுப்போன பெரியார் காங்கிரஸை விட்டே வெளியேறினார் என்பதும் குறிப்பிடத்தக்கது.

மாண்டேகு செம்ஸ்போர்டு சீர்திருத்தத் திட்டத்தை காங்கிரஸ் நிராகரித்தது. ஆனால், இதனை மிகச் சரியான முறையில் நீதிக்கட்சி கையில் எடுத்து பிராமணர் அல்லாதோரை அணிதிரட்டி அரசியல் களத்திற்கு வந்தது. மத்திய அரசின் அதிகாரத்திற்கு இல்லாத இலாகாக்களாக கல்வித்துறை இருந்தது, உள்கட்டமைப்பு என்னும் சாதாரண மக்களுக்கு சாலை போடும் அதிகாரம் உள்ளிட்ட மக்களுக்கான அடிப்படை வசதிகளையும் செய்ய முடியும் என்பதை உணர்ந்தது நீதிக்கட்சி. மிகச் சரியான முறையில் மாண்டேகு செம்ஸ் குழுவினர் அறிவித்த அரசியல் அதிகாரப் பகிர்வை ஏற்கத் தயாரானது. அதன் அடிப்படையில் நடைபெற்ற சென்னை மாகாண சட்டசபைத் தேர்தலில் நீதிக்கட்சியின் வேட்பாளர்கள் போட்டியிட்டனர். போட்டியிட்ட முதல் தேர்தலிலேயே 1920இல் சென்னை மாகாண சட்டசபைக்குள் ஆளும் கட்சியாக நீதிக்கட்சி உருவெடுத்தது.

இதே காலகட்டத்தில் ஒத்துழையாமை இயக்கத்தின் பேரால் காங்கிரசில் இருந்த பிராமணர்கள் உள்ளிட்ட பலர் சிறை புகுந்தனர். உயர்சாதிப் பிரிவினரிடம் இருந்து விடுதலை பெற்றதாக எண்ணி, நீதிக்கட்சியினர் சட்டமன்றத்திற்குள் இருந்து பிற்படுத்தப்பட்ட ஒடுக்கப்பட்ட மக்களின் வாழ்வாதார நிலையை உயர்த்தும் வகையிலும், சமத்துவத்தைப் பேணும் முறையிலும் அரசாணைகளை இயற்றியது நீதிக்கட்சி.

குறிப்பாக மருத்துவம், சுகாதாரம் மற்றும் மின்மயமாக்கல் உள்ளிட்ட துறைகளில் நீதிக்கட்சியின் அமைச்சர்கள் கவனம் செலுத்தினர். பல வடஇந்திய மாநிலங்களை இன்று பின்னுக்குத் தள்ளி தமிழகம் முன்னேறி உள்ளது என்றால் அதன் தொடக்கம் என்பது நீதிக்கட்சியின் ஆட்சியில்தான் உண்டானது.

அன்றைய காலகட்டத்தில் அனைவருக்குமான கல்வி என்பது கனவாகத்தான் இருந்தது. குறிப்பிட்ட ஒரு சாரார்தான்

பள்ளிக்குச் செல்ல முடியும் என்கிற நிலையை இந்தியா விடுதலை பெறுவதற்கு கால் நூற்றாண்டு முன்னரே, அனைவருக்குமான கல்வி உரிமையினை ஒரு அரசாணை மூலம் கொண்டு வந்தது நீதிக்கட்சி.

சாதியக் கட்டமைப்புகளால் கட்டப்பட்ட இந்தியாவில் எல்லோருமே விடுதலைக்கான போராட்டத்தில்தான் கவனம் கொண்டிருந்தார்களே தவிர, அனைவருக்குமான சமூக நீதியைப் பற்றி யாரும் பேசாத நிலையில், அதற்கான முன்னெடுப்புகளை நீதிக்கட்சி செய்தது. சாதியக் கொடுமையான வகுப்புவாதப் பிரிவினைகளை அகற்றி அனைவருக்கும் கல்வியறிவை வழங்கினாலே தேச விடுதலை என்பது மிகச் சுலபமாக முடிந்து விடும் என்பதும் நீதிக்கட்சியின் குறிக்கோளாக இருந்தது.

மேலும் தற்போதைய நிலையில் சுதந்திரம் பெறுவது குறிப்பிட்ட ஒருசாராருக்கு மட்டுமே நன்மைகளைத் தரும் என்று தொலைநோக்குடன் அறிவித்தது. அதன்படி செயல்படவும் ஆரம்பித்தனர்.

தமிழகத்தில் 1921 முதல் 1928 வரையில் 19 ஆயிரத்து 95 தொடக்கப் பள்ளிகள் கட்டப்பட்டன. இந்தப் பள்ளிகள் எல்லாமே அனைத்து மக்களும் செல்லக்கூடிய பாதைகளில் அமைய வேண்டும் என்றும் அரசாணை தெளிவுபடுத்தியது.

ஏனெனில், தாழ்த்தப்பட்ட மக்கள், அன்றைய காலத்தில் பிராமணர்கள் வசிக்கும் அக்ரஹாரம் மற்றும் கோயில் உள்ள பகுதிகளில் நடமாட முடியாத சூழல் இருந்தது. இதனைத் தவிர்க்கும் வகையில் மாவட்ட ஆட்சியர் கண்காணிப்பில் பள்ளிகள் கட்டப்பட்டன. ஒடுக்கப்பட்ட மற்றும் பிற்படுத்தப்பட்ட மக்களின் வீட்டுப் பிள்ளைகள் படிக்க வர வேண்டும் என்பதற்காக கல்விக் கட்டணங்கள் பாதியாகக் குறைக்கப்பட்டதும் நீதிக்கட்சியின் ஆட்சியில்தான்.

உயர்கல்வியில் சென்னை மாகாணத்தில் படித்துப் பட்டம் பெற வேண்டும் என்றால் சமஸ்கிருத மொழியை ஒரு பாடமாக படித்தால்தான் பட்டம் பெற முடியும் என்ற நிலை இருந்தது. இந்த ஆட்சி திராவிடர்களின் ஆட்சி! திராவிட மக்களின் வரிப்பணம், திராவிட மொழிகளின் வளர்சிக்குத்தான் உதவ வேண்டும் என்று 1924இல் கல்வி அமைச்சராக இருந்த பரசுராம பார்குரோவ் அறிவித்தார். சமஸ்கிருதம் கட்டாயம் என்னும் முறையினை மாற்றி சமஸ்கிருதம் பயிலாமலும் பட்டம் பெறலாம் என்கிற அரசாணையை வெளியிட்டார்.

பள்ளர், பறையர் என்று அழைப்பதை குற்றமாக அறிவிக்க வேண்டும். நாங்கள் ஆதிதிராவிட மக்கள், எங்களை ஆதி திராவிடர்கள் என்றுதான் அழைக்கவேண்டும் என்று சட்டமன்ற உறுப்பினர் எம்.சி.ராஜா கொண்டு வந்த தீர்மானத்தை அங்கீகரித்து, எல்லா அரசு ஆவணங்களிலும், ஆதி திராவிடர்கள் என்று பெயர் மாற்றம் செய்ததும் நீதிக்கட்சி ஆட்சியில்தான்.

அதுமட்டுமல்ல, ஆதிதிராவிட மாணவர்கள், தங்கிப் படிக்க வேண்டும் என்பதற்காக ஆதிதிராவிட மாணவர் விடுதியை முதன் முதலில் கட்டப்பட்டதும் இந்த ஆட்சியில்தான். இந்த தொடக்கம்தான் பிற்காலத்தில் தமிழகத்தில் பிற்படுத்தப்பட்ட மாணவர்களுக்கான விடுதிகள் தோன்றக் காரணமாக இருந்தது.

ஆதி திராவிடர்கள் ஊர்ப் பொதுக்குளத்தை பயன்படுத்தும் உரிமை, அதனை எதிர்ப்போருக்கு தண்டனையுடன் கூடிய அபராதம் வசூலிக்கும் முறை போன்ற அரசாணைகள் எல்லாமே நீதிக்கட்சிதான் இயற்றியது.

பெண்களுக்கான வாக்குரிமையை இந்தியாவிலேயே முதன் முதலில் சென்னை மாகாணம்தான் வழங்கியது. ஆளுநர் தடுத்தபோதும் தொடர்ந்து போராடி 1926இல் அனைத்துப் பெண்களுக்கான வாக்குரிமை வழங்கப்பட்டது. அதன் மூலம்

முதல் பெண் சட்டமன்ற உறுப்பினராக டாக்டர். முத்துலட்சுமிரெட்டி தேர்வாகி, அவரால் முன் மொழியப்பட்டது தான் தேவதாசி ஒழிப்புமுறைச் சட்டம்.

இன்றைக்கு பெண்கள் சொத்துரிமை உள்ளிட்ட அனைத்திலும் ஆண்களுக்கு நிகராக பெண்கள் உள்ளனர் என்றால் அதற்கான அடித்தளத்தை அமைத்தவர் முத்துலெட்சுமி ரெட்டி எனலாம்.

அண்ணல் காந்தியடிகளை 1927 ஆம் ஆண்டில் முதன் முறையாக சந்தித்தார். சென்னையில் உள்ள திருவல்லிக்கேணி சிங்கராச்சாரி மண்டபத்தில் காந்தி வருகை தந்தபோது அவருக்கான வரவேற்புரையை வாசித்து வரவேற்றவர் முத்துலெட்சுமி ரெட்டி ஆவார். இந்து சமுதாயத்தில் பெண்களுக்கு சட்டப்பூர்வமான பாதுகாப்போ உதவிகளோ இல்லை. குறிப்பாக கணவன் மற்றும் தந்தைவழி சொத்துரிமையில் பெண்கள் ஒதுக்கப்பட்டிருக்கிறார்கள்.

மேலும், பெண்களின் திருமணம் என்பது குழந்தைத் திருமணமாகவே அமைகிறது. இதனால், இளம் விதவைகள் உருவாகிறார்கள். முதலில் குழந்தைத் திருமணத்தை சட்ட பூர்வமாக தடை செய்ய வேண்டும். குறைந்தபட்சம் திருமண வயது 16 ஆக உயர்த்தப்பட வேண்டும். அண்ணல் காந்தியடிகள் மதுவிலக்கு, தீண்டாமை குறித்து ஊர்தோறும் பேசி வருகிறார்; பெண்களின் அவலநிலை குறித்தும் அவர் பேசவேண்டும். பக்தியின் பெயரால் பெண்களைக் கொடுமைப்படுத்தும் தேவதாசி முறையினை முதலில் ஒழிக்க மகாத்மா

முன்வரவேண்டும். மனுவின் சாத்திரங்கள் கொண்டு இவைகளெல்லாம் தொடர்கிறது என்கின்றனர்.

சிறந்த நீதியாளரான மனு "எங்கே பெண்கள் பெருமைப்படுத்தப்படுகிறார்களோ அங்கே தெய்வம் வாழும், பெண்களை வருத்தும் குடும்பம் அழிந்தொழியும்" என்று கூறுகின்றார். இவ்வாறு கூறிய மனு அவர்களே "மனைவிக்கும், அடிமைக்கும் சொத்துரிமை கிடையாது" என்று கூறுகின்றார். கணவனின் சொத்துக்கு மனைவி எந்த விதத்திலும் உரிமை கொண்டாடக் கூடாது. கணவன் சொத்தில் அவளுக்கு சிறிது உரிமை கூட இல்லை. மனைவி, கணவனிடம் வாழ்க்கை பணம் கேட்கலாமே தவிர, கணவனும் மனைவியும் சேர்ந்து சம்பாதித்த சொத்தில் அவளுக்கு உரிமை மற்றும் பங்கு கூட இல்லை. அத்துடன் தந்தையின் சொத்திலும் மகளுக்கு பங்கு மற்றும் உரிமை கிடையாது என்ற அடிமைத்தனம் நிலவுகிறது.

திருமண உரிமை என்று எடுத்துக் கொண்டாலோ அதிலும் அநீதி. ஓர் இந்து ஆண், தன் மனைவி அல்லது மனைவிகள் உயிரோடு இருந்தாலும் எத்தனை பெண்களை வேண்டுமானாலும் மணமுடித்துக் கொள்ளலாம். ஆனால், பெண்களோ, கணவனை இழந்துவிட்டால் சமூகத்தால் ஒதுக்கி வைக்கின்றனர். மேலும் மறுமணம் என்பதும் கிடையாது. மேலே குறிப்பிட்ட நடைமுறை மற்றும் பழக்கவழக்கங்களில் இருந்து ஆணுக்கொரு நீதி பெண்ணுக்கொரு நீதி என்று வகுக்கப்பட்டிருப்பது தெளிவாகத் தெரிகிறது.

தன்மானம் கொண்ட யாரால் இந்த அநீதியை பொறுத்துக்கொள்ள முடியும். இத்தகைய பிரிவினை ஒழித்து சமஉரிமை, சமத்துவம், சமூகநீதி வேண்டும் என்று தனது வரவேற்புரையில் கூறியிருந்தார்.

முத்துலெட்சுமி ரெட்டியின் இந்த வரவேற்புரையானது காந்தியின் மனசாட்சியை உலுக்கியது. காந்தியின் ஏற்புரையில் இது வெளிப்பட்டது. மிகவும் நிதானமாக அவர் கூறியதாவது:-

“உங்களின் வரவேற்புரை பெரிதாகவும், ஆழமானதாகவும் இருந்தது. இதை இங்கு இருக்கும் பெண்கள் புரிந்துகொண்டிருப்பார்களா என்றால் சந்தேகம்தான். ஆண்களுக்கான அனைத்து உரிமைகளிலும் பெண்களுக்கும் பங்கு உண்டு என்பதை நான் ஏற்றுக் கொள்கிறேன் மற்றும் இந்து சாத்திரங்களும் அதையே எடுத்துரைக்கின்றன.

இந்தியாவில் ‘அர்த்தநாரி’ என்ற சொல் வழக்கில் உள்ளது. ஆண் மற்றும் பெண் அனைத்திலும் சமம் என்பதை விளக்க அது ஒன்றே போதும். நம் நாட்டில் பெருமை மற்றும் புகழுடன் பெண்கள் போற்றப்பட்டாலும் இன்றளவும் பெண்களுக்கு பல கொடுமைகளும், குறைகளும் இழைக்கப்பட்டுதான் வருகின்றது. நம் மதத்தில் பெண்களுக்குப் புகுத்தப்பட்டுள்ள குறைகளையும் மூடநம்பிக்கைகளையும் ஒழிக்க வேண்டும். அதற்கு முதலில் பெண்களின் திருமண வயதை 16 ஆக உயர்த்த வேண்டும். மேலும் இத்தகைய குறைகளை ஒழிக்க சிறுவயதில் பெண்கள் விதவையானால் அவர்களுக்கு மறுமணம் செய்யவும் முன்வர வேண்டும் என்று கூறியிருந்தார்.

அத்துடன், திருமணம் ஆகாத ஒவ்வொரு இளைஞனும், விதவைச் சிறுமியை திருமணம் செய்து கொள்ள சபதம் எடுத்துக் கொள்ள வேண்டும். சிறு வயதில் திருமணம் ஆகி கணவனை இழந்த சிறுமியை விதவைச் சிறுமி என்றுதான் கூற முடியும். இத்தகைய சிறுமிகளை திருமணம் செய்து கொள்வதென்று உறுதிமொழி எடுப்பது உங்கள் கடமை. கைம்பெண் கிடைக்காவிட்டால், கல்யாணமே செய்து கொள்ளாதீர்கள்” என்று கூறினார்.

“பிராமண சமூகத்தில் பால்ய விதவைகள் கிடைக்காவிட்டாலும், மற்ற சமூகப் பெண்களையும் திருமணம் செய்து கொள்ளலாம், கடவுள் உங்களை மன்னிப்பார்” போன்ற புரட்சிகர கருத்துகளை முன்வைத்தார். இதற்கான விதை என்பது தமிழ்நாட்டில் இருந்துதான் தொடங்கியது.

௯. வைக்கம் சொன்ன ஆன்மிகம்!

கேரள மாநிலம், கோட்டயம் மாவட்டத்தில் உள்ள வைக்கத்தில், வைக்கம் போராட்ட நூற்றாண்டு விழா தொடக்க நிகழ்ச்சி நடைபெற்றது. கேரள மாநில முதலமைச்சரும் தமிழ்நாட்டின் முதலமைச்சரும் கலந்து கொண்டனர் என்கிற செய்தி அனைத்து ஊடகங்களிலும் அண்மையில் வெளியானது.

அதில் கலந்துகொண்டு தமிழக முதல்வர் பேசும்போது, “தமிழ்நாட்டில் தற்போது சட்டமன்ற கூட்டத்தொடர் நடைபெற்றுக் கொண்டிருக்கிறது. ஆனாலும் வைக்கம் போராட்ட நூற்றாண்டு விழாவில் பங்கேற்பது என்பது எனது வரலாற்றுக் கடமையாக உணர்கிறேன். வைக்கம் இப்போது கேரள மாநிலத்தில் இருந்தாலும், தமிழ்நாட்டிற்கு எழுச்சியையும், உணர்ச்சியையும் ஏற்படுத்திய ஊர் வைக்கம்.

1924ஆம் ஆண்டு வைக்கத்தில் நடைபெற்ற போராட்டம் என்பது கேரளத்தின் சமூகநீதி வரலாற்றில் மட்டுமல்ல, தமிழ்நாட்டு சமூகநீதிப் போராட்டத்திலும் மறுமலர்ச்சியை உண்டாக்கியது.

இந்தப் போராட்டத்தின் தாக்கம் என்பது தமிழ்நாட்டின் சுயமரியாதை இயக்கத்தவர்களுக்கு ஆலய நுழைவுப் போராட்டத்தின் தொடக்கமாக மாறியது. ஈரோடு, சுசீந்திரம், திருவண்ணாமலை, மதுரை, திருச்சி, மயிலாடுதுறை, கும்பகோணம் பகுதிகளில் ஆலய நுழைவுப் போராட்டம் வீரியமாக மாறியதற்கு வைக்கம் போராட்டம் ஒரு முக்கிய காரணமாகும்" என்று தமிழ்நாட்டின் முதலமைச்சர் மு.க.ஸ்டாலின் பேசியது, உண்மையில் கடந்தகால வரலாற்றுச் செய்திகளாகும்.

கேரளாவைச் சேர்ந்த டி.கே.மாதவன் அவர்களும், தமிழ்நாட்டைச் சேர்ந்த அன்றைய காங்கிரஸ் கமிட்டியின் தலைவராக இருந்த தந்தை பெரியாரும் இணைந்து நடத்திய போராட்டம்தான் வைக்கம் போராட்டம்!

வைக்கம் கோயிலின் சுற்றுச் சாலைகள் திறந்துவிடப்பட்டபோது, அதற்கான வெற்றிக் கொண்டாட்டத்தில் பெரியாரையும் அழைத்துப் பாராட்டியதும் குறிப்பிடத்தக்கது. பெரியார் இந்தப் போராட்டத்திற்கு கடைசியில்தான் வந்தார். காந்திக்கு இதில் விருப்பமில்லை என்கிற திரிபுவாதத் திறமையால் பல கட்டுரைகள் வெளியாகி வரும் இன்றைய சூழலில் வைக்கம் போராட்ட வரலாறுகளை சற்றே உன்னிப்பாகப் பார்ப்போம்.

தமிழ்நாட்டில் நடைபெற்ற சாதி-சமத்துவப் போராட்டங்களுடன், கேரளா மாநிலப் பகுதிகளில் நடைபெற்ற போராட்டங்களை ஒப்பிட்டுப் பார்க்கும்போது கேரளத்தில் சாதி அமைப்பிற்கு எதிராக நடைபெற்ற போராட்டங்கள் மிக உக்கிரமான முறையில் நடைபெற்றுள்ளது என்பதே உண்மை நிலையாகும்.

கேரள வரலாற்றைப் பொறுத்தவரையில் கிட்டத்தட்ட 18 ஆம் நூற்றாண்டின் பிற்பகுதியிலும், 19 ஆம் நூற்றாண்டின் தொடக்கத்திலும் மேற்சொன்ன சாதிய ஒடுக்குமுறைக்கு எதிரான போராட்டங்கள் தொடங்கிவிட்டன.

2014 ஆம் ஆண்டு மார்ச் மாதத்துடன் வைக்கம் போராட்டம் நடைபெற்று 100 ஆண்டுகள் நிறைவடைகின்றன. கேரளத்தில் தலைவிரித்தாடிய தீண்டாமைக்கு எதிராகவும், பொதுவழியில் நடக்க உரிமையில்லாததற்கு எதிராகவும் நடைபெற்ற வைக்கம் போராட்டம் என்பது, தென்னிந்தியாவை மட்டுமல்ல, ஒட்டுமொத்த இந்தியாவையே அதிரவைத்தது.

வைக்கத்தில் இருந்த மகாதேவர் கோயிலைச் சுற்றி நடப்பதற்கான உரிமைகளைக் கேட்ட இந்தப் போராட்ட அலை என்பது பிற்காலத்தில் இந்தியா முழுமைக்குமான தீண்டாமை எதிர்ப்புப் போராட்டமாக உருவெடுத்தது.

1930-களில் அம்பேத்கர் ஒரு போராட்டத்தை துவக்கியபோது, வைக்கம் போராட்டத்தின் வெற்றி எனக்குள் வேகத்தைக் கொடுத்தது எனப் பதிவு செய்துள்ளார்.

வைக்கம் போராட்டத்தின் தொடக்கம் என்பது 200 ஆண்டுகளுக்கு முற்பட்டது. 1806 ஆம் ஆண்டில் தாழ்த்தப்பட்ட மக்களெல்லாம் ஒன்று திரண்டு நாங்களும் மனிதர்கள்தான், எங்களுக்கும் கோயிலுக்குச் செல்லும் உரிமை உண்டு எனப் போராட்டம் நடத்தினர். கோயில் தனிச் சொத்தல்ல, பொதுச்சொத்து என சொல்லிக்கொண்டே வைக்கம் கோயிலுக்குள் நுழைய முற்பட்டனர்.

ஆதிக்கச் சாதியினரின் ஆதரவாளராக இருந்த வேலுத்தம்பித் தளவாயின் ஆணைப்படி மன்னரின் அடியாட்களுடன், கோயிலுக்குள் நுழைய முற்பட்ட தாழ்த்தப்பட்ட மக்களை கொலை செய்து சடலங்களை கோயிலின் வடகிழக்குப் பகுதியில் உள்ள குளத்தில் தூக்கியெறிந்து மூடினார்கள் என்பதும் வரலாறாகும். இந்தக் குளம் பின்னர் "தளவாய்க் குளம்" என்று வேலுத்தம்பித் தளவாயின் பேரிலேயே அழைக்கப்பட்டது.

வைக்கம் போராட்டம் நடைபெறுவதற்கு முந்தைய ஆண்டு 1923இல் வைக்கம் வடயாற்றில் நடைபெற்ற மாநாட்டில் தளவாய்க்குளம் படுகொலை குறித்து மகாகவி குமரன்ஆசான் உரையாற்றியது குறிப்பிடத்தக்கது.

"ஈரமான இதயம் கொண்ட அனைவரும் உணர்ச்சிவசப்படக் கூடிய சம்பவம்தான் தளவாய்க் குளம் படுகொலை. நமது அபிமானிகளான சகோதரர்கள் தீரமுடன் போராடி மாண்டனர். அவர்களுடைய எலும்புகளை தளவாய்க்குளத்திலிருந்து எடுத்து நாம் எல்லோரும் பூசை செய்ய வேண்டும். அந்த அளவுக்கு தியாகம் செய்தவர்கள் தாழ்த்தப்பட்டவர்கள்."

தளவாய்க்குளம் சம்பவம் நடந்து முடிந்து ஒரு நூற்றாண்டு ஆன பின்னரும் சாதிக் கொடுமை எதுவும் மாறவில்லை. 1905 ஆம் ஆண்டு வைக்கம் கோவிலின் நான்கு கோபுரப் பாதைகளிலுள்ள முனைகளில் தீண்டல் பலகைகள் வைக்கப்பட்டன. தாழ்த்தப்பட்ட மக்கள் இந்தப் பாதைகள் வழியே நடமாடக் கூடாது என்ற அறிவிப்புதான் அது. கேரளத்தில் இன்றைய நிலையில் உன்னதமான வகையில் இருக்கும் ஈழவர்களும், நாடார்களும் தலித் மக்களாகவே கருதப்பட்ட காலம் அது. இவர்களுடன் பள்ளர், பறையர், சாம்பவர், தீயர், புலையர், வண்ணார் முதலிய சாதிப் பிரிவினரை வன்கொடுமை செய்த காலத்தில் வைக்கம் போராட்டம் தொடங்கப்பட்டது.

தீண்டத்தகாதவர்களாக இருப்போர் 60 அடி தொலைவுக்கு விலகி நிற்க வேண்டிய நிலைமை இருந்தது. கோயிலுக்குள் அல்ல, கோயில் இருக்கும் பகுதிகளில் நடமாட உரிமையற்றுக் கிடந்தனர். சாதியக் கொடுமையால் பாதிக்கப்பட்ட மக்களுடன் இணைந்து தீண்டல் பலகையை அகற்றிட பண்பாட்டுப் போராளிகள், மனிதநேய இலக்கியவாதிகள் என அனைத்து தரப்பினரும் இப்போராட்டத்தில் பங்கேற்கத் தயாரானார்கள்.

மகான் டி.கே.மாதவன் 1917-ஆம் ஆண்டில் திருநெல்வேலிக்கு வருகை தந்திருந்த காந்தியடிகளைச் சந்தித்து வைக்கம் போராட்டம் தொடர்பாக பேசினார். அதன் தொடர்ச்சியாக 1923 ஆம் ஆண்டு டிசம்பரில் காக்கிநாடாவில் நடைபெற்ற காங்கிரஸ் மாநாட்டில் தலைமை வகித்த மௌலானா முகமதுஅலியைச் சந்தித்துப் பேசி ஒட்டுமொத்த தீண்டாமைக்கு எதிரான தீர்மானம் கொண்டுவரப்படுகிறது. இதனடிப்படையில் 1924 ஆம் ஆண்டில் கேரள பிரதேச காங்கிரஸ் கமிட்டிக் கூட்டத்தில் வைக்கத்தில் தீண்டாமைக்கு எதிரான போராட்டத்தை ஆரம்பிக்கத் தீர்மானிக்கப்படுகிறது.

வைக்கம் போராட்டத்திற்கு மக்கள் அனைவரையும் ஒருங்கிணைக்க வேண்டும் என்கிற வகையில் "பாதயாத்திரைகள்" நடத்தப்படுகின்றன. டி.கே.மாதவன், கே.கேளப்பன் நாயர், குரூர் நீலகண்டன் நம்பூதிரிபாட், கிருஷ்ணசாமிஅய்யர், கண்ணந்தோடத்து வேலாயுத மேனன்,

வைக்கம் கோயில்

கே.பி.கேசவ மேனன், பாரிஸ்டர் ஏ.கே.பிள்ளை போன்றோர் முன்களப் போராட்ட வீரர்களாக, திருவிதாங்கூர் சமஸ்தானத்தில் பல இடங்களுக்கு நடந்தே சென்று தீண்டாமை குறித்துப் பிரச்சாரம் செய்தனர்.

வைக்கத்தில் தீண்டாமைக்கு எதிராக நடத்தப்போகும் போராட்ட நாளினை அறிவிக்க 1924 பிப்ரவரி 29இல் சிறப்பு மாநாடு நடைபெற்றது. ஈழவ மக்களும், புலையர் குல மக்களும் பங்கேற்ற இந்த மாநாட்டில் கேரளப் பிரதேச காங்கிரஸ் கமிட்டியின் செயலாளரும், தீண்டாமைக்கு எதிரான கமிட்டியின் உறுப்பினருமான டி.கே.மாதவன் மற்றும் ஏ.கே. பிள்ளை, கே.வேலாயுதன் பிள்ளை போன்றோர் கலந்து கொண்டு தீண்டாமைக்கு எதிராக உரையாற்றினார்கள்.

நாயும், பூனையும், ஆடுகளும், மாடுகளும் தங்கு தடையின்றிச் செல்லும் வழிகளில் தாழ்த்தப்பட்ட மக்கள் வரக்கூடாது என தடைவிதிப்பது அந்தக் கடவுளுக்கே விரோதமான செயலாகும். எனவே இந்தத் தீண்டாமையை அகற்றும் வகையில் 1924 மார்ச் மாதம் 30 ஆம் தேதி வைக்கத்தில் போராடுவது என தீர்மானிக்கப்படுகிறது.

அதன்படி போராட்டத்தின் முதல் நாளில் புலையர் குலத்தைச் சேர்ந்த குஞ்ஞாப்பியும், ஈழவர் குலத்தின் சார்பில்

பாகுயேனும், நாயர் வகுப்பைச் சேர்ந்த கோவிந்தப்பணிக்கரும் தீண்டாமைப் பலகையை அகற்றப் புறப்பட்டனர்.

“தீண்டாமைக் கலுங்கின்” அருகில் நெருங்கியபோது, காவல்துறை கைது செய்து அழைத்துச் சென்றது. பின்னர் அடுத்தடுத்த நாட்களில் காங்கிரஸ் சத்தியாகிரகிகள் அந்தத் தீண்டாமை எல்லையை நெருங்கிச் சென்றபோது, ஆதிக்கச் சாதியினரும், அவர்களால் ஏவப்பட்ட அடியாட்களும், காவல்துறையினருடன் சேர்ந்து மிருகத்தனமான முறையில் தாக்குதல் நடத்துகின்றனர்.

போராட்டக்காரர்களின் கண்களில் சுண்ணாம்பு ஊற்றுவது தொடங்கி மிகக் கொடூரமான தாக்குதல்களை ஆதிக்கச் சாதியினரின் அடியாட்கள் அரங்கேற்றுகின்றனர். சங்குப்பிள்ளை என்பவரை அடித்தே கொன்ற கொடூரம் நடைபெற்றது. 1924 மார்ச் 30 அன்று கேரள காங்கிரஸ் ஆதரவில் தொடங்கிய போராட்டம் முதல் வாரத்திலேயே, போராளிகள் அனைவரும் கைது செய்யப்பட்டு சிறைக்கு அனுப்பப்பட்டனர். தினம்தோறும் குறைந்தபட்சம் 3 பேர் கோயிலைச் சுற்றியுள்ள தடைசெய்யப்பட்ட சாலைகளுக்கு செல்ல முயற்சிப்பது, அவர்களை கைது செய்வது என போராட்டம் தொடர்ந்தது.

1924 ஏப்ரல் முதல் வாரத்திலேயே போராட்டத்தை வழிநடத்த தலைவர்கள் இல்லாத அளவுக்கு சிறைப்படுத்தப்பட்டனர். போராட்டத்தை மேற்கொண்டு வழிநடத்த தலைவர்கள் வேண்டும் என காந்தி, ராஜாஜி அதேபோல பெரியாருக்கும் போராட்ட ஒருங்கிணைப்பாளர் ஜார்ஜ் ஜோசப் கடிதம் எழுதினார்.

காந்தியும், ராஜாஜியும் ஜோசப்பின் அழைப்பை நிராகரித்தனர். பெரியார் மீண்டும் ஒருமுறை, நான் கட்டாயம் வரவேண்டுமா என்று இருமுறை கேட்டு உறுதிப்படுத்திக் கொண்ட பிறகு, வைக்கம் செல்வதென முடிவெடுக்கிறார்.

தமிழ்நாடு காங்கிரஸ் கமிட்டித் தலைவராக இருந்ததால் அந்தப் பொறுப்பை தற்காலிகமாக ராஜாஜியைப் பார்க்கச் சொல்லி கடிதம் எழுதிய பெரியார் வைக்கம் நோக்கி விரைகிறார்.

பெரியாரின் வருகைக்குப் பிறகு போராட்டக்களம் புத்துணர்ச்சி பெறுகிறது. அவரது எளிமையான பிரச்சாரம் மேலும் போராட்டக்காரர்களை வைக்கத்திற்கு அனுப்பிவைத்தது. வைக்கம் ஊருக்குச் சுற்றியுள்ள கிராமங்களுக்குச் சென்ற பெரியார் தீண்டாமைக் கொடுமை குறித்துப் பேசுகிறார். குறிப்பாக சேர்தலை, வர்க்கலை, கோட்டயம் போன்ற நகரங்களுக்கு அடிக்கடி சென்று பிரச்சாரம் செய்ததுடன் போராட்டக்காரர்களுக்கு ஆதரவாக நிதிவசூலும் செய்கிறார். தெற்கே திருவனந்தபுரம், நாகர்கோவில் வரை பெரியாரின் பிரச்சாரம் நீண்டது.

வைக்கம் சத்தியாகிரகத்தை அகில இந்திய இயக்கமான காங்கிரஸ் தலைமையிடம், கேரள காங்கிரஸ் கோரிக்கை வைத்தபோது, அக் கோரிக்கை நிராகரிக்கப்பட்டது. இயக்கம் பலவீனமாகிறதே என காந்தியிடமே நேரிடையாகக் கேட்டபோது, "சென்னை மாகாணத்தவர் பார்த்துக் கொள்வார்கள்" என்றார். காந்தியின் எண்ணப்படியே பெரியாரும், அவருடன் சென்ற கோவை அய்யமுத்தும் வைக்கம் ஊரின் சுற்றுப்பகுதிகளில் தீவிர பிரச்சாரத்தை முன்னெடுத்தனர். அதன் விளைவாக இந்தப் போராட்டம் அகில இந்திய அளவில் கவனத்தை ஈர்த்தது. 604 நாட்கள் இந்தப் போராட்டம் நீடித்தது.

பெரியார் வைக்கம் வந்த 15 நாட்களில் அவருடைய பிரச்சாரத்தின் வெப்பம் தாளாமல், பெரியார் பேசுவதற்கு தடைவிதிக்கப்படுகிறது. எந்தத் தடையையும் கண்டுகொள்ளாமல் பிரச்சாரத்தில் தீவிரம் காட்டினார் பெரியார். ஒரு கட்டத்தில் அரசாங்கம் பெரியாரை கைது செய்கிறது.

"வைக்கத்தில் தீண்டாமையை ஒழித்து சமாதானம் செய்யவே நான் வந்தேன். நீதிமன்றம் மேல் எனக்கு நம்பிக்கை இல்லை. எந்தத் தண்டனையும் எதிர்கொள்ளத் தயாராக உள்ளேன்" என்று நீதிபதி முன்னிலையில் பேசிய பெரியாரை, 1924இல் ஒரு மாத காலம் சிறைத் தண்டனை விதித்தது நீதிமன்றம்.

ஒரு மாத சிறைத் தண்டனைக்குப் பிறகு விடுதலையான பெரியார், ஈரோட்டுக்குச் செல்வார் என அரசாங்கம் எதிர்பார்த்தது. ஆனால், சிறையிலிருந்து விடுதலையான பெரியார் நேராக வைக்கத்திற்கே சென்றார்!

ஏற்கனவே கோட்டயம் மாவட்டத்திற்குள் நுழைய தடை இருக்கும்போது, எப்படி வைக்கம் செல்ல அனுமதித்தீர்கள்? என நீதிமன்றமே தலையிட்டு, கோட்டயம் மாவட்ட காவல்துறை கண்காணிப்பாளரை கடிந்துகொண்டது.

விடுதலையான 27-வது நாளில் (1924 ஜூலை 18) மீண்டும் கைது செய்யப்பட்டு இந்தமுறை நான்குமாதக் கடுங்காவல் தண்டனை விதிக்கப்படுகிறது. திருவனந்தபுரம் மத்திய சிறையில் அடைக்கப்படுகிறார் பெரியார். ஏற்கனவே இதே சிறையில் அடைக்கப்பட்டு இருந்த வைக்கம் போராளிகளான கே.பி.கேசவ மேனன், ஜார்ஜ் ஜோசப் உள்ளிட்ட சத்தியாகிரகிகள் அரசியல் கைதிகளாக மரியாதையுடன் நடத்தப்பட்டனர்.

ஆனால், பெரியாரை அவ்வாறு அரசியல் கைதியாகப் பார்க்காமல் கால்களில் இரும்புச் சங்கிலி, தலையில் கைதிகள்

அணியும் குல்லாய், முழங்காலுக்கு கீழே தொங்குகிற ஒரு வேட்டி, கழுத்தில் கைதி எண் குறிக்கப்பட்ட மரப்பட்டை சகிதமாக, கொலை, கொள்ளைகளில் ஈடுபட்ட கைதிகளுடன் பெரியார் அடைக்கப்படுகிறார்.

பெரியாருக்கு இழைக்கப்படுகின்ற இந்தக் கொடுமையை நேரடியாகப் பார்த்த கேசவ மேனன் சிறையிலிருந்தவாறே அரசியல் கைதியாக பெரியாரை நடத்த வேண்டும் என அரசாங்கத்திற்கு கடிதம் எழுதுகிறார். ஆனால் பதில் இல்லை. "ஈ.வே.ராமசாமி நாயக்கரைக் கடுங்காவலில் வைத்திருப்பதும், அவருக்கு சிறை உடை அணிவித்திருப்பதும், இரும்புச் சங்கிலிகளால் விலங்கிட்டிருப்பதும் நியாயப்படுத்தவே முடியாது" என அறிக்கை வெளியிட்டிருந்தார் ராஜாஜி! திரு.வி.கவும் பெரியாரை அரசியல் கைதியாக நடத்த வேண்டும் என அரசாங்கத்திற்கு கடிதம் எழுதிக் கேட்டுக்கொண்டார்.

இரண்டாம் முறையாக சட்டத்தை மீறியிருப்பதால் பெரியாருக்கு தனிச்சலுகை வழங்குவதற்கில்லை என நீதிமன்றம் திருவாங்கூர் சமஸ்தானத்தின் குரலாகவே ஒலித்தது. புதிய மன்னர் பதவி ஏற்றபிறகு 1924 ஆகஸ்ட் 19 அன்று பெரியார் உட்பட 19 வைக்கம் போராளிகள் விடுதலை பெற்றனர்.

604 நாட்கள் நடைபெற்ற இந்த வைக்கம் போராட்டத்தில் 74 நாட்கள் சிறையிலும், 141 நாட்கள் போராட்டத்தை தீவிரப்படுத்தும் வகையில் பிரச்சாரத்திலும் இருந்தவர் பெரியார். வைக்கம் போராட்ட வீரர்களுக்கு ஆதரவாக லால்சிங் என்பவருடைய தலைமையில் வந்த சீக்கியர்கள் அடங்கிய குழு ஒன்று வைக்கம் போராட்ட வீரர்களுக்கு உணவு சமைத்துக் கொடுத்தனர் என்பதும் வரலாறாகும்.

1924 செப்டம்பர் 12 ஆம் நாளன்று ஈழவ மக்களின் விடிவெள்ளி என்று போற்றப்பட்ட நாராயணகுரு வைக்கம் போராளிகளைச் சந்தித்து ஆதரவு வழங்கியதுடன் 1000 ரூபாய்

நிதிஉதவி வழங்கி துணை நின்றார். அத்துடன் தமக்குச் சொந்தமான வேலூர் மடத்தை போராளிகள் தங்குவதற்காக ஒரு முகாமாக மாற்றிக் கொடுத்தார். நாராயணகுருவின் ஆதரவால் போராட்டம் மேலும் வேகமெடுக்கத் தொடங்கியது.

எந்த ஆதிக்கச் சாதியினரை எதிர்த்து வைக்கம் போராட்டம் நடைபெற்றதோ, அதே உயர்சாதியினர் சிலர் மன்னத்துப் பத்மநாபனுடைய தலைமையில் வைக்கம் போராட்டத்திற்கு ஆதரவாக வைக்கம் படகுத்துறையிலிருந்து பேரணி நடத்தி ஆதரவு தெரிவித்தனர்.

1925 ஆம் ஆண்டு மார்ச் 9 ஆம் நாளன்று அண்ணல் காந்தியடிகள் நேரடியாக வைக்கத்திற்கு வருகிறார். நாட்டில் உள்ள எல்லாக் கோயில்களும் ஆதிக்கச் சாதியினரின் கட்டுப்பாட்டில் உள்ளது போல வைக்கம் சிவன் கோயிலையும் தேவன் நீலகண்டன் அவர்களின் குடும்பச் சொத்தாக மாற்றியிருந்தார். கோயில்கள் எப்போதுமே மக்கள் சொத்தாக இருந்ததில்லை. வைக்கம் கோயிலும் ஒரு நம்பூதிரி குலத்தின் சொத்தாக இருந்தது. ஒரு கட்டத்தில், தேவன் நீலகண்டனுடன் காந்தி நேரடியாக பேச்சுவார்த்தை நடத்துகிறார்.

“கோயிலைச் சுற்றியுள்ள சாலைகளிலும், கோயில் தெருக்களிலும் அனைத்து மக்களும் நடமாட வேண்டும். அதற்குரிய வகையில் தாங்கள் மாற்றிக் கொள்ள வேண்டும்” என நீலகண்டனிடம் காந்தி கேட்டுக்கொண்டும் அவர் அனுமதிக்க மறுத்துவிடுகிறார். பேச்சுவார்த்தை தோல்வியில் முடிகிறது. இந்த நிலையில் காந்தி விசித்திரமான அறிக்கை ஒன்றை வெளியிட்டார்.

வைக்கம் போராட்டக் களத்திலிருந்து வேற்று மதத்தவர் விலகிக்கொள்ள வேண்டும். இந்துக்கள் மட்டுமே போராட்டக் களத்தில் இருக்க வேண்டும் என்கிற வகையில் அந்த அறிக்கை இருந்தது! அதுவரையில் வைக்கம் போராட்டத்தின் ஒருங்கிணைப்பாளராக இருந்த ஜார்ஸ் ஜோசப் விலகிக்

கொள்கிறார். போராட்ட வீரர்களுக்கு உணவு சமைக்க வந்த சீக்கியர்களும் விலகி விடுகின்றனர். இதே சம காலத்தில் நாராயணகுருவின் சீடர்கள் பெருமளவில் களத்திற்கு வருகின்றனர்.

1925 ஆம் ஆண்டு வைக்கத்தில் ஒரு மாபெரும் வெள்ளப் பிரளயம் என்று சொல்லும் அளவுக்கு வெள்ளநீர் வைக்கம் ஊரைச் சுற்றி வளைக்கிறது. வைக்கத்தில் போராடிக் கொண்டிருக்கும் சத்தியாகிரகிகளின் கழுத்தளவுக்கு நீர் சூழ்ந்தபோதும், போராட்ட வீரர்களின் உறுதி குலையவில்லை.

கடைசியில் 1925 ஆம் ஆண்டு நவம்பர் 23 ஆம் நாளில் வைக்கம் கோயிலின் கிழக்கு கோபுர வாசலைத் தவிர, பிற மூன்று வாசல்கள் இருக்கும் தெருக்களில் அனைவரும் நடமாடலாம் என உயர் சாதி வகுப்பார் இறங்கி வந்து அறிவித்தனர்.

மூன்று தெருக்களில் இருந்த தீண்டாமை இப்போது ஒரு தெருவில் வந்து சுருங்கி நிற்கிறது. இதையும் தகர்த்தெறிவோம் என சத்தியாகிரகிகளின் போராட்ட வீரர்கள் அறிவித்தனர். இந்தப் போராட்டத்தின் வெற்றிதான், பிற்காலத்தில் ஆலய நுழைவுப் போராட்டம் பல ஊர்களில் நடைபெறுவதற்குக் காரணமாக அமைந்தது.

10. ஆன்மிகத் தளத்தில் புரட்சியாளர்கள்!

பறவையைக் கண்டான்... விமானம் படைத்தான்.., பாயும் மீனைக் கடலில் கண்டான்... படகைப் படைத்தான்... எதிரொலி கேட்டான், வானொலி படைத்தான். எதனைக் கண்டான், மதம்தனைப் படைத்தான் என திரைப்படப் பாடல் ஒன்றில் கவியரசு கண்ணதாசன் கேட்ட கேள்வி சாதாரணமானதல்ல.

இந்தியாவில் ஆரியர் வருகை எனப் பதிவு செய்த வரலாறு முகலாயர் வருகையைப் படையெடுப்பு என பதிவு செய்துள்ளது. உண்மையில் வாளேந்தி வந்த மதம் இசுலாம் மட்டுமல்ல, எல்லா மதங்களுமே வாளேந்திப் போராடியவைகள் தான். சிலுவைப் போர் நடந்ததும் அதேபோல கலிபாக்கள் இடையில் போர் நடந்ததும் மதுரையிலே எட்டாயிரம் சமணர்களைக் கழுவேற்றியதும் மதச் சண்டைகளின் ஒரு பகுதி தான் என்பதே கசப்பான உண்மையாகும்.

புத்தரும், மகாவீரரும், இயேசு பெருமான், வேத முனிவர்களும் முகமது நபியும், மக்களுக்கு உதவுவதற்காகவே அவர்களை நன்னெறிப் படுத்தவே மதங்களை உருவாக்கினர். அவர்களை ஏமாற்றுவதற்கு அல்ல. பிற்காலத்தில் ஆதிக்க சக்திகளும் மதத்தை வழி நடத்த வந்த தலைவர்களும் தங்கள் சுயநலத்திற்காக மதங்களை போதைப்பொருளாக்கி மதக் கோட்பாடுகளை தங்களுக்கு விருப்பம்போல் வளைத்துக் காட்டினர். அதன் மூலம் ஆட்சி அதிகாரங்களை கைப்பற்றினர் அல்லது ஆட்சியாளர்களை அருகில் வைத்துக் கொண்டனர் என்றும் சொல்லலாம்.

உலகில் 90 சதவீதம் மக்கள் மதம் மற்றும் கடவுள் நம்பிக்கை கொண்டவர்களாக இருக்கின்றனர் எனலாம். இன்றைய நவீன தகவல் தொழில்நுட்ப வளர்ச்சியில் கூட இணையதளங்களில் என்னுடைய மதமே உயர்ந்தது! எங்களுடைய வழிபாடே சிறந்தது என்றெல்லாம் விவாதித்து வருகிறார்கள். ஆனால், மதங்கள் சொன்ன நன்னெறிகள் எவையும் எந்த மதமும் பின்பற்றாத காரணத்தால் தான், இன்றைக்கும் திரும்பிய பக்கம் எல்லாம் வன்முறைச் செய்திகள் வருகிறது.

மனிதனுக்குள் பேதம் பார்ப்பது என்கிற அவலங்கள் படித்தவர்கள் மத்தியிலும் தொடர்ந்து கொண்டிருக்கின்றன. உண்மையில் எல்லா மதங்களுமே மனிதனை மையமாக வைத்து அவனுக்குள் இருக்கின்ற மனித நேயத்தை வளர்ப்பதுதான் முக்கிய நோக்கமாகக் கொண்டிருக்கிறது என்பதே உண்மையாகும்.

பூமியில் வாழும் உயிரினங்களிடையே ஆபத்தானவன் மனிதன்தான் என்கிறார் இராமகிருஷ்ண பரமஹம்சர். "ஏனெனில் அவன்தான் எண்ணத்தால் பிறரை வீழ்த்தும் வல்லமை படைத்தவன். இரக்கத்தால் பிறரை வாழவைக்கும் சக்தி கொண்டவன்" என்கிறார்.

உனது சொந்த உழைப்பால் சுய சம்பாத்தியத்தால் வருகின்ற வருமானத்தின் தசம பகுதியினை முகம் தெரியாத ஏழைகளுக்கு கொடுத்து உதவ வேண்டும் என்று கிறிஸ்தவ புனித நூலான விவிலியம் கூறுகிறது. ஆனால் தேவாலயங்களிலேயே மனித வெடிகுண்டுகள் வெடிக்கின்றன!

ஒவ்வொரு அமெரிக்க அதிபரும் பதவியேற்கும்போது, தங்கப் பேழை முகப்பு அட்டை கொண்ட அந்த விவிலியம் நூலின்மீது சத்தியம் செய்துதான் பதவி ஏற்கின்றனர். ஆனால், உலக நாடுகளிடையே ஆயுதம் விற்கும் மிகப்பெரும் ஆயுதச்சந்தை அமெரிக்காவில்தான் இருக்கிறது. ஈராக் மீது படையெடுத்து, ரஷ்யாவை மறைமுகமாக எதிர்க்க வேண்டும் என்பதற்காகவும், ஆப்கானிஸ்தானில் அமெரிக்கா விரும்பும் அரசு அமையவேண்டும் என்பதற்காகவும், பின்லேடன் என்கிற மிகப்பெரும் தீவிரவாதியை வளர்த்ததும் அமெரிக்காதான்!. ஆனால், வன்முறை என்பதும் இருபுறமும் கூர்தீட்டிய கத்திமுனையைப் போன்றது என்பதுபோல பின்லேடன் அமெரிக்காவின் இரட்டைக் கோபுர தாக்குதல் நடத்தியதும் குறிப்பிடத்தக்கது. இதில் விவிலியம் காட்டுகிற எந்தச் சமாதானமும், மனிதநேயமும் இல்லை என்பதுதான் கசப்பான உண்மையாகும்.

"அண்டை வீட்டாரை நேசிக்காத உன்னால் எப்படி இறையருள் பெற முடியும்" என்று கேட்டவர் இறைத்தூதர் முகமது நபிகள். இசுலாம் மதம் என்பதைவிட, மார்க்கம் என்று சொல்லலாம். அண்மையில் தோன்றிய இந்த மதத்தின் கோட்பாடுகள், உலகளவில் மக்களை ஈர்த்தது. அன்பும்,

சமாதானமும் நிறைந்த இந்த மதத்தின் பெயரால்தான் இன்றைக்கு சர்வதேச அளவில் தீவிரவாதச் செய்திகள் வருகின்றன.

"அனைத்து உயிர்களிடத்திலும் நானே இருக்கிறேன்" என்று பகவத் கீதையில் கிருஷ்ணர் சொல்கிறார். ஆனால் மனிதனுக்குள் பேதம் கற்பித்து தொட்டால் தீட்டு, பார்த்தால் தீட்டு என்று அந்த பகவத் கீதையை நம்புகின்றவர்களே தீண்டாமையையும் உருவாக்கினார்கள்.

"உனக்கு எது வெறுப்பானதோ அதை நீ உன் சக மனிதருக்கு செய்யாதே." யூத மதத்தின் சாரம் இது.

அதேபோல கன்பூசிய மத நூலான அனபெட்ஸ் இவ்வாறு கூறுகிறது... "பிறர் உனக்கு செய்யக்கூடாது என்று நினைப்பவற்றை நீ பிறருக்குச் செய்யாதே" என்கிறது.

இந்து மத தர்மங்களை எல்லாம் தொகுத்துத் தரும் மகாபாரதம் இவ்வாறு சொல்கிறது... பிறர் உனக்கு எதைச் செய்தால் வேதனை என்று நினைக்கிறாயோ அதை நீ பிறருக்குச் செய்யாதே எனப் பாடம் நடத்துகிறது.

"புத்த மதத்தின் உடன் ஸ்வர்க் கூறுகிறது... எது உன்னைப் புண்படுத்தும் என்று நினைக்கிறாயோ அதை நீ பிறருக்குச் செய்யாதே..."

கிறிஸ்தவ மத நூலான புதிய ஏற்பாட்டில் இயேசு பெருமான் கூறுகிறார். மனுஷர் உங்களுக்கு எவைகளைச் செய்ய விரும்புகிறார்களோ அவைகளை நீங்களும் அவர்களுக்குச் செய்யுங்கள்.

மதவாதிகள் என்று தம்மை அழைத்துக் கொள்பவர்கள் தத்தம் மத நூல்களில் கூறப்பட்டிருக்கும் மேற்சொன்ன இந்த ஓர் அறத்தை மட்டும் கடைப்பிடித்து இருந்தால் உலகில் மதத்தின் பெயரால் ஒருபோதும் போரும் பூசலும் நடந்திருக்காது.

இங்கே மதம் பற்றிப் படித்தவர்கள் மிகக் குறைவாகவும், மதம் பிடித்தவர்களே அதிகமாகவும் இருப்பதால்தான் மதங்கள் தேவையா என்கிற கேள்வி ஞானியர்கள் மத்தியில் உருவானது. குறிப்பாக உலகில் உள்ள மதவாதிகள் அனைவரும் அதிரும் வகையில் 19வது நூற்றாண்டு அமைந்தது எனலாம்.

"மருளான பற்பல மார்கங்கள் எல்லாம்
வழிதுறை தெரியாமல் மண்மூடிப் போக..."

"முயன்றுலகில் பயன் அடையா மூடமத மனைத்தும்
முடுகி அழிந்திடவும் ஒரு மோசமும் இல்லாததே!"

என ஆவேசமாகப் பாடிய இராமலிங்க அடிகளார் எனும் வள்ளலார் பிறந்த ஆண்டு 1818. மூடத்தனங்கள் வளர்க்கும் மதங்கள் எல்லாம் அழிந்து போனாலும் மனிதகுலத்திற்கு ஒரு கேடும் வராது என்று ஆவேசப்பட்டவர் வள்ளலார்! ஆனாலும் அவர் சிவபக்தராக இருந்தார். தமிழர் சமயம் சிவமதம் என்றே அழைத்தார். ஆயினும் மனிதனும் தெய்வமாகலாம் என்கிற வகையில் வள்ளலார் மானுட நேயத்தை ஆன்மிகத் தளத்தில் நின்று போதித்தார்.

இவர் பிறந்த ஐந்து வருடங்களுக்குப் பிறகு 1823 ஆம் ஆண்டில் மேற்குலகில் ஜெர்மனி நாட்டில் காரல் மார்க்ஸ் பிறந்தார். இரக்கமற்ற உலகத்திற்கு இதயத்தைப் போன்றது மதம். ஈவு இரக்கம் இல்லாத மனிதர்களுக்கு மத்தியில் கோடிக்கணக்கான மக்கள் தங்களின் துயரங்களுக்கு தற்காலிகத் தீர்வாக வலி நிவாரணியாக மதத்தை நம்புகின்றனர். ஒரு வகையில் மதம் வலிகளை தற்காலிகமாகப் போக்கும் அபினுக்கு நிகரானது என்று சொன்னவர் காரல் மார்க்ஸ்!

மார்க்ஸ் வாழ்ந்த காலத்தில் ஹெகல் என்கிற தத்துவமேதை வாழ்ந்தார். அவரும் ஜெர்மனி நாட்டைச் சேர்ந்தவர்தான். ஹெகலின் பேச்சும், எழுத்தும் அன்றைய ஜெர்மானிய இளைஞர்களைக் கவர்ந்தது. மார்க்ஸ் உள்ளிட்ட பல

மாணவர்கள் ஹெகலின் ரசிகர்களாகவே மாறினர். மாறிக்கொண்டே இருப்பதுதான் உலகம். அதுதான் இயக்கவியல். எல்லாமும் மாறிக்கொண்டே இருக்கிறது. மாற்றம்தான் வளர்ச்சிக்கான பயணம் என்று சொன்னவர் ஹெகல். அந்த மேதையிடம் இந்தக் கேள்விகளும் முன் வைக்கப்பட்டது. மனிதன் கடவுளைப் படைத்தானா? கடவுள் மனிதனைப் படைத்தானா? எனக் கேட்டனர்.

உலகம் என ஒன்று இல்லாவிட்டால் கடவுளுக்கு என்ன தேவை! கடவுளால் படைக்கப்பட்டதே உலகம். இந்த உலகத்தில் கடவுளின் தூதுவர்களாக இருப்பவர்கள்தான் மன்னர்கள். எல்லாம் மாறினாலும் இந்த மன்னர் ஆட்சி அதிகாரம் எதுவும் மாறாது. அது ஆண்டவனின் கட்டளை என்றார். ஹெகலின் இந்தக் கருத்துக்கு ஆதரவாக ஜெர்மானிய அரசாங்கம் மற்றும் அரசாங்கத்திற்கு ஆதரவான கத்தோலிக்க திருச்சபை பாதிரிமார்கள் இரு கை நீட்டி வரவேற்றனர். நம்முடைய ஆள், இந்த ஹெகல்! எனக் கொண்டாடினர்.

எல்லாமே மாறுவதுதான் வளர்ச்சி எனில் இந்த மன்னர் ஆட்சிமுறை மட்டும் மாறவே மாறாதா? இந்தக் கேள்வியானது மார்க்ஸை தூங்கவிடாமல் சிந்திக்க வைத்தது. நாத்திகவாதம் என்றால் என்ன? அதில் என்னதான் இருக்கிறது எனத் தெளிவு பெற வேண்டும் என்கிற அடிப்படையில் பெர்லின் பல்கலைக்கழகத்தில் பட்ட மேற்படிப்பில் சேர்கிறார். நாத்திகவாதம் (Atheism) எனும் தலைப்பில் ஆய்வுப் படிப்பைத் தொடர்கிறார்.

இதே சமகாலத்தில் இங்கிலாந்தில் உள்ள சுரூஸ்பேரி எனும் இடத்தில் 1809இல் சார்லஸ் டார்வின் பிறக்கிறார்.

இவரது கண்டுபிடிப்பு உயிரியல் அறிவியலில் மாபெரும் திருப்பத்தை ஏற்படுத்தியது.

அனைத்து உயிரினங்களும் ஒரு பொதுவான மூதாதையர் இனத்தில் இருந்து உருவானது என்றார். மனிதனும் இதில் விதிவிலக்கல்ல. மனிதர்களின் மூதாதையர்கள் குரங்கினத்தைச் சேர்ந்தவர்கள்! பன்முகத்தன்மை வாய்ந்த உயிரினங்கள் எல்லாமே தம்மைத் தகவமைத்துக் கொள்ள உருவானவைதான்.

சூழலுக்கு ஏற்ப தன்னை மாற்றிக் கொள்ளாத இனம் அடுத்த சந்ததியினரே இல்லாமல் மறைந்து விடுகிறது. எந்த இனம் சூழலுக்கு ஏற்ப தன்னை மாற்றிக் கொள்கிறதோ அந்த இனம் மட்டுமே பரிணாம வளர்ச்சியில் உயிர்வாழத் தகுதி பெறுகிறது. எல்லா உயிரினங்களையும் வைக்கும் அதே தளத்தில்தான் மனிதனையும் டார்வின் வைத்தார். மனிதனை கடவுள் படைத்தான்... படைக்கிறான்... என்கிற நம்பிக்கையை டார்வினின் கோட்பாடுகள் மிகப்பெரும் கேள்விகளை எழுப்பியது.

இந்த உலகத்தில் வாழும் மனிதர்கள் மற்றும் தாவரங்கள், விலங்குகள் உட்பட இந்தப் பிரபஞ்சத்தை உருவாக்க கடவுளுக்கு ஆறு நாட்கள் தேவைப்பட்டன என்று போதிக்கும் கிறித்துவ மதத்தின் படைப்புவாதத்திற்கு (Creationism) நேர் எதிர்நிலையை டார்வினின் பரிணாம வளர்ச்சிக் கோட்பாடு முன்வைத்தது. இந்த பூமியில் பல வகைப்பட்ட உயிரினங்கள் தோன்றி படிப்படியாக வளர்சியடைந்து சூழலுக்கு ஏற்ப மாற்றங்கள் பெற்று மனிதகுலம் உருவாக கோடிக்கணக்கான ஆண்டுகள் ஆயின... என்று டார்வினின் உயிரினங்களின் தோற்றம் எனும் ஆய்வு நூல் வலியுறுத்தியது.

கத்தோலிக்க திருச்சபைகள் டார்வின் மீது வழக்குகளைப் பதிவு செய்தது. டார்வினுக்கு ஆதரவாக ஒரு தரப்பும், எதிர்ப்பாக இன்னொரு தரப்பும் என இருபிரிவினர் வழக்கு மன்றத்தில் வாதங்களை முன்வைத்தது. ஒரு கட்டத்தில்

உயிரினங்களின் தோற்றம் மற்றும் பரிணாம வளர்ச்சி என்பது அவரவர் நம்பிக்கைகளைப் பொறுத்தது என கத்தோலிக்க தேவாலயம் அறிவித்ததும் வரலாறாகும்.

டார்வின் கோட்பாடுகள் இன்றளவில் பேசப்படுவதற்குக் காரணமே அவர் ஒரு மேசை சிந்தனையாளர் அல்ல. உயிரினங்கள் பற்றி ஆய்வுகள் செய்வதற்காகவே பீகிள் என்கிற கப்பலில் தொடர்ந்து ஐந்து ஆண்டுகள் பயணித்து வெவ்வேறான உயிரினங்களின் தோற்றம் மற்றும் வாழ்க்கை முறை குறித்து, ஆய்வுகள் செய்தார்.

1831 டிசம்பர் 27இல் பிரிட்டனில் உள்ள பிளைமவுத் துறைமுகத்தில் இருந்து புறப்பட்ட பீகிள் கப்பல் மீண்டும் அதே துறைமுகத்தில் 1836 அக்டோபர் 2இல் வந்து சேருகிறது. 40 ஆயிரம் மைல்கள் கடற்மேற்பரப்பிலும், செல்லும் வழிகளில் இருந்த தீவுகளில் இறங்கி 2000 மைல்கள் வரையில் நில வழிப்பயணமும் செய்தவர் டார்வின்!

இந்தப் பயணத்தின்போது தாவரங்கள் குறித்து எழுதிய குறிப்புகள் மட்டுமே 1700 பக்கங்கள் கொண்டதாக இருந்தது. டார்வினால் எழுதப்பட்ட நாட்குறிப்பு பக்கங்கள் 800க்கும் மேல் இருந்தது. உயிரிழந்த விலங்குகளின் உலர்ந்த எலும்புத் துண்டுகளின் மாதிரிகள் எண்ணிக்கை 4000 ஆக இருந்தது. டார்வினின் தந்தை இந்த ஆராய்ச்சிக்காக 1000 பவுண்டுகள் அனுப்பி இருந்தார். இத்தனைக்கும் தன்னுடைய மகன் மிகச் சிறந்த பாதிரியராக வரவேண்டும் என விருப்பப்பட்டவர். அதனால் உலக அனுபவங்கள் பெறவேண்டும் என்பதற்காகவே

கப்பல் பயணத்திற்கு சம்மதித்தவர். ஆனால், கடற்பயணம் கற்பித்த பாடம் என்பது டார்வினை சிறந்த அறிவியலாளராக உருவாக்கியது.

உயிரினங்களின் தோற்றம் எனும் நூல், டார்வினால் போகிற போக்கில் எழுதப்பட்ட நூல் அல்ல. மாறாக, கப்பற் பயணத்தின்போது தான் பார்த்த உயிரினங்களின் உருவ வளர்ச்சி, அவை இரை தேடுதலில் மேற்கொள்ளும் உழைப்பு, அதனால் ஏற்படும் வளர்ச்சி என அனைத்தையும் நேரடியாகப் பார்த்துக் குறிப்பெடுத்து ஆய்வுகளைச் செய்தவர்.

மனிதனின் பரிணாம வளர்ச்சி குறித்து டார்வினுக்குக் கிடைத்த முதல் தடயமே கலபோகஸ் தீவில் இருந்த ஆமைகளைப் பார்த்து அறிந்து கொண்டதுதான். அதன் பிறகு வெவ்வேறு தீவுகளில் வெவ்வேறான வடிவங்கள் கொண்ட ஆமைகளைப் பார்க்கிறார்.

ஆமைகளுக்கு ஒரு சில இடங்களில் மிக எளிதான முறையில் உணவுகள் கிடைக்கிறது. அங்கெல்லாம் தனது கழுத்தை சுருக்கிக் கொண்டு வாழ்கின்றன. ஆனால், வறண்ட தீவுகளில் நீளமான கழுத்துடன் ஆமைகள் காணப்பட்டன. பிழைப்பதற்கு இயற்கையாகவே போராட வேண்டியுள்ளது என்பதை டார்வின் உணர்கிறார். ஆமைகளில் உள்ள உருவ வேறுபாடுகள் பரிணாம வளர்ச்சியின் விளைவுதான்! என்று தனது உயிரினங்களின் தோற்றம் நூலில் பதிவு செய்துள்ளார். கப்பல் பயணத்தை முடித்துவிட்டு 14 ஆண்டுகளுக்குப் பிறகு, அவரால் ஆய்வு செய்து வெளியிடப்பட்ட நூல்தான் உயிரினங்களின் தோற்றம்!

கிறித்தவ மதத்தின் படைப்புவாதத்திற்கு எதிராக டார்வினின் ஆய்வுகள் இருந்ததால் சொந்த நாடான பிரிட்டன் உள்ளிட்ட மேற்குலக ஐரோப்பிய நாடுகளிலும் டார்வின் எதிர்ப்புகளை எதிர்கொள்ள வேண்டியிருந்தது!

உயிரினங்களின் தோற்றத்திற்கு மூல ஆதாரம் தேடும் டார்வினின் ஆராய்ச்சி என்பது புனித விவிலியத்திற்கு எதிரானது என மத போதகர்கள் எதிர்த்தனர். உயிரினங்களின் தோற்றம், அதன் தொடக்கம் என எல்லாமே ஆண்டவன் அருளியதே என மண்டியிட்டுச் சொல்லி டார்வின் மன்னிப்பு கேட்க வேண்டும் என வலியுறுத்தினர்.

ஆனால் நல்ல வேளையாக டார்வின் வாழ்ந்த அதே 19ஆம் நூற்றாண்டில் பல ஐரோப்பிய நாடுகளில் நிலப்பிரபுத்துவமுறை தகர்க்கப்பட்டிருந்தன. பல ஐரோப்பிய நாடுகளில் நாடாளுமன்ற ஜனநாயக ஆட்சி தொடங்கப்பட்ட காலமாக இருந்தது. பிரிட்டன் உள்ளிட்ட பல நாடுகளில் முதலாளித்துவ சுரண்டல் கொடுமைகளை எதிர்த்து தொழிலாளி வர்க்கம் போர்க்கொடி தூக்கிப் போராடிய காலமாக அது இருந்தது. அதனால் டார்வின் இறுதிவரை மன்னிப்பு கேட்காமல் இருந்தார் என்பதும் இங்கு குறிப்பிடத்தக்கது.

ஐரோப்பாவின் மத்தியகால வரலாறு எனப் பார்க்கப்படுகின்ற கி.பி. 10 ஆம் நூற்றாண்டு முதல் 16 ஆம் நூற்றாண்டு வரையிலான காலகட்டத்தில் சிந்தனையாளர்கள், அறிவியலாளர்கள் கொல்லப்பட்டார்கள் என்பதும் மறக்க முடியாத வரலாற்று உண்மையாகும்.

"எல்லாம் வல்ல இறைவன் பூமியின் அடித்தளத்தை நிறுவினார். என்றென்றைக்கும் அது நிலைத்திருப்பதாக" (சாம் 104) என்கிற விவிலிய கூற்றுப்படி, இந்த பூமிதான் பிரபஞ்சத்தின் மையம் என்பதை மறுத்து எந்த வகையிலும் இந்த பூமியானது பிரபஞ்சத்தின் மையம் அல்ல. மாறாக சூரிய மண்டலத்தைச் சுற்றும் கோள்களில் ஒன்றுதான் பூமி எனச் சொன்ன கலீலியோ 1634 ஆம் ஆண்டில் பிரான்ஸ் நகருக்கு வெளியே அர்செத்ரி கிராமத்தில் எழுபதாம் வயதில் வீட்டுச் சிறையில் வைக்கப்பட்டு சித்திரவதைக்கு

ஆளாக்கப்பட்டார். அதே சமகாலத்தில் வாழ்ந்த புரூனோ என்னும் இத்தாலியச் சிந்தனையாளரை மத நம்பிக்கைக்கு விரோதி என குற்றம் சாட்டி எரியும் நெருப்பில் தள்ளி எரித்துக் கொலை செய்தனர் மதவாதிகள்.

டார்வினுக்கு அவ்வாறு நிகழவில்லை. காரணம் எனக்கு கடவுள் நம்பிக்கை உண்டு எனச் சொல்லி சமாளித்தார். "நானும் தேவாலயத்திற்கு வழக்கம் போலச் செல்கிறேன்" எனச் சொன்னார். பத்து குழந்தைகளுக்குத் தந்தையான டார்வின் தன் இறுதிக் காலத்தில் மதபோதகர்களின் எதிர்ப்புக் குரல்களுக்கு பதில் ஏதும் சொல்லாமல் மவுனம் காத்தார். அந்த மவுனம் எத்தகைய வலிகளைக் கொண்டது என்பதை காரல் மார்க்ஸ் அவர்களுக்கு எழுதிய கடிதத்தில் பதிவு செய்திருந்தார்.

காரல் மார்க்ஸ் தான் ஆய்வு செய்து எழுதிய முதல் நூலினை டார்வினுக்கு சமர்ப்பணம் செய்ய சம்மதம் கேட்டு கடிதம் எழுதியிருந்தார். அதற்கு பதில் எழுதிய டார்வின் இவ்வாறு கூறியிருந்தார்.

"தங்களின் ஆய்வு நூலுக்கு எனது வாழ்த்தினைத் தெரிவித்துக் கொள்கிறேன். என் பெயருக்கு சமர்ப்பணம் செய்வதாக தெரிவித்துள்ளீர்கள். நான் இப்போதுதான் எனது குடும்பத்தார் மற்றும் உறவினர்களுடன் சர்ச்சையில்லாது வாழ்ந்து வருகிறேன்.

இத்தருணத்தில் என் பெயரிட்டு ஆய்வு நூல் சமர்ப்பணம் என வெளியானால் மீண்டும் மன உளைச்சலுக்கு ஆளாவேன். எனவே, என் பெயரைத் தவிர்க்குமாறு கேட்டுக் கொள்கிறேன். உண்மைகளை ஒரு நாள் உலகம் ஏற்கும் எனும் நம்பிக்கை எனக்கு உள்ளது. தங்களின் ஆய்வுகளுக்கு என்றென்றும் என் வாழ்த்துகள் உண்டு" என மதவாதிகளுடன் போரிட்டு களைத்துப்போன டார்வின் எழுதியிருந்தார்.

ஆனால், உண்மைகளை உலகம் ஒருநாள் ஏற்கும் என்கிற டார்வினின் நம்பிக்கை வீண்போகவில்லை. அவர் இறந்து போனபின் 125 ஆண்டுகளுக்குப் பிறகு டார்வினின் 200 வது ஆண்டு விழாவை முன்னிட்டு இங்கிலாந்து தேவாலயம் பாவ மன்னிப்பு வெளியிட்டது.

"டார்வின் ஆகிய உங்களைத் தவறாகப் புரிந்து கொண்டதற்கும் மற்றவர்கள் தங்களைத் தவறாகப் புரிந்து கொள்ளும் வகையில் உங்களுடன் ஏற்பட்ட கருத்து மோதலில் எங்களது முதல் பிரதிபலிப்பு தவறாக அமைந்துவிட்டதற்கும் மன்னிப்பு கோருகிறது இங்கிலாந்து தேவாலயம்" என அறிவித்திருந்ததும் வரலாற்றில் மறைக்க முடியாத உண்மைகளாகும்.

உயிரினங்கள் தமக்கான வளர்ச்சி முறைமையினை இயல்பாகவே தேர்வு செய்து கொள்கின்றன என்கிற டார்வினின் கருத்தை முன்வைத்தே மார்க்ஸ் ஆய்வினைத் தொடங்கினார். படிப்படியாக நிகழும் சமுதாய மாற்றங்களும் டார்வினின் கருத்தியலோடு உடன்படுபவைதான் எனச் சொன்னவர் காரல்மார்க்ஸ்.

மனிதகுலத்தின் ஆரம்ப நிலை வேட்டைச் சமூகம். பிறகு வேளாண்மைச் சமூகம் என மாறிய பின்னர் நிலஉடைமைச் சமூகம். அதனுடன் மனிதனை மனிதன் அடிமைப்படுத்தும் அடிமைச் சமூகம் என சமூகப்படிநிலை மாற்றம் குறித்த ஆய்வுகளை முன்வைக்கிறபோது, டார்வினின் ஆய்வு மிகவும் பயனுள்ளதாக மார்க்சுக்கு அமைந்தது.

கடவுளை மையமாக வைத்து இயங்கும் இந்த உலகத்தை மாற்றுவது எப்படி? மதம் மனிதனை எந்த அளவுக்கு அடிமைப்படுத்தி வைத்திருக்கிறது என்கிற கேள்விகளுக்கான பதிலை எழுதுகிறபோதுதான், மார்க்ஸ் நாடுவிட்டு நாடு கடத்தும் நிலைக்குத் தள்ளப்படுகிறார். மார்க்ஸின் பொருள் முதல்வாதக் கருத்துக்கு ஆதரவாக இருந்தது டார்வினின்

உயிர்களின் பரிணாமக் கோட்பாடுகள். அன்றைக்கிருந்த திருச்சபைகளும், மன்னர்களும் இவர்களை எதிரிகளாகப் பார்த்ததற்கு ஒரே காரணம்தான்.

ஆட்சி செய்பவர்கள் ஆண்டவனின் தூதுவர்களல்ல என்பதை மறுக்க முடியாத சான்றுகளுடன் நிரூபித்ததால் இருவருமே பாதிக்கப்பட்டார்கள். மார்க்ஸ் வாழ்ந்த காலத்திலேயே பிரெஞ்சுப் புரட்சி வெடித்தது. புரட்சியாளர்களை மார்க்ஸ் சந்தித்து வாழ்த்தியதும் வரலாறாகும்.

வள்ளலார், காரல் மார்க்ஸ், டார்வின் என இந்த மூவருக்கும் ஒரு ஒற்றுமை இருந்தது. மூவருமே மதவாதிகளால் துன்புறுத்தப்பட்டனர்! ஜெர்மனியில் பிறந்த மார்க்ஸ் 65 வயதில் இறக்கும்போது நாடற்றவராக (Stateless Person) தனிமைப்படுத்தப்பட்டார். மார்க்ஸின் இறந்த உடலைப் புதைப்பதற்குக் கூட லண்டனின் உள்ள கல்லறைத் தோட்டத்தில் இடம் வழங்கப்படவில்லை. சாமானியர்கள் புதைக்கப்படும் ஹைகேட் எனும் பகுதியில் மார்க்ஸின் உடல் நல்லடக்கம் செய்யப்பட்டது. ஆனால், வரலாறு மார்க்ஸைத் தின்று தீர்த்துவிடவில்லை. காலத்தை வென்று மார்க்ஸ் வாழ்கிறார்.

அன்றைக்கு சாமானியர்கள் புதைக்கப்பட்ட கல்லறைத் தோட்டமான ஹைகேட் கல்லறை இன்று லண்டனில் உள்ள சுற்றுலாத்தலங்களில் முதலிடத்தில் உள்ளது. தினம்தோறும் மார்க்ஸ் கல்லறை மீது வைக்கப்படும் ஆயிரக்கணக்கான மலர்க் கொத்துக்களை அகற்றுவதற்கு பணியாளர்களை அமர்த்தி உள்ளது லண்டன் மாநகர நிர்வாகம்!

“இவனுக்கு முந்தைய வரலாறு அனைத்தும் இவனுள் முடிந்துபோனது. பிந்தைய வரலாறு அனைத்தும் இவனுள் தொடங்குகிறது” என்றார் ஞானபீட விருது பெற்ற எழுத்தாளர் ஜெயகாந்தன்.

மனிதனை மேன்மைப்படுத்த இங்கே தமிழகத்தில் சித்தர்கள் களமாடினார்கள். வேத மரபுகள் வரம்பு மீறி சாதாரண மக்களை துன்பப்படுத்தியபோது சிவவாக்கியர் என்கிற சித்தர், ‘‘கோயிலில் இருப்பது வெறும் சிலைதான்! கடவுள் இருக்கும் இடம் இதயத்தில்தான்’’ என்றார்.

“நட்டகல்லைத் தெய்வமென்று நாலுபுட்பம் சாத்தியே
சுற்றிவந்து மொனமொனென்று சொல்லும் மந்திரம் ஏதடா?
நட்டகல்லும் பேசுமோ? நாதன் உள்ளிருக்கையில்?
சுட்டசட்டி சட்டுவம் கறிச்சுவை அறியுமோ?”

சமயச் சண்டைகள் மேலோங்கிய காலத்தில், கடவுள் ஒருவரே என இருக்கும்போது இங்கிருக்கும் மனிதர்கள் ஏன் சண்டையிடுகின்றனர் எனக் கேட்டவரும் சிவவாக்கியர்தான்.

“எங்கள் தேவர் உங்கள் தேவர் என்றிரண்டு தேவரோ?
இங்குமங்கு மாயிரண்டு தேவரே இருப்பாரோ?
அங்குமிங்கு மாகிநின்ற ஆதிமூர்த்தி ஒன்றலோ!
வங்க வாரஞ் சொன்ன பேர்கள் வாய்புழுத்து மாள்வரே”

முத்தாய்ப்பாக கடவுளுக்கு செய்திடும் நெய்வேத்தியங்கள் படமாகி நிற்கும் சிலைகளுக்குச் செய்வது போன்றதுதான். மனிதர்களின் பசி தீர்க்க உணவளித்தல் கடவுளுக்குச் செய்திடும் நெய்வேத்தியத்தை விட மேலானது என்றார் திருமூலர்.

“படமாடக் கோயில் பரமற்கு ஒன்று ஈவர்
நடமாடு அக்கோயில் நம்பற்கு ஒன்று ஈவீர்
நடமாடு அக்கோயில் நம்பார்க்கு ஒன்று ஈயில்
படமாடக் கோயில் பரமற்கு அது ஆமே.”

11. மகாத்மா ஜோதிராவ் புலே காட்டிய ஆன்மிகம்!

முதல் நான்கு பார்ப்பன பேஷ்வாக்களின் தலைமையின் கீழ் மராத்தியர்கள் பெற்றிருந்த வீர உணர்வு, இந்துக்களை விடுவித்ததோடு முகலாயப் பேரரசையும் அழித்து நாற்பது ஆண்டுகள் மராத்தியப் பேரரசை வல்லமையுடன் விரிவுபடுத்தியிருந்தது. ஆனால், சிதைவிற்கும், சீரழிவிற்கும் ஆட்பட்டிருந்த கடைசி பேஷ்வாக்களின் ஆட்சியின் கீழ் அடுத்த நாற்பதாண்டுகளுக்குள் அது நிலைகுலைந்து போனது.

1890 செப்டம்பர் 11இல் ஜோதிராவ் புலே காலமானபோது பூனா நகரமே அணி திரண்டு வந்து அஞ்சலி செலுத்தியது. குறிப்பாக சூத்திரர்கள் மற்றும் ஆதி சூத்திரர்கள் குடும்பம் குடும்பமாக வந்து அஞ்சலி செலுத்தினர். ஜோதிராவ் காலத்தில், பிற்படுத்தப்பட்டோர் மற்றும் மிகவும் பிற்படுத்தப்பட்டோர் உள்ளிட்ட அனைவரையும் சூத்திரர்கள் என்றும், ஆதி திராவிட மற்றும் பழங்குடியின மக்களை ஆதி சூத்திரர்கள் எனவும் பார்ப்பனர்கள் அழைத்தனர் என்பது

குறிப்பிடத்தக்கது. (இக்கட்டுரை முழுவதும் இனி பார்ப்பனர் அல்லாதோர் எனப் பதிவு செய்வோம்).

அடக்கி ஒடுக்கி வைக்கப்பட்ட பார்ப்பனர் அல்லாதோர் வாழ்வுரிமைக்காக சுற்றிச் சுழன்று கொண்டிருந்த வாள் உடைந்துவிட்டது. சமூகநீதி, அன்பு, சமூகச் சமத்துவம் ஆகியவற்றின் மொத்த உருவமாக இருந்த ஜோதி அணைந்துவிட்டது. மராட்டிய சிறு குறு மன்னர்களுக்கு வெண்சாமரம் வீசிக் கொண்டிருந்த பேஷ்வாக்களை தம் வாழ்நாள் முழுவதிலும் சமரசமின்றி எதிர்த்துக் களமாடினார் ஜோதிராவ். அவரின் நெருங்கிய நண்பரான பாயுகொண்டாஜி பாட்டீல் உணர்ச்சிகரமான குரலில் இரங்கல் உரை ஆற்றினார்.

"சூத்திரர்கள், ஆதி சூத்திரர்கள் ஆகிய நம் அனைவரையும் விடுவிக்க வேண்டும் என்ற இலட்சியத்திற்காக தன் வாழ்க்கையை அர்ப்பணித்துக் கொண்ட மாமனிதர் ஜோதிராவ். இன்று இவ்வுலகைவிட்டு சென்றுவிட்டார். ஆனால், அவர் புகழ் என்றென்றும் நீடித்திருக்கும். நமது அறியாமையின் காரணமாக இந்த மனிதரின் விலை மதிப்பற்ற தியாகத்தை உணர பல வருடங்கள் தேவைப்பட்டது.

ஆனால், இவரின் வரலாற்றை எதிர்காலத் தலைமுறையினர் அறிந்து கொண்டு படித்தால் நிச்சயமாக சகோதர சமத்துவம் மனிதர்களுக்குள் மலரும். ஜோதிராவின் இலட்சிய தீபம் அணையாமல் பாதுகாப்பதே நாம் அவருக்குச் செய்திடும் உண்மையான அஞ்சலியாகும்" என்கிற இரங்கல் உரைக்குப் பின் ஜோதிராவின் வளர்ப்பு மகன் யஷ்வந்த் கரத்தால் எரியூட்டப்பட்டது.

தமிழ்நாட்டில் தந்தை பெரியார் பிறப்பதற்கு 50 ஆண்டுகளுக்கு முன்னர் 1827இல் கோவிந்த்ராவ்-சிம்னாபாய்க்கு மகனாகப் பிறந்தவர் ஜோதிராவ் புலே. மராட்டிய மாநிலம் பூனாவில் பிறந்த ஜோதிராவ் இந்த மண்ணில் 63 வயதுவரை வாழ்ந்தார். தன் இறுதிமூச்சு அடங்கும் வரையில் பார்ப்பன

எதிர்ப்பில் உறுதியாக இருந்தார். தன் மனைவி சாவித்திரிபாய் புலேவை ஆசிரியராக்கி இந்தியாவிலேயே முதன் முதலில் பெண்களுக்கு கல்வியை வழங்கியவர் ஜோதிராவ் புலே. இவரின் குடும்பம் மராட்டியத்தில் இந்துச் சமூகத்தில் உள்ள அடிமட்ட விவசாயப் பிரிவைச் சார்ந்ததாகும்.

ஜோதிராவ் குடும்பம் புலே என்ற பட்டப்பெயரைச் சூட்டிக் கொண்டதற்கான காரணம் பூச்செடிகள், பழ வகைகள், காய்கறிகள் ஆகியவற்றைப் பயிரிட்டு வந்தனர். தக்காணப் பகுதியில் இவர்கள் வாழ்ந்து வந்தனர். வரலாற்றில் இச்சாதி முக்கியச் சாதியாகக் கருதப்படவில்லை.

ஜோதிராவின் குழந்தைப் பருவ காலத்தில் மராட்டிய மாநிலம் அரசியல் ரீதியாக, சீர்குழைவு தொடங்கிய காலமாக இருந்தது. சிவாஜியால் நிறுவப்பட்டு, பின் கடைசி பேஷ்வாக்களால் பார்ப்பன அரசாக மாற்றப்பட்ட மராத்தியப் பேரரசு, சாகு மன்னர் இறந்த பிறகு, பார்ப்பனர் தலைமையில் நிலைகுலைந்து போயிற்று. பார்ப்பனர்கள் நேரடியாக

அரசாட்சி செய்ததாக வரலாறு கிடையாது. எந்தவொரு பேரரசையும் நிறுவியவர்கள் என்று வரலாற்றில் குறிக்கப்படாத பார்ப்பனர்களுக்கு இங்கே மராட்டியத்தில் அதற்கு நேர்மாறாக ஒரு வாய்ப்பு கிடைத்தது. சிவாஜியால் நிறுவப்பட்டு பாஜிராவால் விரிவுபடுத்தப்பட்ட மராட்டியப் பேரரசை ஏறத்தாழ ஒரு நூற்றாண்டுக்காலம் பார்ப்பனர்கள் ஆண்டு வந்தனர். குறிப்பாக இரண்டாம் பாஜிராவ் மன்னன் ஓர் ஒழுக்கக் கேடான மன்னனாக இருந்தான். அவனைச் சுற்றி எப்பொழுதும் பெண்களே சூழ்ந்திருந்தனர்.

இப்பெண்கள், சிதைந்துபோன சமூகத்தின் பிரதிநிதிகளாக இருந்தனர். இச்சமூகம் உளவாளிகளையே உற்பத்தி செய்து வந்தது. பொறாமை பிடித்த, இழிந்த, நடத்தை கெட்ட குடிகாரர்களை உருவாக்கியிருந்தது. இச்சமூகம் சூதாட்ட விடுதிகளை நடத்தி வந்தது. ஊழலை நீக்கமற வளர்த்திருந்தது. கட்டற்ற ஒழுக்கக்கேட்டை மறைமுகமாக ஆதரித்து வந்தது. மக்கள் அனைத்துத் தார்மீக நெறிகளையும் இழந்து நின்ற நிலையைக் கண்டு பூனாவின் முதல் ஆட்சித்தலைவரான திரு.ராபர்ட்சன் மிகவும் அதிர்ச்சியடைந்தார். அந்த அளவிற்குத் தீயஒழுக்கம் அருவருப்பு தரும் விதத்தில் இருந்து வந்தது. தெற்குப் பகுதியைச் சேர்ந்த இரண்டாம் பாஜிராவ், வடக்குப் பகுதியைச் சேர்ந்த தவுலத்ராவ் ஷிண்டே ஆகிய இருவருமே தேசத் துரோகிகளாக மாறினார்கள். மராத்தியர்கள் தங்கள் சுதந்திரத்தை இழந்தனர்.

இந்த நிலையில் கிருஷ்ணன் அல்லது சிவனின் அவதாரம்தான் இரண்டாம் பாஜிராவ் எனப் பார்ப்பனர்கள் முகத்துதி பாடிவந்தனர். பேஷ்வா ஆட்சியின்போது பார்ப்பனர்கள் தங்களுக்கென சிறப்புச் சலுகைகளையும், பாதுகாப்பு விதிகளையும் வைத்துக்கொண்டு தங்களை ஓர் ஆளும் வர்க்கமாகவே கருதி வந்தனர். சிவாஜியின் ஆட்சியில் பார்ப்பனர்களுக்கு இவ்வாறெல்லாம் சலுகைகள் இருந்ததில்லை. கடைசி பேஷ்வா ஆட்சியின்போது

நிலங்களுக்கு இதர சாதியினரின் நிலங்களைக் காட்டிலும் பாதி அல்லது அதைவிடக் குறைவான வரியையே பார்ப்பனர்கள் செலுத்திவந்தனர்.

பார்ப்பனக் குற்றவாளிகள் கடுமையான தண்டனைகளிலிருந்து விதிவிலக்குப் பெற்றிருந்தனர். அனைத்து வசதிகளும், உரிமைகளும், நன்கொடைகளும் பார்ப்பனர்களுக்கென்றே ஒதுக்கப்பட்டிருந்தது. அரசனைக் கடவுளென்று முகத்துதி பாடி வந்த நாற்பதாயிரம் பார்ப்பனக் குடும்பங்களை இரண்டாம் பாஜிராவ் நல்லமுறையில் பராமரித்து வந்தார்.

இந்த நிலையில் ஜோதிராவின் தந்தை கோவிந்த்ராவ் தன் சாதியில் மரியாதைக்குரியவராக இருந்தார். பூ மற்றும் காய், கனி வணிகத்திலும் சிறப்புடன் வாழ்ந்தார். எனினும் கோவிந்த்ராவ் தன் மகனின் கல்வி பற்றியும் எதிர்காலம் குறித்தும் சிந்தித்தார். ஜோதிராவை பள்ளிக்கு அனுப்ப முடிவு செய்தார்.

ஏழாவது வயதில் மராத்தியப் பள்ளி ஒன்றில் ஜோதிராவ் தன் அடிப்படைக் கல்வியைத் தொடங்கினான். அக்காலங்களில் சுதேசிப் பள்ளிகள் ஒன்றுக்கொன்று வெகு தொலைவில் அமைந்திருக்கும். பண்டோஜிகள் என அழைக்கப்பட்ட ஆசிரியர்களால் இப்பள்ளிகள் நடத்தப்பட்டு வந்தன.

புத்திக்கூர்மையும், ஆர்வமும் மிகுந்த அந்த இளைஞன் படிப்பில் பெரும் முன்னேற்றத்தைக் கண்டான். சிறுவனின் படிப்பு எந்தவித இடையூறுமின்றி நல்ல விதமாகச் சென்று கொண்டிருக்கையில், சில வேண்டத்தகாத சம்பவங்கள் நடைபெற்றன. பையன் கல்வி கற்று வருவது குறித்துச் சிலர் தந்தையிடம் தவறான கருத்தை ஏற்படுத்திவிட்டனர். அதனால், கல்வியால் தன் மகனுக்கு என்ன பயன் என அவர் மனம் அய்யப்பட்டது.

கோவிந்த்ராவ் கடையில் எழுத்தராகப் பணியாற்றி வந்த ஒரு பார்ப்பனர் அவருக்குத் தவறான அறிவுரை தந்து மகனைப் பள்ளியிலிருந்து நிறுத்தச் சொல்லி வலியுறுத்தினார். ஹண்டர் கல்வி ஆணையம் (Hunter Commission) அமைக்கப்பட்ட காலத்திலேயே சூத்திர சாதி மக்களுக்குக் கல்வி கற்றுத் தந்ததை பார்ப்பனர்கள் பகைமையோடு பார்த்ததையும், அதை எதிர்த்ததையும் பார்க்கும்போது கோவிந்த்ராவ் மனத்தை மாற்ற இந்தப் பார்ப்பனர் அவ்வளவு சிரமப்பட்டிருக்கமாட்டார் என்றே தோன்றுகிறது.

பையன் மராத்தியப் படிப்பு முழுவதையும் ஏறத்தாழ முடித்திருந்தான். எழுதவும், படிக்கவும், மனக்கணக்குப் போடவும் அவன் கற்றிருந்தான். "இந்தக் கல்வியால் உன் மகனுக்கு என்ன பயன் கிடைத்துவிடப் போகிறது? கல்வி கற்பதால் பையன் விவசாய வேலை செய்யத் தகுதியற்றவனாகி விடுவான். அதற்கும் மேலாக, தற்போதைய கல்வி ஒருவனை மத விரோதியாக்கிவிடும். அவன் கலகக்காரனாகி விடுவான்." இம்மாதிரிதான் அந்தப் பார்ப்பன எழுத்தர் தன் முதலாளி கோவிந்த்ராவ் புலேயிடம் தொடர்ந்து சொல்லிக் கொண்டிருந்தார்.

இந்த நூற்றாண்டின் தொடக்கத்திலும் தந்திரக்காரப் பார்ப்பன ஆசிரியர்கள், பார்ப்பனர் அல்லாத சிறுவர்களின் கல்வியை நயவஞ்சகமான வழிகளில் தடுத்து வந்தனர். சூத்திர சாதியினர் கல்வி கற்றால், வேலைவாய்ப்புக்களில் தங்களுக்குப் பங்காளிகளாக வந்துவிடுவார்கள் என்றும், அதனால் பெரும்பகுதி வேலைகள் அவர்களுக்குச் சென்றுவிடும் என்றும் மேல்சாதியினர் கருதினர்.

ஒருமுறை பம்பாய் சுதேசிக் கல்விக்குழு நடத்தி வந்த பள்ளிகளிலிருந்து சூத்திர சாதி மாணவர்கள் அனைவரும் நீக்கப்பட்டனர். இக்கல்விக் குழுவிலிருந்த முக்கிய

உறுப்பினரும் வைதீகத் தலைவருமான ராக்ஜி தாதாஜி பிரபுவின் ஆலோசனையின் பேரில்தான் இது நடைபெற்றது.

தொடர் அழுத்தம் காரணமாக ஜோதியைப் பள்ளியிலிருந்து கோவிந்த்ராவ் நிறுத்திவிட்டார். பள்ளிக்கு விடைகொடுத்துவிட்டு ஜோதி மண்வெட்டி, மண்கொத்தி, கோடாலி ஆகிய கருவிகளை எடுத்துக்கொண்டு தன் தந்தையின் தோட்டத்தையும் வயல்களையும் கவனிக்கத் தொடங்கிவிட்டார்.

இந்நிலையில் தன்னுடைய 13 வயதில் 8 வயதான சாவித்திரியை அவரது தந்தையார் மனமுடித்து வைக்கிறார்.

ஜோதியின் அயராத உழைப்பிற்கு இயற்கையும் துணை நின்றது. தம்முடைய பள்ளி வாழ்க்கைக்கு தடை ஏற்பட்டபோதும், புத்தகங்கள் மீதான விருப்பத்தை அவர் கைவிடவில்லை. வயலிலும் தோட்டத்திலும் பகல் முழுக்க வேலை செய்த பின், இரவில் விளக்கு வெளிச்சத்தில் படித்து வந்தார். இம்மாதிரியான புத்திக் கூர்மைமிக்க, துடிதுடிப்பான சிறுவன் இயல்பாகவே சில அண்டை அயலார்களின் கவனத்தை ஈர்த்துக் கொண்டான். அவர்கள் அனுதாபத்தையும் பெற்றுக்கொண்டான். நட்பு வட்டாரம் விரிவடைந்தது.

குறிப்பாக பெய்க் முன்சி மற்றும் லெகிட் என்கிற இரண்டு ஆசிரியர்கள் நண்பர்களாகின்றனர். ஜோதியின் திறமையை உணர்ந்த அவர்கள் ஜோதியின் தந்தையிடம், "உங்கள் மகனின் பள்ளிப்படிப்பை தவறான ஆலோசனையின் பேரில் நிறுத்தியுள்ளீர்கள். எதிர்காலத்தை வளர்த்துக் கொள்வதற்கு கல்விதான் துணை நிற்கும். எனவே நீங்கள் ஜோதியைப் பள்ளிக்கு அனுப்புங்கள்" என்கின்றனர். நிலைமையை உணர்ந்த ஜோதியின் தந்தை மீண்டும் ஒரு மிஷனரி பள்ளியில் சேர்க்கிறார்.

பாடங்களைக் கற்றுக் கொள்வதிலும், தேர்வில் வெற்றி பெறுவதிலும் ஜோதிராவ் முதல் மாணவனாகத் தேறுகிறார்.

தன்னுடைய நெருங்கிய வகுப்புத் தோழனாக சதாசிவ கோவந்தே என்கிற பார்ப்பன மாணவனின் நட்பு கிடைக்கிறது. ஏழைப் பார்ப்பன குடும்பத்தைச் சேர்ந்த கோவந்தேயும், ஜோதியும் தங்களுடைய வாசிக்கும் பழக்கத்தால், மராட்டிய மன்னன் சிவாஜி, ஜார்ஜ் வாசிங்டன் ஆகியோர்களின் வாழ்க்கை வரலாறுகளைப் படிக்கின்றனர்.

அவர்களின் துணிச்சல், நாட்டுப்பற்று, உயர்ந்த குறிக்கோள் ஆகியன இவர்களுக்கு ஊக்கமூட்டின. தங்கள் தாய்நாட்டின் விடுதலையில் அவர்கள் காட்டிய ஈடுபாடு இவர்களுக்கு ஒரு தூண்டுதலாய் இருந்தது.

அறியாமையில் உழன்று கிடந்த தங்கள் சக குடிமக்களை முன்னேற்றவும், மந்த நிலையிலும், காலம் கடந்துபோன நம்பிக்கைகளுக்கு அடிமைகளாயும் இருந்துவந்த அவர்களை எழுச்சி கொள்ளச் செய்யவும், தங்கள் வாழ்க்கையை அர்ப்பணிக்க இவ்விரு சிறுவர்களும் முடிவு செய்தனர். வேறு ஒரு முக்கியப் புத்தகம் ஒன்று இந்த இருவரையும் பாதித்திருந்தது. தாமஸ் பெயினின் மனிதனின் உரிமைகள் என்ற புத்தகமே அது.

ஜோதிராவ் இந்தியப் பேரரசில் பார்ப்பனப் போர்வையின் கீழ் அடிமைத்தனம் என்கிற நூலை *1873* ஆம் ஆண்டில் எழுதி வெளியிடுகிறார். விடுதலை, சமத்துவம், சகோதரத்துவம் ஆகியவையே இந்தப் புத்தகத்தின் உள்ளடக்கமாகும். அதைவிட தன் சிறுவயதில் நடைபெற்ற ஒரு சம்பவம் ஜோதியை வெகுவாய்ப் பாதித்திருந்தது. நெருங்கிய பார்ப்பன நண்பர் ஒருவரின் வற்புறுத்தலுக்கு இணங்க திருமண நிகழ்வு ஒன்றில் ஜோதிராவ் கலந்துகொள்கிறார்.

மணமகள் வீட்டிற்கு மணமகனின் ஊர்வலம் சென்று கொண்டிருந்தது. ஊர்வலத்தில் பார்ப்பன ஆண்களும், பெண்களும், குழந்தைகளும் மட்டுமே இருந்தனர். மற்ற சாதியினர் ஒருவர்கூட இல்லை. ஊர்வலத்தினரோடு ஜோதியும் சென்று கொண்டிருந்தார்.

சில மேட்டுக்குடி வைதீகப் பார்ப்பனர்கள் இவரை அடையாளம் கண்டு கோபமடைகின்றனர். மண்ணுலகக் கடவுளர்களான பார்ப்பனர்களுடன் சூத்திரசாதி மாலிப் பையன் நடந்து வரும் அட்டூழியம் அவர்களைக் கொதிப்படையச் செய்தது. "பார்ப்பனர்களுடன் சமமாக நடந்து வர உனக்கு எவ்வளவு துணிச்சல் இருக்க வேண்டும்? ஏய் சூத்திரனே! நீ சாதி மரபுகளை மீறிவிட்டாய், எங்களை அவமதித்து விட்டாய். நீ எங்களுக்குச் சமமானவனல்லன்.

இச்செயலைச் செய்வதற்கு முன் நீ ஆயிரம் தடவை யோசித்திருக்க வேண்டும். எங்களுக்குப் பின்னால் வா. இல்லையெனில் ஓடிவிடு. இப்பொழுதெல்லாம் மக்களுக்கு வெட்கம் என்பதே இல்லை. சாதி மரபுகளை மீறுகிறார்கள். பிரிட்டிஷ் ஆட்சியின் கீழ் மக்கள் அகம்பாவம் கொண்டவர்களாகி வருகிறார்கள்" என்று ஒரு பார்ப்பனன் கத்தினான். ஜோதி திக்குமுக்காடிப் போகிறார். அதிர்ச்சிக்குள்ளாகிறார். பின் ஒரு நிமிடத்தில் தன்னுணர்வு பெற்று அந்த இடத்தைவிட்டு சென்றுவிட முடிவு செய்கிறார். தான் அவமானப்படுத்தப்பட்டதை ஆழமாக உணர்கிறார். தன் உடம்பிலுள்ள ஒவ்வோர் அணுவும் தாக்கப்பட்டதாக உணர்ந்து, ஊர்வலத்திலிருந்து விலகி வீடு வந்து சேர்ந்தார்.

இந்தச் சிந்தனைச் சுமைகளைத் தாங்கிக் கொண்டே ஜோதி வீடு வந்து சேர்கிறார். ஆதங்கத்தோடும், கண்களில் ஆத்திரம் பொங்கவும் நடந்த நிகழ்ச்சிகளைத் தன் தந்தையிடம் விவரித்தார். ஜோதி விம்மியழுதார். முனங்கினார். ஆத்திரப்பட்டார். ஆனால், மரபுகளிலும், சாத்திரங்களிலும் நம்பிக்கை கொண்டிருந்த இவர் தந்தையோ இந்துக்களின் மதம் மற்றும் சமூக வாழ்க்கையின் மையமாக, இருப்பவர்கள் பார்ப்பனர்கள். சாதி அமைப்பின் உச்சிக் கொம்பில் இருக்கும் பார்ப்பனர்களுக்கு நிகராக நாம் சமமாக முடியாது எனக் கூறினார்.

நீ செய்த தவறுக்குத் தண்டனை தராமல், உன்னைத் துரத்திவிட்டது பார்ப்பனர்களின் கருணையைக் காட்டுகிறது எனச் சொல்கிறார். பார்ப்பனர் அல்லாதவர்கள் அவமானப்படுத்தப்பட்டு முன்பெல்லாம் யானையின் கால்களில் மிதி பட்டதை தந்தையார் சொல்கிறார். நீதியின் ஆட்சிக்கு பார்ப்பனர்களுக்கு ஒரு சட்டம், பார்ப்பனர் அல்லாதவர்களுக்கு ஒரு சட்டம். பார்ப்பனர்கள் செய்த எண்ணற்ற கோரமான நிகழ்ச்சிகள் ஜோதியின் நினைவில் தொடர்ச்சியாக எழுந்தது. சமூகத்தில் பார்ப்பனர்களுக்குச் சமமான தகுதி உடையவர்களாகக் கருதப்பட்ட பார்ப்பனர் அல்லாத சில சாதியினர் சில வகை உடைகள் அணிவது தடுக்கப்பட்டிருந்ததாக கோவிந்த்ராவ் தன் மகனிடம் சொன்னார்.

பார்ப்பனர்கள் ஆட்சி செய்து வந்த மகாராட்டிரத்தில் அதிகம் துன்பத்திற்குள்ளானது, தாழ்த்தப்பட்ட சாதிகளைச் சேர்ந்த ஏழை மக்களே. பூனாவில் வீதிகளில் நடக்கும்போது, தாழ்த்தப்பட்டவர்கள் தங்கள் இடுப்பில் இலைகளைக் கட்டிக் கொள்ள வேண்டும். கழுத்தில் ஒரு சட்டியைத் தொங்கவிட்டுக் கொள்ள வேண்டும். அச்சட்டிக்குள்தான் அவர்கள் தங்கள் எச்சிலைத் துப்ப வேண்டும். கீழே நிலத்தில் துப்பக்கூடாது. இந்தச் சுதந்திரம்கூடக் காலையிலும் மாலையிலும் கிடையாது. ஏனென்றால், அவர்களின் நிழல் தங்களை அசுத்தப்படுத்தி விடுமென பார்ப்பனர்கள் கருதியதாக கோவிந்த்ராவ் தன் மகனிடம் சொல்லிக்கொண்டே வருகிறார். பழக்க வழக்கங்களை அப்படியே பின்பற்ற வேண்டுமென்றும், பார்ப்பனர்களின் கோபத்திற்கு இரையாக வேண்டாமென்றும், தன் தந்தை கூறிய அறிவுரைகளை ஜோதி கவனமாய்க் கேட்டார்.

சாத்திர மரபின் எல்லைகளை மீறிய ஒரு செயலைச் செய்வதில் எந்தப் பயனுமில்லை என்று கோவிந்த்ராவ் கருதினார். சிவாஜி, வாஷிங்டன், லூதர் போன்றவர்களின்

வாழ்க்கை வரலாறுகளிலிருந்து ஜோதி பெற்ற நம்பிக்கை வீண் போகவில்லை! போராளியாக மலருகிறார்.

அமெரிக்காவில் 1863இல் லிங்கன் அடிமைமுறையை ஒழித்தார். லிங்கனின் இந்த மாபெரும் வெற்றியினால் உற்சாகமடைந்த ஜோதிராவ் தன் புத்தகத்தை நிறவெறிக்கு எதிராகப் போராடிய அமெரிக்க மக்களுக்கு அர்ப்பணித்திருந்தார்.

பொதுநல உணர்வோடும், சுய – தியாகத்தோடும்
நீக்ரோ அடிமை ஒழிப்பில் ஈடுபட்ட
அமெரிக்க மக்களுக்கு இது ஓர் அடையாள
அர்ப்பணிப்பாகும். பார்ப்பன நுகத்தடியிலிருந்து
சூத்திரச் சகோதர்களை விடுவிக்க எனது
சுதேசிகள் உங்களிடமிருந்து உன்னத
உதாரணத்தைப் பெற்றுக் கொள்கிறார்கள்.

“ஒரு மனிதன் அடிமையாகும்போது அவன் தன் நற்பண்புகளில் பாதியை இழந்து விடுகிறான்” என்ற ஹோமரின் மேற்கோளோடு இப்புத்தகம் தொடங்குகிறது. இப்புத்தகம் உரையாடல் வடிவில் எழுதப்பட்டிருந்தது. பதினாறு அத்தியாயங்களாக இப்புத்தகம் பிரிக்கப்பட்டிருந்தது. முதல் ஒன்பது அத்தியாயங்களில் பார்ப்பன ஆதிக்கத்தின் வரலாறு விளக்கப்பட்டிருந்தது குறிப்பிடத்தக்கது.

பார்ப்பனர்கள் வெளியிலிருந்து இந்தியாவிற்குள் நுழைந்தவர்களே. வறண்ட மணற்பாங்கான மலைப்பகுதிதான் இந்த இனத்தின் உண்மையான பிறப்பிடமாகும். சுயநலமும், அதீதச் சூழ்ச்சியும், வீம்பும், குருட்டுப் பிடிவாதமும் நிரம்பியவர்களே இவர்கள். சூத்திரர்களையும், ஆதிசூத்திரர்களையும் உள்ளடக்கியிருந்த சத்திரியர்களுடன் இவர்கள் போரிட்டனர். சத்திரியர்கள் பெரும் வீரர்கள். ஆரிய ஆக்கிரமிப்பாளர்களை எதிர்த்து இவர்கள் தீரத்துடன் போரிட்டனர். ஆனால், இறுதியில் தோல்வியடைந்தனர்.

இதற்குப் பின் பார்ப்பனர்கள் வேதங்களை உருவாக்கினார்கள். சூத்திரர்களும், ஆதிசூத்திரர்களும் சாத்திரங்களைப் படிக்கக்கூடாது, செல்வம் சேர்த்துக் கொள்ளக்கூடாது, சில குறிப்பிட்ட தொழில்களைச் செய்யக்கூடாது எனப் பார்ப்பனர்கள் தடுத்தார்கள். தங்கள் வேதப் புத்தகங்களில் தலைமுறை தலைமுறையாக பொய்யான கட்டுக்கதைகளை அவ்வப்போது சேர்த்துக் கொண்டார்கள். எனவே மனுஸ்மிருதி ஒரு புனிதப் புத்தகம் அல்ல என ஜோதிராவ் தனது அடிமைத்தனம் நூலில் பதிவு செய்திருந்தார்.

பார்ப்பனர்கள் சாதி அமைப்பை ஏற்படுத்தி அதில் தங்களை இம்மண்ணுலகக் கடவுள்களாக இறுமாப்போடு உயர்த்திக் கொண்டார்கள். உயர்ந்த சலுகைகளையும், உரிமைகளையும், கௌரவங்களையும் தங்களிடமே வைத்துக் கொண்டார்கள். மனிதர்களின் பொதுவான உரிமைகள்கூடச் சூத்திரர்களுக்கு மறுக்கப்பட்டன.

இவ்வாறாக, பார்ப்பனர்கள், சூத்திரர்களையும், ஆதி சூத்திரர்களையும், அடிமைநிலைக்குத் தள்ளி அவர்களை வறியவர்களாக்கினார்கள். இவர்கள் வேதம் படிக்காதபடி தடை விதித்தார்கள். இதன் மூலமாக, பார்ப்பன சாத்திரங்களில் இருந்த அவக்கேடான பொய்களும், மாயைகளும் அம்பலமாகாமல் பார்த்துக் கொண்டனர் என்று ஜோதிராவ் குறிப்பிட்டார்.

பார்ப்பன சாஸ்திரங்களின்படி பார்ப்பனர்கள் சட்டத்திற்குக் கட்டுப்பட்டவர்கள் அல்லர் என்பதை ஜோதிராவ் விளக்கினார். "பார்ப்பனன் பூனையை அல்லது பறவையை அல்லது தவளையை, நாயை, பல்லியை, ஆந்தையை, காகத்தை அல்லது சூத்திரனைக் கொன்றால் விரதத்தின் மூலமாகவோ, அதிகத் துன்பமும் உழைப்பும் தேவைப்படாத ஒரு சடங்கின் மூலமாகவோ தன் பாவத்தைத் தீர்த்துக் கொள்ளலாம்" என்கிறது மனுஸ்மிருதி!

ஆனால், சூத்திரன் பார்ப்பனைக் கொன்றுவிட்டால் அவனுக்கு மரண தண்டனையே கிடைக்கும். ஏனெனில் பார்ப்பனைக் கொல்வது குற்றங்களிலே மிகக் கடுமையான குற்றமாகக் கருதப்பட்டது. பார்ப்பன முனிவரான பிருகு, கடவுள் விஷ்ணுவின் மார்பில் எட்டி உதைத்தார் என்கிற கதையின் மூலமாக பார்ப்பனர்களின் வலிமையும், தகுதியும் எடுத்துக்காட்டப்பட்டது.

இறைவனே மனவேதனைப்படும் அளவிற்கு பார்ப்பனர்கள் அனுபவித்து வந்த மேலாதிக்கத்தை அல்லது உயர்தகுதியைப் பல்வேறு பார்ப்பன சாத்திரங்களிலிருந்து ஜோதிராவ் எடுத்துக்காட்டினார்.

பார்ப்பனன் இப்பிரபஞ்சத்தை உருவாக்கிய கடவுளுக்கு நிகரானவன். பார்ப்பனன் தவறே செய்யமாட்டான், மன்னன் வறுமையில் வாடினாலும், பார்ப்பனனிடமிருந்து எந்தவொரு வரியும் வசூலிக்கக்கூடாது அல்லது பார்ப்பனன் வறுமையில் வாடும் நிலையை அனுமதிக்கக்கூடாது. இல்லையெனில் அவன் நாடு பஞ்சத்தால் அழிந்துவிடும்.

பார்ப்பனனின் கால் புனிதமானது. அனைத்துப் புனிதத் தலங்களிலும் உள்ள புனித நீர் அவனது வலது காலில் தங்கியுள்ளது. அக்காலைத் தண்ணீரில் நனைப்பதன் மூலம் அந்நீரை அவன் புனித நீராக்குகிறான்.

அடிமை வகுப்பானை, அடிமை வேலை செய்யும்படி பார்ப்பனன் கட்டாயப்படுத்தலாம். ஏனெனில், கடவுள் அம்மாதிரியான மனிதனைப் பார்ப்பனர்களுக்கு ஏவல் செய்வதற்கென்றே படைத்துள்ளார். பார்ப்பனன், சூத்திரனுக்குப் பொருளாதார அல்லது ஆன்மீக அறிவுரைகளைக் கூறக்கூடாது. சூத்திரனுக்குச் சொத்து சேர்க்க வாய்ப்பிருந்தாலும் அளவிற்கு அதிகமாகச் சொத்து சேர்க்கக் கூடாது. ஏனென்றால், அவன் அடிமையாதலால், சொத்து சேர்த்தால் கர்வம் ஏற்பட்டு, அலட்சியத்தால் பார்ப்பனனுக்கு வேதனையைத் தந்துவிடுவான்.

இவை அனைத்தும் கட்டுக்கதைகள். முட்டாள்தனமான கற்பனைகள். ஆனால் இவை கடவுளால் உருவாக்கப்பட்டவை என்று சொல்லி அப்பாவி மக்களை வஞ்சகமாக ஏமாற்றினார்கள். மிக ஒழுக்கக்கேடான, மனிதநேயமற்ற, அநியாயமான இந்தச் செயல்களை நம்மைப் படைத்து, பராமரித்து, பாதுகாத்துவரும் கடவுளோடு தொடர்புபடுத்தினார்கள் என்று ஜோதிராவ் சுட்டிக்காட்டினார்.

புரோகிதன் என்ற முறையில் சூத்திர சாதி மக்களைக் கொள்ளையடித்ததோடு பார்ப்பனன் நின்றுவிடவில்லை. அரசாங்க அதிகாரி என்ற முறையிலும் கொள்ளையடித்து வந்தான். ஆதாயம் தந்த அனைத்து உயர் அரசு பதவிகளும் பார்ப்பனர்களின் ஆதிக்கத்தில் நிரம்பியிருந்தன.

ஆகவே, சூத்திரர்களுக்குக் கல்வி வாய்ப்புகளை ஏற்படுத்தித் தரும்படியும், அவர்களின் அறியாமையையும், மூடநம்பிக்கைகளையும் நீக்கும்படியும் ஜோதிராவ் அரசாங்கத்திற்கு வேண்டுகோள் விடுத்தார். சூத்திரசாதி மக்களின் கல்விப் பொறுப்பை அரசாங்கம் ஏற்றுக் கொள்ள வேண்டும். இது அரசாங்கத்தின் கடமையாகும். ஏனெனில், விவசாயிகளின் உழைப்பிலிருந்தும் வியர்வையிலிருந்துமே அரசாங்கத்திற்குப் பெரும்பான்மையான வருமானம் கிட்டுகிறது.

அரசு நிர்வாகங்களில் காணப்பட்ட பார்ப்பன ஏக போகத்தை அகற்ற, மற்ற சாதிகளிலிருந்தும் அரசுப் பணிகளுக்கு ஆட்களைச் சேர்க்க வேண்டுமென அரசாங்கத்தை ஜோதிராவ் கோரினார். தாழ்த்தப்பட்ட சாதிகளிலிருந்து ஆட்களைத் தேர்ந்தெடுத்து அவர்களுக்குப் பயிற்சியளித்து குல்கர்னிகள், பாட்டீல்கள், ஆசிரியர்கள் ஆகிய பணிகளில் அவர்களை அமர்த்த வேண்டும் என ஆலோசனை தந்தார்.

பார்ப்பனர்கள் தங்கள் சாதி எண்ணிக்கைக்குத் தகுந்த அளவில் பணிகளில் சேருவதை இவர் எதிர்க்கவில்லை. மகர்,

மங் சாதிகளில் ஒரு பட்டதாரிகூட உருவாகாத நிலை வேதனையூட்டுவதாக இருக்கிறது. பார்ப்பன ஆசிரியர்கள் இம்மாதிரியான ஒரு சூழலை உருவாக்கியதன் மூலமாக கல்வித்துறை மீதே ஒரு வெறுப்பை ஏற்படுத்திவிட்டதாக ஜோதிராவ் குறிப்பிட்டார்.

1881-82 ஆம் ஆண்டு வரை மகாராட்டிரத்தில் எந்தவொரு பள்ளியிலும் அல்லது கல்லூரியிலும் ஓர் ஆதிசூத்திர மாணவன் கூடப் படிக்கவில்லை என்ற உண்மையிலிருந்து ஜோதிராவின் தாக்குதலுக்கான நியாயத்தைத் தெரிந்து கொள்ளலாம். பார்ப்பன ஆசிரியர்கள் இல்லாத கிராமப் பள்ளிகளைத் துவக்கும்படியும் இவர் கோரிக்கை விடுத்தார். ஏனென்றால், பார்ப்பன ஆசிரியர்கள் சூத்திர சாதி மாணவர்களை ஊக்கம் குன்ற வைத்தனர் அல்லது பள்ளிகளிலிருந்து நின்றுவிடும்படி அச்சுறுத்தி வந்தனர்.

ஆகவே, இந்தக் கடும் மரபுவாதிகள், தங்களது சலுகைகளையும் அதிகாரத்தையும் தகுதியையும் அவ்வளவு எளிதில் கைவிட மாட்டார்கள் என்பதும் ஜோதிராவிற்கு தெரிந்திருந்தது. வலிமையில்லாமலும், அமைப்பில்லாமலும் இருக்கும்வரை இவர்களால் அரசியல் உரிமைகளை வெல்ல முடியாது. ஆகவே, தனது கருத்துகளைப் பரப்ப ஓர் அமைப்பை ஏற்படுத்துவது என முடிவெடுக்கிறார்.

இதற்காக, 1873 ஆம் அண்டு, செப்டம்பர் 24 ஆம் நாளன்று, தனது ஆதரவாளர்கள் மற்றும் சீடர்களாக இருந்த எளிய மனிதர்கள் அனைவரையும் பூனாவிற்கு அழைத்தார். மகாராட்டிரத்தில் உள்ள முக்கிய மையங்களிலிருந்து அறுபது பேர் பூனாவிற்கு வந்திருந்தனர். அனைவரின் உள்ளங்களையும் கவரும் வண்ணம் ஓர் அறிமுகவுரையை ஜோதிராவ் ஆற்றினார். இயக்கத்தை வழிநடத்த ஒரு நிறுவனம் அவசியம் என்ற கருத்தை அவர்கள் மத்தியில் ஏற்படுத்தினார். சில விவாதங்களுக்கும், பல உரையாடல்களுக்கும் பின்னர் ஓர்

அமைப்பை நிறுவுவதென்றும், அந்த அமைப்பின் இலட்சியத்தைப் பரப்புவதென்றும் அவர்கள் முடிவு செய்தனர். ஜோதிராவ் அதற்கு சத்திய சோதக் சமாஜ் அதாவது உண்மை நாடுவோர் சங்கம் எனப் பெயரிட்டார்.

ஜோதிராவின் மூன்று பார்ப்பன நண்பர்களான திரு.வினாயக் பாபுஜி டெங்கில், திரு.சீத்தாராம், சகாராம் தாதர் ஆகியோர் உண்மை நாடுவோர் சங்கத்தை உருவாக்க ஜோதிராவிற்கும் அவரின் சீடர்களுக்கும் உதவினார்கள் என்பதை இங்கே குறிப்பிட வேண்டியது அவசியம். அதாவது பார்ப்பனர்களும் அருகில் இருந்தனர்.

உண்மை நாடுவோர் சங்கத்தின் முதல் தலைவராகவும், முதல் பொருளாளராகவும் ஜோதிராவும், முதல் செயலராக நாராயணராவ்கதலக் அவர்களும் தேர்ந்தெடுக்கப்பட்டனர். பார்ப்பனப் புரோகிதர்கள் மக்களைக் கசக்கிப் பிழியக் காரணமாக இருக்கும் பார்ப்பன சாத்திரங்களின் செல்வாக்கிலிருந்து சூத்திரர்களையும், ஆதி சூத்திரர்களையும் விடுவிப்பது, தங்களின் மனித உரிமைகள் பற்றிய உணர்வை இம்மக்களிடையே ஏற்படுத்துவது, மத உளவியல் அடிமைத்தனத்திலிருந்து அவர்களை விடுவிப்பது போன்றவை இச்சங்கத்தின் இலட்சியங்களாக அறிவிக்கப்பட்டது.

மேலும், மனிதர்கள் அனைவரும் கடவுளின் குழந்தைகள், தாய் அல்லது தந்தையை அணுக இடைத்தரகருக்கு அவசியமில்லாதது போலவே, கடவுளை அணுகுவதற்கும், புரோகிதர் போன்ற இடைத்தரகர் அவசியமில்லை அல்லது கடவுளுக்குப் பக்தி செலுத்திட பக்தனுக்கு வேறொரு நபர் தேவையில்லை இக்கொள்கையை ஏற்றுக்கொண்ட எல்லோருமே இச்சங்கத்தின் உறுப்பினராகலாம்.

ஜோதிராவின் வழிகாட்டுதலின் கீழ் இச்சங்கத்தில் சேர்ந்த ஓர் உறுப்பினர் கடவுள் காந்தராவ் பெயரால் உறுதிமொழி

எடுத்ததோடு பிரிட்டன் ஆட்சிக்குத் தனது விசுவாசத்தையும் தெரிவித்திருந்தார். இந்தியாவின் நன்மைக்காக கடவுள் இட்ட கட்டளையினால்தான் நமக்கு ஆங்கிலேயர்களோடு தொடர்பு கிடைத்தது என கோபாலகிருஷ்ண கோகலே அவர்களும் இந்திய ஊழியர்கள் சங்கம் (Servants of India society) கூட்டத்தில் வெளிப்படையாகவே ஒப்புக் கொண்டதையும் இங்கே குறிப்பிட்டுக் காட்ட வேண்டியிருக்கிறது. மேலைக்கல்வி பெற்றிருந்த நகர்ப்புற வர்க்கம் மட்டுமே அன்று அரசியல் உரிமைகளைக் கேட்டு நாசூக்காக மன்றாடிக் கொண்டிருந்தது.

பார்ப்பனர்கள், மகர்கள், மங்குகள் உள்ளிட்ட அனைத்துச் சாதியினரும் இச்சங்கத்தில் சேர்த்துக் கொள்ளப்பட்டனர். இச்சங்கத்தின் தொடக்க காலங்களில் யூதர்களும், முசுலீம்களும்கூட இதில் உறுப்பினராய் இருந்தனர். உண்மை நாடுவோர் சங்கக் கிளைகளில், ஞாயிற்றுக்கிழமைகளில் வாரக்கூட்டங்கள் நடைபெற்றன. பூனாவில் சோமவார்பேத் என்ற இடத்திலிருந்த மருத்துவர் காவதே வீட்டில் இக்கூட்டங்கள் நடைபெற்று வந்தன.

மது அருந்தாமையின் அவசியம், கட்டாயக் கல்வி, சுதேசிப் பொருட்களை ஊக்குவிப்பது, மதச் செயல்பாடுகளில் பார்ப்பனப் புரோகிதர்களை மறுப்பது, ஆடம்பரமில்லாமல் எளிய முறையில் திருமணங்களை ஏற்பாடு செய்வது, சோதிடம், ஆவிகள், துஷ்ட தேவதைகள் ஆகிய மூடநம்பிக்கைகளிலிருந்து மக்களை விடுவிப்பது போன்றவை இக்கூட்டங்களில் விவாதிக்கப்பட்டன.

சாதி அமைப்பு, உருவவழிபாடு ஆகியவற்றை எதிர்த்தே முக்கியமாகத் தாக்குதல் நடத்தப்பட்டது. கடவுளைத் தந்தை வடிவில் காணும் கோட்பாட்டிற்கும், மனிதச் சகோதரத்துவத்திற்கும் முக்கியத்துவம் வழங்கப்பட்டது.

இந்த இயக்கத்தை அழிக்க நினைத்த பார்ப்பனர்கள் இவ்வியக்கத்தின் தொடக்க நாட்களில் இச்சங்கத்திற்கு

எதிராகப் பிரச்சாரம் செய்தனர். பார்ப்பனப் புரோகிதர்களால் அச்சுறுத்தப்பட்ட அப்பாவி மக்கள், ஜோதிராவை அணுகி, மராத்தி மொழியில் வழிபாடு செய்தால் எப்படித் தங்கள் பிரார்த்தனை கடவுளைச் சென்றடையும் எனக் கேள்வி கேட்டனர்.

மராத்தி, குசராத்தி, தெலுங்கு, வங்காள மொழிகளில் வழிபாடு செய்தால் அது கடவுளைச் சென்றடையாது என நினைப்பது தவறு என ஜோதிராவ் சொன்னார். மனித அறிவைக் கடவுள் அறிவார். ஒவ்வொரு மனிதனின் பிரார்த்தனையையும், வேண்டுகோளையும் கடவுள் புரிந்து கொள்வார்.

லத்தீன், ஆங்கிலம், பிரெஞ்சு மொழிகளில் செய்யப்படும் பிரார்த்தனை கடவுளை அடையவில்லையா? அல்லது அங்கெல்லாம் வழிபாட்டுத்தலங்கள் இல்லையா? துக்காராம், நாம்தேவ், ஏக்நாத், சோமிலா போன்ற ஞானிகளின் பிரார்த்தனைகள் கடவுளின் காதுகளை எட்டவில்லையா? எனக் கேட்டார் ஜோதிராவ்.

உண்மை நாடுவோர் சங்கத்தின் உறுப்பினராகச் சேர வேண்டாமென பல இடங்களில் கிராம மக்களைப் பார்ப்பனர்கள் கட்டாயப்படுத்தினர். இதில் உறுப்பினரானவர்கள் துன்புறுத்தப்பட்டனர். அரசாங்க அதிகாரிகளைப் பயன்படுத்தி பார்ப்பனர்கள் இச்சங்க உறுப்பினர்கள் சிலரை அரசாங்கப் பணியிலிருந்து நீக்கினர். இச்சங்கத்தின் செயலரான நாராயணராவ் கதலக் கூட பணி இடமாற்றம் செய்யப்பட்டார்.

பார்ப்பனர்கள் இல்லாமல் சூத்திரர்கள் தங்களது சடங்குகளைச் செய்தால் பார்ப்பனர்களின் சாபத்தினாலும், அதனால் கடவுள்களின் கோபத்தினாலும் சாபத்தினாலும் அவர்கள் குடும்பம் அழிந்து போகும் அல்லது அழுகிப் போகும் எனச் சூத்திரர்களிடம் சொல்லப்பட்டிருந்தது.

இதே சமகாலத்தில், ராஜாராம் மோகன்ராய் அவர்களால் பிரம்ம சமாஜம் தோற்றுவிக்கப்பட்டது. இந்த இரண்டு அமைப்புகளுக்குமே சில ஒற்றுமைகள் இருந்தன. இறையியலில் நம்பிக்கை கொண்ட அமைப்பாக இரண்டுமே இருந்தது. அனைத்து மக்களும் கடவுளின் குழந்தைகள்தான் என்பது இவ்வமைப்பின் கருத்தாகும். கடவுளுக்குச் சடங்குகளைச் செய்வதற்கு உதவியாக பக்தர்களுக்கு இடையில் எந்த இடைத்தரகர்களும் வேண்டியதில்லை.

அதேபோல பார்ப்பனர் அல்லாத சமூகத்தவரை வைத்துக் கொண்டுதான் சடங்கு, சம்பிரதாயங்கள் செய்ய வேண்டும். இந்த அமைப்பில் உறுப்பினர்களாக பார்ப்பனர்கள் இருந்தால் பூணூல் அணிவதை கைவிடவேண்டும் போன்ற கொள்கைகளில் ஒற்றுமைகள் இருந்தன. ஆனால் ஜோதிராவ் தொடங்கிய உண்மை நாடுவோர் சங்கம் எந்தச் சடங்கு சம்பிரதாயம் இல்லாமல் சீர்திருத்த திருமணங்கள் செய்து கொள்ளலாம் என்பதில் தொடங்கி பல புரட்சிகர கருத்துகளை முன்வைத்து உண்மை நாடுவோர் சங்கம் பிரச்சாரம் செய்தது,

சங்கத்தின் உறுப்பினர்கள் உளப்பூர்வமாகவே சமூகச் செயல்பாடுகளில் ஈடுபட்டு வந்தனர். மக்களின் மொழியே இவர்கள் பேசிய மொழியாகும். மக்கள் கூடிய இடங்களே இவர்களின் பிரச்சார மேடைகளாக இருந்தன. ஒரு போர்வை, தலைப்பாகை, வேட்டி இவையே இப்போதனையாளரின் உடையாக இருந்தது. கையில் ஒரு முரசு இருந்தது. கடன், ஜப்தி, சடங்குமுறை ஆகியவற்றால் விவசாயிகள் அடையும் துன்பம் மேலும் அவர்கள் சேமிக்கும் சிறு செல்வமும்கூட சுயநலமும், சூதும் கொண்ட பார்ப்பனப் புரோகிதர்களால் எப்படி சடங்குகளின் பெயரால் உறிஞ்சப்படுகிறது என்பதை விளக்கி ஜோதிராவ் தலைமையில் உண்மை நாடுவோர் சங்கத்தினர் பிரச்சாரம் செய்தார்.

விவசாயிகள் தங்கள் குழந்தைகளைப் பள்ளிக்கு அனுப்ப வேண்டும், அப்பொழுதுதான் அக்குழந்தைகள் சட்டம், மதம்,

கடவுள் ஆகிய விசயங்களில் தெளிவு பெறுவார்கள் என வலியுறுத்தினர். அக்குழந்தைகள் ஆர்வம் மிக்கவர்களாகவும், ஆற்றல் மிக்கவர்களாகவும் இருந்த போதிலும், அவர்கள் விவசாயக் குடும்பத்தைச் சார்ந்தவர்கள் என்பதால் அவர்களாகவே கல்விப் பயிற்சியையும், சிந்தனையையும் ஏற்படுத்திக் கொள்ள முடியாத நிலையில் இருந்தார்கள்.

இதனை மாற்ற ஜோதிராவ் புலே உறுதி ஏற்கிறார். சூத்திர சாதியினரும், மகர், மங், சாம்பர் போன்ற சாதியினருமே நமது மக்கள் தொகையில் மிகப் பெரும்பான்மையினராக உள்ளனர். இம்மக்கள் அறியாமையிலும், வறுமையிலும் ஆழமாகச் சிக்குண்டுள்ளனர். கல்வியின் மூலம் இவர்களின் நிலையை உயர்த்த வேண்டும் என்ற ஆர்வத்தை கடவுள் என்னிடம் தூண்டியிருக்கிறார் என ஜோதிராவ் விவரித்தார்.

பெண்கள் பள்ளிகளே முதலில் என்னுடைய கவனத்தைக் கவர்ந்தன. குழந்தைகளின் இரண்டாம் வயதுக்கும் மூன்றாம் வயதுக்குமிடையே அவர்களின் மேன்மைக்குத் தாய்மார்கள் தங்கள் முறையான கவனத்தைச் செலுத்துவதில்தான் கல்வியின் மூலவேர் இருக்கிறது என்பதால், ஆண்கள் பள்ளிகளைக் காட்டிலும் பெண்கள் பள்ளிகளே மிகவும் அவசியம் என்ற முடிவுக்கு ஜோதிராவ் வருகிறார்.

1848இல் ஜோதியின் நெருங்கிய நண்பரான சதாசிவ பலால் கோவந்தே துணையுடன் பெண் குழந்தைகள் படிப்பதற்கான கல்விக்கூடத்தைத் தொடங்குகிறார். புதவார்பேத் என்ற இடத்திலிருந்த ஒருவர் வீட்டில் ஜோதிபாவின் பள்ளி இயங்கி வந்தது. இவரின் நண்பர்களான கோவிந்த் சேத்தும், சதாசிவ பலால் கோவந்தேயும் பள்ளியை நடத்துவதில் இவருக்கு உதவினார்கள். பார்ப்பனர் அல்லாத ஒருவரால், அதுவும் ஒரு சூத்திரரால், அதுவும் சூத்திரப் பெண்களுக்கும், ஆதி சூத்திரப் பெண்களுக்கும் ஒரு பள்ளி திறக்கப்பட்டிருக்கிறது! வைதீகப் பார்ப்பனர்களின் கோட்டை இதற்கு எதிராகக் குரல் எழுப்பியது. அவர்களைப் பொறுத்தளவில் இச்செயல்

வெறுப்பூட்டக் கூடியது, ஆச்சாரக் கேடானது. அறிவும் கல்வியும் சூத்திரர் வீடுகளில் புகலிடம் தேடிக் கொண்டது எனப் புலம்பிக் கொண்டிருந்தார்கள்.

சாத்திர விதிகளின்படிக் கல்வி கற்கும் உரிமை சூத்திரனுக்கு இல்லை; ஆகவே, இது கடவுளின் விருப்பத்திற்கும், மதத்திற்கும், சமூகத்திற்கும் எதிரானது; பெண்களுக்குக் கல்வி தருவது என்பது மிக மோசமான ஒரு பாவச் செயலாகும். இந்து மதத்தின் மீது தொடுக்கப்பட்ட கொடூரமான, அருவருப்பான ஒரு தாக்குதலாகும். ஆண்கள் இடம் பெற்றிருக்கும் எந்த ஒரு பள்ளிக்கும் பெண்களை அனுப்புவது என்பது மக்களின் உணர்வுக்கு முரணானதாகும் என பார்ப்பனர் தரப்பில் கடும் எதிர்ப்பு தெரிவிக்கப்பட்டது, ஒரு கட்டத்தில் ஜோதிராவ் குடும்பத்தினரை சமூக விலக்கல் எனும் தீண்டாமையைத் தன் சொந்த சாதியே, பார்ப்பனர்களின் தூண்டுதலால் நிறைவேற்றியது.

அந்த எதிர்ப்புகளை புறந்தள்ளிய ஜோதிபா, பள்ளியின் வளர்ச்சியில் தொடர்ந்து தீவிர கவனம் செலுத்தினார். ஒரு கட்டத்தில் பார்ப்பனர்களின் மிரட்டல்களுக்கு அஞ்சி பள்ளியில் வேலை செய்து கொண்டிருந்தோர் விலக ஆரம்பித்தனர். எந்தவொரு ஆசிரியரும் கிடைக்காத சூழலில், தனது மனைவியான சாவித்திரிபா புலேவை ஆசிரியர் பயிற்சிக்குத் தயார்படுத்தினார். அதற்கான பயிற்சியினை ஒவ்வொரு நாளும் இரவு முழுவதிலும் கற்றுக் கொடுத்து ஆசிரியராக முன்நிறுத்தினார். சாவித்திரிபா புலே பொது அரங்கிற்கு வந்த பின்னால்தான் இந்தியப் பெண்கள் பொது வேலைகளில் பங்கெடுக்கத் தொடங்கினர் என்பதும் வரலாறாகும். உண்மைதான். பெண்கல்வியின் தொடக்கத்தை சாவித்திரிபாய்தான் துவக்கி வைத்தார்.

இதையெல்லாம் கவனித்த பார்ப்பனர்கள் கட்டுக்கடங்காத கோபத்தை ஒரு கட்டத்தில் வெளிக்காட்டத் தொடங்கினர். ஒரு பெண், சமூக எல்லையைத் தாண்டி ஆசிரியர் பணி

செய்வதா? இது ஆச்சாரக்கேடான, கேள்விப்படாத ஒரு செய்தியாகும். தேச கௌரவத்திற்கே ஓர் அவமரியாதையாகும். படித்த பழமைவாத பார்ப்பனர்களும், அவர்களின் அடிவருடிகளும் சாவித்திரியைப் பார்த்த உடனே அவர் மீது சேற்றையும், கற்களையும் வீசினர்.

ஒவ்வொரு நாளும் பள்ளிக்குப் பாடம் நடத்தச் செல்லும் போதெல்லாம் சாவித்திரிபா இந்த எதிர்ப்புகளை எதிர்கொண்டார். இம்மாதிரியான காட்டுக்கூச்சலையும், எதிர்ப்பையும் கண்டு திக்குமுக்காடிப் போன அவர், வீதியில் நின்று தன்னை தொல்லைப் படுத்தியவர்களைப் பார்த்து அமைதியாகச் சொன்னார். "கடவுள் உங்களை மன்னிக்கட்டும். நான் என் கடமையைத்தான் செய்கிறேன். அவர் உங்களை ஆசிர்வதிக்கட்டும் என்று சாவித்திரிபா புலே கடந்து சென்றார்.

ஜோதிபா ஒரு கலகக்காரர். ஒரு கலகக்காரரின் குருதி எப்போதுமே கொதிநிலையிலேயே இருக்கும். அவ்வாறுதான் அவரும் இருந்தார். அழுகிப் போன காலத்திற்கு ஒத்துவராத பழக்கவழக்கங்களுக்கும், சமூக மரபுகளுக்கும் எதிராக அவரது சிந்தனைகள் கலகம் செய்தது.

மனுஷ்மிருதிக்கு எதிராகவே சவால்விட்டு கவிதை எழுதினார் ஜோதிராவ்.

"என்னைப் பின்பற்றுங்கள்
இனியாவது தடுமாறாதீர்கள்
மனுவின் கட்டளைகள் ஒழிக
கல்வி உங்களுக்கு மகிழ்ச்சியான
வாழ்க்கையை வழங்கும்
நம்பிக்கையோடு
உங்களுக்குச் சொல்கிறேன்
ஜோதி பேச்சைக் கேட்டால்
மனுவை விரட்டிவிடலாம்".

என வீரியத்துடன் பிரச்சாரம் செய்தார்.

ஒட்டுமொத்த பார்ப்பனர்களும் இப்போது ஜோதிபாவுக்கு எதிராக நின்றனர். "வைதீகமே நமது மதம், தற்போது நம் மதம் ஆபத்தில் உள்ளது. ஜோதி ஒரு சமூக எதிரி. அவர் ஒரு மனிதரே அல்ல. அவரைப் பொருட்படுத்த வேண்டிய அவசியம் இல்லை. ஏனெனில் அவர் ஆதி சூத்திரர்களுக்கு நிகரான வரிசையில் நிற்கிற தலைமுறையைச் சேர்ந்தவர் என்று அறிக்கை விட்டார்கள்.

இதிலிருந்து ஒன்றைக் கவனிக்கலாம். பார்ப்பன சனாதன கலாச்சாரத்தை, பழக்க வழக்கங்களை யார் எதிர்த்தாலும் அவர்களை இந்து மத விரோதி, இந்து மதத்திற்கு ஆபத்தானவர் என்கிற முத்திரையை ஜோதிபா காலத்திலும் இருந்துள்ளது. இன்றும் அது தொடர்கிறது. (அமைச்சர் உதயநிதி சனாதனம் குறித்துப் பேசியதால் உச்சநீதிமன்றக் கதவுகள் பார்ப்பனர்களால் தட்டப்பட்டுள்ளது. இப்போதும் அதே வகுப்பினரின் குரல்கள் தான்... இந்து மதத்திற்கு ஆபத்து என அலறுகின்ற செய்திகளை நாம் கவனிக்கலாம்).

அதனையெல்லாம் அலட்சியப்படுத்திய ஜோதிராவின் சிந்தனை மற்றொரு சமூக சீர்திருத்தத்தில் மூழ்கியிருந்தது. இவர் ஒரு நடைமுறை சீர்திருத்தக்காரராக இருந்ததால், பகுத்தறிவுக்கு எதிரான அனைத்து வறட்டுக் கோட்பாடுகளையும் நிர்மூலமாக்கி, சீர்திருத்தத்திற்கான கதவுகளைத் திறந்துவிட்டார். சமத்துவம், விடுதலை, பகுத்தறிவு இவற்றினடிப்படையில் சமூகத்தை மறுநிர்மாணம் செய்வதே இவரின் குறிக்கோளாக இருந்தது.

மேலைக் கல்வி, அதன் சிந்தனைகள் ஆகியவற்றின் ஒளிக் கதிர்களால் அறிவு பெற்ற இந்தியா, நாகரிக காலத்தோடு சமநடை போடத் தொடங்கியது. காலம் கடந்த தனது குரூரப் பழக்கவழக்கங்களையும், மூர்க்கத்தனமான மரபுகளையும் தூக்கியெறிந்தது. தனது தம்பியின் சிதையிலேயே தம்பியின் மனைவியும் வீழ்ந்து மாண்டுபோன கவலையினால்

வாடிப்போயிருந்த ராம்மோகன்ராய் உடன்கட்டை ஏறும் பழக்கத்தை ஒழிக்க பிரிட்டன் அரசாங்கத்துக்குத் துணை நின்றார்.

1829இல் அரசாங்கம் இப்பழக்கத்திற்கு முற்றுப்புள்ளி வைத்தது. ஆனால் 1852 ஆம் ஆண்டு வரை இக்குரூர நடைமுறை முற்றாக ஒழியவில்லை. புஞ்சு என்ற இடத்தில் எரியும் சிதையில் வீழ்ந்த ஒரு பெண்ணை வெளியே இழுத்து, காப்பாற்ற சில ஆங்கிலேயர்கள் முயற்சிக்கின்றனர். ஈமச்சடங்கில் கலந்து கொண்ட பார்ப்பனர்கள் அப்பெண்ணை மீண்டும் நெருப்பிற்குள் தள்ளியதாகவும், இரண்டாவது முறையாக அப்பெண் தப்பிக்க முயன்றபோது, அந்தப் பார்ப்பனர்கள் அப்பெண்ணை மூர்க்கமாகத் தாக்கிக் கொன்றுவிட்டதாகவும் டெலிகிராம் அன்ட் கூரியர் என்ற பம்பாய் பத்திரிகை 1852 ஆம் ஆண்டு, நவம்பரில் ஒரு செய்தி வெளியிட்டிருந்தது. ஜோதிராவின் சீர்த்திருத்த வாழ்நாட்களில் சதி ஏறும் பழக்கம் மறைமுகமாக நடக்கத்தான் செய்தது. இன்னும் இம்மாதிரியான எண்ணற்ற குரூரமான மூடநம்பிக்கைகள் பல இருந்தன.

நோயாளிகளைக் கங்கைக் கரையில் கொண்டுவந்து விட்டுச் செல்வது என்பது வங்காளத்தில் ஒரு மதக்கடமையாகவே கருதப்பட்டு வந்தது. நோயுற்ற மனிதன் மீது அவன் உறவினர்கள் கொண்டிருந்த பாசத்திற்கு ஒரு அடையாளமாக இது கருதப்பட்டது. கங்கைக் கரையில் இறந்தால் மோட்சம் கிடைக்கும் என்கிற மூட நம்பிக்கையே காரணம்.

ஒருவன் இறக்கும் தருணத்தில் கங்கையை நினைத்தால் அவனுக்கு சொர்க்கத்தில் இடம் கிடைக்கும் என்பது பெரும்பான்மையினர் நம்பிக்கையாக இருந்தது. உலகில் உள்ள எல்லா நதிகளும் ஒன்றுதான். குறிப்பிட்ட சில நதிகளை மட்டும் புனிதமாக்குவது மூடநம்பிக்கை. எல்லா நதிகளில் உள்ள தண்ணீர் அனைத்தையும் சுமந்து கொண்டுதான்

பயணிக்கிறது. புனித நதியும் அப்படித்தான். இறந்த விலங்குகள் தொடங்கி கழிவு நீர் வரையில் புனித நதியும் சுமந்தே செல்கின்றது. எனவே, ஒரு சில குறிப்பிட்ட நதியை மட்டும் புனிதமாக்குவது என்பது பார்ப்பனர்களின் திட்டமிட்ட செயலாகும். அதன் மூலம் வருமானம் பெறுகிறார்கள். பெண் குழந்தைகளைக் கொல்லுதல், விதவைகளைக் கொளுத்துதல் அல்லது சதி என்ற நடைமுறையைப் போலவே இந்தத் தீமையான சடங்கும் மிகக் கொடிய குற்றமாக பிரிட்டன் அரசு தடை செய்தாலும், அது தொடரத்தான் செய்தது.

வேதனையும், கொலைக்குற்றமும் கொண்ட நடுக்கமூட்டும் இக்கொலையைப் பற்றிய அச்சமூட்டும் செய்திகளை கல்கத்தா ரெவ்யூ வெளியிட்டு வந்தது குறிப்பிடத்தக்கது. பெண் குழந்தைகளைக் கொல்லுதல் என்ற மத்தியகாலப் பழக்கமானது இந்துச் சமூகத்தின் கீழ்த்தட்டில் சிலரிடம் நீடித்து வந்தது. ஆனால், ஆங்கிலேயர்கள் இதற்கு முற்றுப்புள்ளி வைத்தனர்.

தங்கள் கணவனின் சிதைத்தீயில் வீழ்ந்து உயிர் விடுவதிலிருந்து விதவைகள் காப்பற்றப்பட்ட போதிலும், தலை மொட்டையடிக்கப்படும் குரூரம், அநியாயமான வாரிசுரிமை விதிகள் ஆகிய காரணங்களினால் தங்கள் இளமைக்காலம் முதல் இறுதிக்காலம் வரை இவர்கள் விதவைக் கோலத்திலேயே அவதிப்பட வேண்டி இருந்தது. இந்து மரபுகளும், பழக்கவழக்கங்களும், சாத்திரங்களும் விதவைப் பெண்களைக் குடும்பத்தின் தயவில் வாழ வேண்டிய நெருக்கடியில் தள்ளியிருந்தன.

விதவைகள் மற்றவர்கள் கண்ணில் படுவது அமங்கல அறிகுறியாகக் கருதப்பட்டது. அதிகாலையில் விதவைகள் கண்ணில் தென்படுவது ஒரு கெட்ட சகுணமாகப் பார்க்கப்பட்டது. அதிகாலையில் விதவையின் முகத்தைக் காண யாரும் விரும்பமாட்டார்கள். வீட்டிற்குள்ளேகூட விதவைகள் சுதந்திரமாக நடமாட முடியாது. அணிகலன்களை

அணியவோ, நல்ல உடை உடுத்தவோ இவர்களுக்கு அனுமதியில்லை. தங்கள் குழந்தைகளின் திருமணத்தில் அல்லது பூணூல் சடங்கில் பங்கெடுக்கக்கூட இவர்களுக்கு அனுமதியில்லை. எந்தவொரு மங்கல நிகழ்ச்சியிலும் பங்கெடுத்துக் கொள்ள முடியாது. ஓர் இருண்ட மூலையில் அமர்ந்து காலத்தைக் கழிக்க வேண்டியதுதான்.

தங்கள் பெற்றோர்களுக்குக் கூட இவர்கள் ஓர் உறுத்தலாகவே இருந்து வந்தனர். கணவனுக்குப் பதிலாக இந்த அதிர்ஷ்டம் கெட்ட பெண் இறந்திருந்தால் நாங்கள் எங்கள் மருமகனுக்கு இன்னொரு பெண்ணையாவது மணம் முடித்து வைத்திருப்போம் என விதவைகளின் பெற்றோர்களே புலம்பும் அளவுக்கு மூட நம்பிக்கைகள் உச்சத்தில் இருந்தது.

விதவைகளின் தவறான நடத்தைகளினால் சில நேரங்களில் உண்டாகும் அவலங்களையும் குற்றங்களையும் கண்டு பாதிப்படைந்த ஜோதிராவ் விதவைகள் மறைமுகமாகப் பிரசவத்திற்கு வந்து செல்ல ஓர் அனாதை இல்லத்தைக் கட்டுவதென முடிவெடுத்தார். இந்தப் புரட்சிகரமான அறிவிப்பைப் பறைசாற்றும் கையெழுத்துப் பிரசுரங்கள் பூனாத் தெருக்களில் ஒட்டப்பட்டன.

"ஓ! இளம் விதவைகளே! இரகசியமாக இங்கு வந்து பிரசவம் பார்த்துச் செல்லுங்கள். உங்கள் இனிய விருப்பப்படி உங்கள் குழந்தைகளை எடுத்துச் செல்லலாம் அல்லது இங்கேயே விட்டுச் செல்லலாம். அனாதை இல்லம் குழந்தைகளைக் கவனித்துக் கொள்ளும்" என்று அந்த சுவரொட்டிகள் அறிவித்தன. இந்த அறிவிப்பானது பூனா வைதீகர்களைக் கொந்தளிக்கச் செய்தது. இது யார் செய்த வேலையாக இருக்கும் எனத் தங்களுக்குள் கேட்டுக் கொண்டனர்.

பெரும்பான்மையான பார்ப்பனர்களின் முடிவு இவ்வாறாகத்தான் இருந்தது. "நம்பிக்கைத் துரோகியான

ஜோதிராவைத் தவிர வேறு யாராக இருக்க முடியும்". ஜோதிராவின் பெயரைக் கேட்ட உடனே ஒட்டுமொத்த வைதீக இந்துக்களின் முகங்கள் கோபத்தால் சிவந்தன. "அவன் செல்லும் வழி கேவலமானது" எனக் கோபத்தோடு கத்தினார்கள். ஆனாலும், ஜோதிராவ் தனது முடிவில் உறுதியாக இருந்தார். மிகப்பெரும் சமூக மாற்றங்கள் தற்செயலாக நடந்து விடுவதில்லை. செயலூக்கமான மனிதர்களால் முதலில் அம்மாற்றங்கள் விரும்பப்படுகின்றன.

அந்த வகையில் இந்தியாவில் ஜோதிராவின் அனாதை இல்லம்தான் முதல் சமூக சேவை நிறுவனமாகும். ஒரு பார்ப்பனர் அல்லாதவர் இதைத் தீரத்தோடும் மனிதாபிமானத்தோடும் நடத்தி வந்தார் என்பதும் வரலாறாகும். முக்கியமாக பார்ப்பன விதவைகளை அவமதிப்பிலிருந்து பாதுகாக்கவும், கருவில் இருக்கும் குழந்தைகளையும் கொல்வதைத் தடுக்கவும் அல்லது தற்கொலை செய்வதிலிருந்து விதவைகளைக் காப்பாற்றவும் இந்த இல்லம் நடத்தப்பட்டது.

கர்ப்பிணிகளான விதவைகளுக்கு இந்த இல்லம் நடத்தப்பட்ட போதிலும், கிறித்துவ மிஷனரிகளில் அனாதைகள் சேர்ந்து விடுவதைத் தடுத்துக் காப்பாற்றும் ஒரு நோக்கமும் இதன் பின்னணியில் இருந்தது. இம்முறை ஜோதிராவ் இதற்கென ஒரு குழு அமைக்கவில்லை. அரசாங்கத்தின் உதவியோ, பார்ப்பன நண்பர்களின் உதவியோ எதுவுமின்றி தானே இவ்வில்லத்தை நடத்தி வந்தார்.

பார்ப்பனர்களைக் கொண்ட ஒரு குழுவின் கீழ் பெண்கள் பள்ளிகளையும், தாழ்த்தப்பட்ட சாதியினர் பள்ளிகளையும் நடத்திப் பெற்ற அனுபவம் இவர் கையைச் சுட்டிருந்தது. ஆகவே, பார்ப்பன உறுப்பினர்களைக் கொண்ட ஒரு குழுவின் கீழ் இந்த அனாதை இல்லத்தை நடத்துவதை நேர்மையோடு தவிர்த்தார். தங்கள் தங்கைகளுக்கோ, அன்னையர்களுக்கோ உளவியல் சித்ரவதைக்கு உட்படுத்திய, அப்பெண்கள்

மொட்டையடிக்கப்பட்டதைத் தடுக்காத எந்த ஒரு மனிதனும் இந்நிறுவனத்திற்குப் பொருத்தமற்றவன் என இவர் சொன்னார்.

எண்ணற்ற விதவைகள் இந்த அனாதை இல்லத்தில் பாதுகாப்போடு தங்கள் குழந்தைகளைப் பெற்றெடுத்தனர். இவ்வாறாக, விதவைகளின் பாதுகாவலனாக ஜோதிராவ் விளங்கினார். இந்த அனாதை இல்லம் தன் உன்னதப் பணியைத் தொடர்ந்து நடத்தியது. மனிதநேயம் கொண்ட புகழ்பெற்ற மனிதர்கள் இதில் மிகுந்த அக்கறை காட்டினர்.

அனாதை இல்லத்தில் இருந்த குழந்தைகளை சாவித்திரிபாய் புலே ஒரு தாயைப் போலச் சோர்வில்லாமல் கவனித்து வந்தார். சாவித்திரிபாய்க்கு குழந்தைகள் இல்லை. ஆனால், தனது கருணை உள்ளத்தின் காரணமாகக் குழந்தைகளை அன்போடும் வாஞ்சையோடும் வளர்த்து வந்தார்.

குழந்தைகளை மிக அன்போடு நேசித்தார். குழந்தைகளுக்கு உடை உடுத்தவும், உணவூட்டவும், தனக்கு உதவி செய்ய தன் பக்கத்தது வீட்டுப் பெண்களை அழைத்துக் கொள்வார். தன் கணவன் நடத்தி வந்த பெண்கள் பள்ளியில் பல ஆண்டுகள் ஆசிரியராகப் பணியாற்றிய அனுபவம் கைகொடுத்தது. ஆசிரியர் பணிக்கு ஒரு பெண் நியமிக்கப்படுவது மதிப்பும், கௌரவமும் வாய்ந்த ஒன்று என நேட்டிவ் ஒப்பீனியன் போன்ற முன்னோடிப் பத்திரிகைகள் 1873 ஆம் ஆண்டு வரையிலும் கூடக் குறிப்பிட்டு வந்ததை அறிந்து கொண்டால் இவருடைய பணி எவ்வளவு மகத்தானது என்பதைப் புரிந்து கொள்ள முடியும்.

1887 ஆம் அண்டு, ஜூன் மாதம் இச்சங்கத்தின் செயல்பாடுகள் தீவிர நிலையை எட்டியது. தன் தொண்டர்களின் அழைப்பின் பேரில் ஜோதிராவ் பூனா மாவட்டத்தை சேர்ந்த டெலிகான் கிராமத்திற்குப் பயணம் செய்கிறார். அங்கு சங்கத் தலைமையின் கீழ் பார்ப்பனர்களின் எதிர்ப்பையும் மீறி ஒரு நாவிதரின் திருமணத்தை பார்ப்பனர் யாரும் இல்லாமலேயே எந்தச்

சடங்கு சம்பிரதாயமும் இல்லாமல் நடத்தி வைக்கிறார். பார்ப்பனர்கள் அதிக எண்ணிக்கையில் இருக்கும் பூனாவில் இந்தச் சாதனையை ஜோதிராவ் புலே செய்கிறார். பார்ப்பனர்களை அவர்களது வசிப்பிடத்திலேயே (பூனா) எதிர்த்து நின்ற இந்த மனிதர், அந்த முட்டாள் மனிதர்களின் எதிர்ப்பைக் கணக்கிலேயே எடுத்துக் கொள்ளவில்லை.

இதனை எதிர்க்க பார்ப்பனப் புரோகிதர்களும், அவரைச் சார்ந்தவர்களும், சில குன்பி சாதியினருக்குப் பணம் தந்து ஜோதிராவை எதிர்க்கும்படி தூண்டிவிட்டனர். பார்ப்பனர் அல்லாத பெரும்பான்மை மக்கள் சங்கத்தின் கீழ் அணிதிரண்டு நின்றதால் அந்த எதிர்ப்பு பிசுபிசுத்துப் போனது. அந்நிகழ்ச்சியில் பங்கெடுப்பதென மக்கள் உறுதியாக நின்றனர்.

இதன் விளைவாக அந்தக் கிராம நாவிதர்கள் பார்ப்பனர்களுக்குச் சவரம் செய்வதில்லை என முடிவெடுத்தனர். ஆனால், தாங்கள்தான் நாவிதர்களைப் புறக்கணித்திருப்பதாகப் பார்ப்பனர்கள் சொல்லிக் கொண்டார்கள். பார்ப்பனர்கள் ஒருவருக்கொருவர் தாங்களே சவரம் செய்து கொண்டனர். சவரப்பை தோளில் தொங்க பார்ப்பனர்கள் நகருக்குள் வலம் வந்தனர். பார்ப்பனர்கள் அவமானத்திற்குள்ளானார்கள்.

அதனால், நாவிதர்களை ஆத்திரத்தோடு தூற்றினார்கள். தங்களது தலைவரான ஜோதிராவ் வழிகாட்டுதலினால் மற்ற கிராமங்களைச் சேர்ந்த பார்ப்பனர் அல்லாத மக்கள் நாவிதர்களுக்கு ஆதரவாக நிலை எடுத்ததால், இந்தப் போராட்டத்தின் களம் விரிவடையத் தொடங்கியது.

இப்பிரச்சனை இப்பொழுது ஓர் உச்சநிலையை எட்டியது. விதவைகள் தலையை மொட்டையடிப்பதில்லையென பூனா நாவிதர்கள் அறிவித்துவிட்டனர். இதைத் தீர்த்து வைக்க சில சமரச முயற்சிகள் மேற்கொள்ளப்பட்டன. ஆனால், தீனபந்து பத்திரிகை இப்போராட்டத்திற்கு ஒரு தீவிரத்தன்மை தரத் தீர்மானித்துவிட்டது. இக்குரூரமான வழக்கத்தைக் கண்டித்து

இப்பத்திரிகை தொடர்ச்சியாகப் பல கட்டுரைகளை வெளியிட்டு வந்தது.

நாவிதர்கள் துணிவான மனிதர்கள் என்பது உண்மையானால், இக்குரூரமான வழக்கத்தை நடத்தி வைக்கும் பணியில் அவர்களும் ஓர் அங்கமாக இருக்கக் கூடாது என இப்பத்திரிகை வேண்டுகோள் விடுத்தது. இக்குரூரமான வழக்கத்திற்கு முற்றுப்புள்ளி வைக்க வேண்டுமென ஜோதிராவ் கொண்டிருந்த தீவிரமான விருப்பத்திற்கும், உறுதியான எண்ணத்திற்கும் இது ஒரு வெளிபாட்டுத் தளம் அமைத்துத் தந்தது.

"சவரம் செய்யவும், முடிதிருத்தவும் நாவிதர்களை அமர்த்திக் கொள்ளும் ஐரோப்பியர்களும், சுதேசிக் கனவான்களும், பெண்களின் முடியை மொட்டையடிக்கும் அவமானச் செயலைச் செய்யும் நாவிதர்களை விலக்கி வைத்தால் அது நல்லதாக இருக்கும்" என அப்பத்திரிகையின் தலையங்கம் ஒன்று வலியுறுத்தி இருந்தது.

இந்த இயக்கம் முன்னேறிக் கொண்டிருந்த நேரத்தில், சில வைதீகப் பத்திரிகைகள், விதவைகள் தலையை மொட்டையடிக்க நாவிதர்கள் மறுத்தால், அந்த வேலைகளைப் பார்ப்பனர்களே செய்ய வேண்டிவரும் எனக் கோபத்தோடு சொல்லியிருந்தன.

1880 ஆம் ஆண்டு, ஏப்ரல் 14 ஆம் தேதியன்று பம்பாயில் எல்பின்ஸ்டோன் உயர்நிலைப் பள்ளிக்குப் பின்புறம் ஒரு பிரம்மாண்டமான பொதுக்கூட்டம் நடைபெற்றது. "ஆயிரத்திற்கும் மேற்பட்ட நாவிதர்கள் அதில் பங்கெடுத்தனர். விதவைகள் தலையை மொட்டையடிக்கும் காட்டுமிராண்டித்தனமான வழக்கத்தைக் கைவிட நாவிதர்கள் தீர்மானித்து விட்டதாக ஒலிபெருக்கியில் அறிவிக்கப்பட்டது."

சடோபா கிருஷ்ணாஜி என்ற நாவிதர் கூட்டத்திற்குத் தலைமை வகித்தார். உருக்கமான முறையில் உரை நிகழ்த்துகிறார். அப்பாவி விதவைகளின் தலையை மழித்து

அவரின் சிறந்த அணிகலனை (தலைமுடி) பறிமுதல் செய்வதன் காரணமாகத்தான் நாவிதர்கள் துன்பப்படுகிறார்கள்.

இனி எதிர்காலத்தில் எந்தவொரு விதவைக்கும் இவ்வழக்கத்தைச் செய்வதில்லை என அவர்கள் உறுதியெடுத்தார்கள். நாவிதர்கள் இப்பிரச்சனையைப் புரிந்து கொண்டு, இம்மாதிரியான குரூரமான பணியில் பங்கெடுப்பதிலிருந்து விலகி நின்றார்கள். இந்தக் கூட்டத்தை ஏற்பாடு செய்ததில் முன்னணியில் நின்ற கத்ரி, கெல்கர் ஆகிய இருவரையும் வைதீக மராத்தியப் பத்திரிகைகள் குறிவைத்துத் தாக்கின என்பதும் வரலாறாகும். ஜோதிராவ் புலே எந்த அளவுக்கு தீவிர சீர்த்திருத்தப் பிரச்சாரம் செய்தார் என்பதை தன் மனைவியின் கைப்பட எழுதிய கடிதமே சான்றாக உள்ளது.

சாவித்திரிபாய்க்கு உடல்நலக் கோளாறு 1856 அக்டோபரில் தீவிரமடைந்தது. உரிய மருத்துவம் செய்து உடல் நலம் பெறுவதற்காக தன் தாய் வீட்டிற்குச் செல்கிறார். அங்கு சாவித்திரிபாயின் சொந்தத் தம்பியான பாபு, ஜோதிராவ் புலேயின் நடவடிக்கைகள், சீர்த்திருத்தப் பிரச்சாரங்கள் என அனைத்தையும் விமர்சனம் செய்கிறார். "உங்களால் எங்கள் குடும்பத்திற்கும் பிரச்சனைகள் வருகிறது. பார்ப்பன எதிர்ப்பை கைவிட்டு ஊருடன் வாழுங்கள்" என பாபு குமுறலுடன் பேசுகிறார். இவை அனைத்தையும் பொறுமையுடன் கேட்ட சாவித்திரிபாய் தம்பியின் குற்றச்சாட்டுகளுக்கு நேர்மறை வார்த்தைகளைக் கொண்டு பேசுகிறார்.

"பாபு உன் கருத்து முழுக்க முழுக்க குறுகிய நோக்கம் கொண்டது. மேலும் பார்ப்பனர்களின் பேச்சைக் கேட்டு உன் அறிவு பலவீனப்பட்டு போயிருக்கிறது. பசு உள்ளிட்ட மிருகங்களைக் கூட நீ நேசிக்கிறாய். நாகபஞ்சமி போன்ற நாட்களில் நீ நச்சுப் பாம்புகள் இருக்கும் புற்றுக்கு பால் வார்க்கிறாய். ஆனால், உன்னைப் போன்ற சக மனிதர்களாக

இருக்கும் மகர், மங் மக்களை தீண்டத்தகாதவர்களாகக் கருதி வருகிறாய்.இதற்கு ஒரு நியாயமான காரணத்தை உன்னால் தர முடியுமா?

பார்ப்பனர்கள் "புனித" ஆடைகளோடு இருக்கையில் உன்னைப் போன்ற ஆட்களைக் கூட அவர்கள் தீண்டத்தகாதவர்களாகத்தான் கருதுகிறார்கள். அப்படித்தான் உன்னை நடத்துகிறார்கள். நீ அவர்களைத் தொட்டால் தீட்டு ஏற்பட்டுவிடும் என்று அச்சப்படுகிறார்கள். ஒரு மகரைப் போலத்தான் உன்னையும் அவர்கள் நடத்துகிறார்கள்.

இந்த அடிமைத்தனத்தை உடைக்கத்தான் நானும் எனது கணவரும் மகர், மங் சாதியினருக்கு கல்வி தருவதற்கான புரட்சிப் போராட்டத்தில் இறங்கி இருக்கின்றோம்.

இப்போது அவர்கள் கல்வி கற்று வருகிறார்கள். ஆங்கிலம் கற்பதால் மகர், மங் சாதியினருக்கு என்னென்ன நன்மைகள் கிடைக்கின்றன என்பதை விட அவர்கள் எதிர்காலத்தில் நிச்சயமாக அடிமைகளாக இருக்க மாட்டார்கள். படிக்காமல் இருப்பது முழுக்கவும் காட்டுமிராண்டித்தனமானது.

பார்ப்பனர்கள் பெற்றிருக்கும் இன்றைய உயர்ந்த அந்தஸ்திற்குக் காரணம் அவர்களின் கல்வியறிவுதான். கல்வி அறிவுக்கு பெரும் மதிப்பு கிடைக்கிறது. கல்வியறிவில் நிபுணத்துவம் பெறும் ஒருவர், தன் தாழ்ந்த அந்தஸ்தை கைவிட்டு உயர்ந்த அந்தஸ்தை பெறுகிறார். உலகத்தில் யாரும் என் கணவருக்கு ஈடாக முடியாது. அடிமைத்தனத்திலிருந்து மனிதர்களை விடுவிப்பது கடவுளுக்குத் தொண்டு செய்யும் நிகரான செய்கை ஆகும்.

மகர், மங் சாதி மக்களும் மனிதர்கள் தான் என என் கணவர் நம்புகிறார். மற்றவர்களைப் போல அவர்களும் வாழ முயற்சிக்க வேண்டும் என்பதால்தான் அம்மக்களுக்கு கல்வி கற்றுத் தருகிறார்.

இதனால் தங்களுக்குத் தொல்லைகள் வரும் என்று கருதிய பார்ப்பனர்கள் இச்செயலை அவக்கேடானது என குற்றச்சாட்டுவதோடு எங்களைப் பழித்தலும் உன்னைப் போன்ற நபர்களின் சிந்தனையை நச்சுப் படுத்தியும் வருகிறார்கள். மாபெரும் இந்தப் பணிக்காக என் கணவரைப் பாராட்ட பிரிட்டன் அரசாங்கம் ஒரு நிகழ்ச்சியை ஏற்பாடு செய்ததையும் அதன் மூலம் இந்த இழிவான மனிதர்களை வெட்கப்பட செய்ததையும் நிச்சயமாக நீ கவனித்திருப்பாய்..

வெறுமனே கடவுளின் பெயரை முணுமுணுத்துவிட்டு புனித யாத்திரை செல்லும் உன்னைப் போல் என் கணவர் இருக்க மாட்டார். கடவுள் செய்ய வேண்டிய அந்த வேலையை அவர் செய்து வருகிறார். அப்பணியில் நான் அவருக்கு உதவியாய் இருந்து வருகிறேன். இந்த மகிழ்ச்சியான பணியை செய்வதில் நான் அளவிட முடியாத ஆனந்தத்தைப் பெறுகிறேன்.

இந்த பதிலைக் கேட்ட பிறகு, தம்பியான பாபு இணக்கத்தோடு பேசுகிறார். இந்த உரையாடலை கவனித்த சாவித்திரிபாய் அன்னையும் பாராட்டுகிறார். கடவுளுக்கு நிகரான சேவைகளைச் செய்யும் உங்களுக்கு எனது பரிபூரண ஆசிகள் என்றென்றும் உண்டு என்றும் வாழ்த்துகிறார். இதனை எல்லாம் தொகுத்து சாவித்திரிபாய் தன் கணவரான ஜோதிராவுக்கு கடிதம் ஒன்றில் இதனை தெரிவித்திருந்தார்.

ஜோதிராவ் மகிழும் வகையில் ஒரு நிகழ்ச்சி நடைபெற்றது. அடித்தள மக்களின் முன்னேற்றத்திற்காக ஓய்வில்லாமல் போராடிவரும் தங்கள் தலைவருக்கு மரியாதை செலுத்த ஜோதிராவின் பம்பாய் தொண்டர்கள் முடிவு செய்கின்றனர்.

அப்போது ஜோதிராவுக்கு 60 வயது நிறைவடைந்த நிலையில் 61-வது வயதில் அடியெடுத்து வைக்கிறார். அனைத்து மக்கள் மீதும் அன்பு செலுத்தும் துறவிகள் மற்றும் முனிவர்களுக்கு நிகராக இருக்கும் ஜோதிராவ் மக்கள்

மத்தியில் ஒரு சாதாரண மனிதனைப் போல வாழ்க்கை நடத்தி வந்தார்.

அந்த மகா மனிதருக்கு 1868 ஆம் ஆண்டு மே 11ஆம் தேதி மண்ட்வி பகுதியில் உள்ள கோவிவாடா அரங்கில் மிகப்பெரும் மக்கள்கூடிய அதுவும் எந்த மக்களுக்காக போராடினார்களோ அந்த மக்கள் பெருமளவு கூடிய அந்த அரங்கில்... லோகந்தியிலிருந்து லத் வரையிலும் உள்ள தலைவர்களும் பங்கெடுத்தனர்.

முழு அரங்கமே நிரம்பி இருந்தது. சுற்றுவட்டார இடங்களில் இருந்து மக்கள் குழுமி இருந்தார்கள். அனைத்து தரப்பு மக்களும் இதில் பங்கெடுத்தனர். அனைவரின் கண்களிலும் பாசம், பக்தி, பெருமை, நன்றி ஆகியன பிரகாசித்தன.

ஒரு நவீன சீர்திருத்த இந்தியத் தலைவரின் வாழ்க்கையில் இது ஒரு தனிச்சிறப்பான நிகழ்ச்சியாக இடம் பெற்றது. பெரும் செல்வந்தர்கள் கௌரவப்படுத்தப்பட்டு இருக்கலாம். தங்கள் தாய்நாட்டிற்காக இன்னல்பட்ட அரசியல் தலைவர்கள் பாராட்டப்பட்டு இருக்கலாம். ஆனால், இந்தியாவில் ஒரு மாபெரும் மனிதன் ஏழை மக்களுக்காக அடக்கி ஒடுக்கப்பட்ட மக்களுக்காக போராடி அவர்களாலேயே பாராட்டைப் பெறுவது என்பது அரிதாக இருந்திருக்கும்.

தன் வாழ்நாளில் 40 ஆண்டுகளுக்கு மேலாக ஏழை மக்களுக்காக பாடுபட்டு அறிவு ஊட்டிய ஜோதிராவின் தன்னலமற்ற உன்னதப் பணிகளை பாராட்டி அந்தக் கூட்டத்தில் இருந்த தலைவர்கள் ஆர்வமூட்டும் சொற்பொழிவை நிகழ்த்தினார்கள்.

அறியாமை, வைதீகம், தனிச்சலுகை ஆகியவற்றுக்கு எதிராக தனி ஒருவனாக நின்று போராடியதற்காகவும் அடக்கப்பட்ட மக்களின் நன்மைக்காக சோர்வில்லாமல்

பாடுபட்டதற்காகவும் தலைவர்கள் ஜோதிராவுக்கு அன்பையும் நன்றியையும் தெரிவித்தார்கள். இடி போன்ற கைத்தட்டல்களுக்கு இடையே அவருக்கு "மகாத்மா" என்ற பட்டம் அளிக்கப்பட்டது.

ஏழை மக்கள் தன் மீது காட்டிய பரிவைக் கண்டு ஜோதிராவ் மனம் நெகிழ்ந்து போனார். தன் கடமையை தான் செய்ததாக அடக்கத்தோடு சொன்னார். இந்தப் பணியை தொடர்ந்து முன்னெடுக்குமாறும் உண்மைநாடுவோர் சங்கத்தின் லட்சியத்தை பரப்புமாறும் அந்த மேடையில் நின்று மக்களை வலியுறுத்தினார்.

ஜோதிராவுக்கு ஆதரவாக பல்வேறு சமயங்களில் உயர் நீதிமன்றத்தில் வழக்காடிய பாலாஜி பாட்டிலுக்கும் பாராட்டு தெரிவிக்கப்பட்டது.இந்தியாவில் அடித்தள மக்களின் கைகளால் ஆயிரக்கணக்கான மக்களின் முன்னால் உயரிய மகாத்மா விருதைப் பெற்ற முதல் மனிதன் ஜோதிராவ் தான். மனிதநேயத்தின் மீது பற்று கொண்டவர்கள் மகாத்மா என அழைக்கப்பட்டனர். சிஸ்சிர்குமார்கோஸ், சுவாமி சிரத்தானந்தர், மோகன்தாஸ் காந்தி போன்ற உன்னதமான மனிதர்களும் மகாத்மா பட்டத்தை பிற்காலத்தில் பெற்றார்கள்.

வார்த்தைக்கும் வாழ்க்கைக்கும் வித்தியாசம் இல்லாமல் வாழ்ந்த அந்த மகா மனிதரான ஜோதிராவ்புலே அவர்களின் நூற்றாண்டு விழா 1960ஆம் ஆண்டில் மராட்டிய மாநிலம் முழுவதிலும் மிகுந்த எழுச்சியோடு கொண்டாடப்பட்டது.

மகாராட்டிரத்தில் முதலமைச்சர் ஆக இருந்த யஷ்வந்த் சவான் அந்த விழாவில் பேசும்போது... ஞானிதானேஸ்வர், சத்ரபதி சிவாஜி, மகாத்மா ஜோதிராவ்புலே, லோகமான்ய திலகர் போன்றோர் மராட்டியத்தின் அடையாளங்கள் என மிகப் பெரும் பொருத்தமாக குறிப்பிட்டிருந்தார்.

மகாத்மா ஜோதிராவ் பெயரில் தொழில்நுட்ப பள்ளி கட்டிடத்தை இந்தியாவின் முதல் பிரதமர் ஜவஹர்லால் நேரு

திறந்து வைத்துப் பேசியபோது "பெண் கல்விக்காகவும், தீண்டாமை ஒழிப்பிற்காகவும் மகாத்மா ஜோதிராவ்புலே போராடி வந்த காலத்தில் அவருக்கு ஆதரவாக எந்த ஒரு தரப்பில் இருந்தும் உதவி கிடைக்கவில்லை என்பது வரலாற்றின் சோகம்" என நேரு குறிப்பிட்டது உண்மைதான்.

தந்தை பெரியாருக்கு முன்னோடியாக சமூகச் சீர்திருத்தத்தில், பெண்களுக்கான கல்வியில், தீண்டாமை ஒழிப்பில் சமரசமின்றி போராடிய ஜோதிராவ் புலே சில விஷயங்களில் பெரியாருக்கு மாறுபாடாக பயணிக்கிறார்.

குறிப்பாக கடவுள் உண்டு. அது சத்தியம்தான் என்று சொல்லி பிரசங்கம் செய்தது, அதேபோல பார்ப்பனர்களை நம்பி பல இடங்களில் அவர்கள் ஜோதிராவை கைவிட்டுச் சென்றது... மிகுந்த பின்னடைவை ஏற்படுத்தியது.

தந்தை பெரியார் நம்பகத்தன்மை கொண்ட பார்ப்பனர் அல்லாதவர்களை மட்டுமே கூட வைத்திருந்தார். நீதிக்கட்சியில் இருந்து உருவான பெரியாரின் திராவிடர் கழகம்... அதிலிருந்து தோன்றிய திமுக, அதிமுக, மதிமுக போன்ற திராவிட இயக்கங்கள் பெரியாரின் கொள்கைகளை அவரின் கோட்பாடுகளைப் பேசுவதற்கான இயக்கங்களாக இன்றும் இருக்கின்றன.

துரதிர்ஷ்டவசமாக ஜோதிராவ் புலேவுக்குப் பிறகு அவருக்கான அரசியல் பின்புலம் ஏதும் இல்லாத காரணத்தால் வெறும் பிரசங்கம் என்கிற முறையில் உண்மை நாடுவோர் சங்கம் செயல்பட்டது.

"நான் இறந்து போனால் என்னுடைய உடலை வேத முறைப்படி எரிக்கக் கூடாது. மாறாக புதைக்க வேண்டும்" என்று எழுத்துப்பூர்வமாகவே எழுதி வைத்து அதனைத் தனது வளர்ப்பு மகனிடமும், மனைவியிடமும் சொல்லி இருந்தார். ஆனால் அவர் மறைந்த உடனே பார்ப்பன சக்திகள் மீண்டெழுந்து அந்த ஆசையைக் கூட நிராகரித்தனர்.

அவருடைய வளர்ப்பு மகன் ஜோதிராவின் உடம்புக்கு தீ வைத்து எரியூட்டினார்... என்பதில் தொடங்கி அவர் மறைந்த அந்த நிமிடம் தொடங்கி அவருடைய கொள்கைகளும் கொஞ்சம் கொஞ்சமாக மராட்டியத்திலிருந்து மறைந்தன என்றே சொல்லலாம்.

எந்தப் பார்ப்பனர்களை எதிர்த்து அவர் களமாடினாரோ, அந்தப் பார்ப்பனர்களைக் கொண்ட அரசியல் கூடாரமாக இன்று மராட்டியம் விளங்கிக் கொண்டிருக்கிறது. ஆனாலும் அனைவருக்குமான கல்வி என்கிற வகையில் 200 ஆண்டுகளுக்கு முன்னால் போராடிச் சாதித்தவர் ஜோதிராவ். அவர் போட்ட அந்த விதை இன்று கல்வி கற்றவர்களில் மராட்டிய மாநிலம் முதல் இடத்தில் இருக்கிறது.

தொழில்நுட்பத்துறையில், பொருளாதார வளர்ச்சியில் என அனைத்திலும் முன்னணி மாநிலமாக மராட்டியம் திகழ்கிறது என்றால் அதற்கான விதையைப் போட்டவர் ஜோதிராவ்புலே என்பதே வரலாற்று உண்மையாகும்.

12. விடாது சனாதனம்

21 ஆம் நூற்றாண்டின் தொடக்கத்தில் நாம் வாழ்ந்து கொண்டிருக்கிறோம். இந்தியாவில் பேரரசர்கள் என போற்றப்பட்ட அசோகன், ராஜராஜ சோழன் உள்ளிட்ட மாபெரும் மன்னர்கள் அனுபவிக்காத வசதிகளை எல்லாம் இன்றைய தொழில்நுட்ப வசதிகள் நமக்கு சாத்தியமாக்கி இருக்கிறது. நவீன அறிவியல் கண்டுபிடிப்புகளின் மூலம் நினைத்த நேரத்தில் கண்டம்விட்டு வேறு கண்டத்தில் வாழ்பவர்களிடம் கையடக்கக் கருவியான செல்பேசி மூலம் நிமிட நேரத்திற்குள் தொடர்பு கொள்ள முடிகிறது.

எருதுகள், குதிரைகள், பின்பு மாட்டு வண்டிகள் என பயணம் செய்த நம் முன்னோர்களின் வழித்தடங்கள் இன்று மாறிவிட்டன. இருசக்கர வாகனங்கள் தொடங்கி நான்கு சக்கர அதிநவீன ரக வாகனங்களால் தற்போது பயணங்கள் இலகுவாகிவிட்டன. வானில் உயரப் பறந்து உலகில் எந்த மூலைக்கும் சென்று விடக்கூடிய சாத்தியம் இன்றைய தலைமுறைக்கு வசப்பட்டு இருக்கிறது.

அதேபோல மருத்துவ வசதிகளின் மூலம் இருதய மாற்று அறுவை சிகிச்சை தொடங்கி அனைத்து உறுப்புகளையும் மாற்றி அமைத்து வாழ்நாட்களை நீடிக்கச் செய்யும் முன்னேற்றங்கள் எல்லாம் இன்றைக்கு அறிவியலால் நமக்கு கிடைத்துள்ளது.

இந்த வசதி வாய்ப்புகள் எல்லாம் மன்னர்களுக்கு இருந்ததில்லை. இன்றைய மனித குலத்திற்கு இது சாத்தியமாகி உள்ளது. ஆனால், நாம் வாழ்வியலில் என்னதான் முன்னேற்றம் அடைந்திருந்தாலும் மனித நாகரிகத்தைப் பின்னுக்குத் தள்ளுகின்ற விவாதங்கள், சண்டை சச்சரவுகள் இவைகள் எல்லாமே மன்னர் ஆட்சி காலத்தில் எப்படி இருந்தனவோ, அது போலத்தான் இன்று வரை தொடர்ந்துகொண்டே இருக்கிறது. தற்போது சனாதனம் என்கிற வார்த்தையைக் கொண்டு வரலாறுகளை மாற்றிச் சொல்கின்ற சூழல் நிலவுகிறது.

அண்மையில் தமிழ்நாடு அரசின் இளைஞர் மேம்பாடு மற்றும் விளையாட்டுத்துறை அமைச்சராக உள்ள உதயநிதி பங்கேற்ற நிகழ்ச்சி ஒன்றில் சனாதனம் குறித்துப் பேசுகிறார். "சனாதனத்தை எதிர்ப்பது அல்ல, மாறாக மனித குலத்தை அச்சுறுத்தும் டெங்கு, கொரோனா போன்ற வைரஸ் மற்றும் கொசுக்களை ஒழிப்பது போல சனாதனத்தையும் ஒழிக்க வேண்டும்" எனப் பேசுகிறார்.

இந்தப் பேச்சுக்கு எதிர்வினையாக நம் நாட்டின் இன்றைய பிரதமரான நரேந்திர மோடி தொடங்கி உள்துறை அமைச்சர் அமித்ஷா வரையில் சனாதனத்தை ஒழிப்போம் என்றால் இந்துக்களை ஒழிப்போம் என்பதாகும் என்கிற வகையில் எதிர்வினை ஆற்றி உள்ளனர். இன்னொரு மத்திய அமைச்சர் இந்துக்களை இனப்படுகொலை செய்வதற்கு நிகரானது சனாதனம் ஒழிப்போம் என்கிற பேச்சு என விளக்கம் அளித்துப் பேசி இருக்கிறார்.

அதை விட உச்சமாக உத்தரப்பிரதேச மாநிலத்தில் உள்ள ஒரு சாமியார் அமைச்சர் உதயநிதி தலைமீது விலை வைத்திருக்கிறார். சட்டத்தின் ஆட்சியின் கீழ் நாம் வாழ்ந்து கொண்டிருக்கிறோமா என்கிற அளவுக்கு இன்றைக்கு மத உணர்வுகள் மக்களுடைய சிந்தனைகளை மட்டுமல்ல அரசாங்கத்தின் செயல்பாடுகளையும் மழுங்கடிக்கச் செய்திருக்கிறது.

ஒரு சாதாரண மனிதன் ஒருவன் இன்னொரு மனிதனைப் பார்த்து கொலை செய்து விடுவேன் என்று சொன்னாலே அதற்கு வழக்கு போட்டு கொலை மிரட்டல் என்கிற வகையில் அவரை நீதிமன்றத்தில் கொண்டு வந்து நிறுத்த முடியும் என்று சட்டம் சொல்கிறது. ஆனால், பகிரங்கமாக ஒரு சாமியார் 10 கோடி தருகிறேன், உதயநிதி தலையைக் கொண்டு வாருங்கள் என்று பேசிய பின்னரும் அந்த சாமியார் சுதந்திரமாக உலவுகிறார்.

சட்டத்தின் பெயரால் நடைபெறும் மக்களாட்சியில் இந்த மாதிரியான அநீதிகளுக்கு இடமில்லை. இது மன்னராட்சி காலத்தில் இருந்த நடைமுறை. மன்னரின் விசுவாசிகளை யாரும் எதிர்க்க முடியாது விமர்சனம் செய்ய முடியாது.

ஆனால், இந்தப் பிரச்சனையில் காலம் கடந்தும் ஒரு ஒற்றுமை காணப்படுகிறது. சனாதனத்தை எப்போது யார் எதிர்த்துப் பேசினாலும் அல்லது இயக்கம் நடத்தினாலும் அப்படிச் சொல்வோரை படுகொலை செய்வது என்பதை வரலாறு எங்கும் பார்க்க முடிகிறது. இன்றைக்கும் அது தொடர்கிறது.

காங்கிரஸ் கட்சியின் தலைவர்களில் ஒருவரான ராகுல் காந்தி அண்மையில் பத்திரிகையாளர் சந்திப்பு ஒன்றில் ஒரு கேள்வியை முன்வைக்கிறார். மத்திய அமைச்சர்களின் தனிச் செயலாளர்கள் என்கிற வகையில் 90-க்கும் மேற்பட்டவர்கள் பணிபுரிகிறார்கள். இதில் மூன்று பேர் மட்டுமே இதர பிற்படுத்தப்பட்ட மக்களின் பிரிவை சேர்ந்தவர்கள். இந்தியாவிலேயே அதிக மக்கள் தொகை கொண்ட இதர பிற்படுத்தப்பட்ட மக்களாக இருக்கும் ஓபிசி பிரிவினர் புறக்கணிக்கப்படுவது ஏன் எனக் கேட்டார் ராகுல் காந்தி.

ஆனால், இந்தக் கேள்விக்கு பதில் இல்லை. மாறாக மிரட்டும் தொனியில் ஒரு கார்ட்டூன் படம் வெளியாகிறது. பத்துத் தலை ராவணனாக அசுரர்களின் தலைவனாக அந்தக் கார்ட்டூன் ராகுல் காந்தியை சித்தரிக்கிறது.

இது வெறும் கேலிச்சித்திரம் தான் என்று கடந்து போகும் முன் கடந்த கால வரலாற்றையும் நாம் எண்ணிப் பார்க்க வேண்டும்.

"சுதந்திர இந்தியா குறிப்பிட்ட மதத்தவருக்கு அல்லது இனத்தவருக்கு மட்டுமே சொந்தமானதாக இருக்காது. மாறாக உலகில் எந்த மூலையில் ஒருவர் நாடற்ற நிலையில் அகதியாக இருந்தாலும் அந்த மனிதரும் இந்தியாவை தாய் நாடாக ஏற்றுக் கொள்ளலாம். அப்படித்தான் என் சுதந்திர நாடு இருக்கும்" என அண்ணல் காந்தியடிகள் சொன்னபோது அவரையும் இப்படி அசுரனாக கேலிச்சித்திரம் வரைந்தனர்.

அந்த அசுரரைக் கொல்வதற்கு சவர்க்கர் வில்லெடுத்து காந்தி மீது அம்பு வீசுகிற மாதிரியான கேலிச்சித்திரங்கள்

நீ.சு.பெருமாள் / 247

வரையப்பட்டன. இனியும் காந்தி நமக்கு பயன்பட மாட்டார் என்கிற முடிவுக்கு பார்ப்பன இந்து மகாசபா வருகிறது. அடுத்த இரண்டு ஆண்டுகளில் காந்தியடிகள் கொலை செய்யப்படுகிறார் என்பதும் கசப்பான வரலாற்று உண்மையாகும். கொலை செய்தவர் பார்ப்பனரான கோட்சே என்கிற கொடியவன் தான்.

இந்திய விடுதலைப் போராட்டத்தில் பங்கேற்ற பல உயர் சாதிப் பார்ப்பனர்கள் நோக்கம் என்பது வேறாக இருந்தது. வெள்ளையர்களால் நம் கலாச்சாரப் பண்பாடுகள் எனும் பெயரில் உள்ள சனாதன தர்மங்கள் சிதைக்கப்படுகின்றன. அதனால் வெள்ளையர்களை இந்த மண்ணை விட்டு விரட்ட வேண்டும் என்கிற முழக்கத்துடன்தான் விடுதலைப் போராட்டத்தில் பல பார்ப்பனர்கள் பங்கேற்றனர்.

பெண் குழந்தைகளுக்குத் திருமணம் செய்து வைத்தல் என்கிற குழந்தைத் திருமணத்தால் ஒன்றும் அறியாத சிறுமிகள் விதவைகள் ஆனார்கள். கணவன் இறந்து விட்டால் அந்தக் குழந்தைகளை வாழ்நாள் முழுவதும் மொட்டை அடித்துவிட்டு, தன் சொந்தக் குடும்பத்திலேயே விலக்கி வைக்கப்படுகிற அவலங்கள் சம்பிரதாயங்கள் என்கிற பெயரில் இந்த மண்ணில் அரங்கேறி வந்தன.

இதனை சட்டரீதியாக தடுக்கும் வகையில் 1919இல் சாரதா திருமண சட்டத்தை வெள்ளையர் அரசு அறிமுகம் செய்தது. பெண்ணின் திருமண வயது குறைந்தபட்சம் 12 ஆக இருக்க வேண்டும் என அந்தச் சட்டம் வரையறுத்தது. இதனை வைதீக பார்ப்பனர்கள் கடுமையாக எதிர்த்தனர். இந்து சனாதனப் பழக்க வழக்கங்களில் அரசாங்கம் தலையிடக்கூடாது என கண்டனம் செய்தனர். சுதந்திரம் எனது பிறப்புரிமை என்று முழங்கிய பாலகங்காதர திலகர் குழந்தைத் திருமணங்களை ஆதரித்தும், சாரதா சட்டத்தை எதிர்த்தும் அறிக்கை விட்டார் என்பதும் வரலாறாகும்.

சுயராஜ்யம் கேட்க விரும்பாதவனை நாத்திகன் என்றும் மதத்திற்கு விரோதி என்றும் பறைசாற்றிய துண்டுப் பிரசுரங்கள் மிகுதியாக வெளிவந்த காலத்தில் தான் வீரவாஞ்சி என புகழப்படும் வாஞ்சி ஐயர் வெளிப்பட்டார்.

ஆஷ் துரையை சுட்டுக்கொன்ற வாஞ்சிநாதன் தன்னைத்தானே சுட்டுக் கொண்டு உயிரை விடுகிறார். குதிராம் போஸுக்கு வங்கப் புரட்சி இயக்கம் வீரவணக்கம் செலுத்தியது. அதேபோல மதன்லால் திங்ராவுக்கு லண்டனில் ஐரிஸ் விடுதலை இயக்கம் அளித்த பேராதரவைப் போல் வாஞ்சிநாதனுக்கு எந்தப் புரட்சிகர இயக்கத்திடம் இருந்தும் ஆதரவு கிடைக்கவில்லை. ஆஷ் படுகொலை செய்யப்பட்ட நாளில் சிறையிலிருந்து வ.உ.சிதம்பரனாரிடம் கொலைச் சம்பவம் குறித்து சொல்லப்பட்டபோது, நற்செய்தி நவின்றாய் நீ நலம் பெறுவாய் என வாழ்த்துகிறார்.

ஆனால், வ.உ.சி, சேலம் விஜயராகவாசாரிக்கு எழுதிய கடிதத்தில் வாஞ்சியின் வன்முறை செயலை ஆதரிக்கவில்லை. மகாகவி பாரதியாரும் வாஞ்சிநாதன் செயலை அங்கீகரிக்கவில்லை. சிவா மவுனம் சாதித்தார் என்பதெல்லாம் வாஞ்சியின் சமகாலத்து செய்திகள் தெரிவிக்கின்றன. தன்னைத் தானே சுட்டுக்கொண்டு இறந்துபோன வாஞ்சியின் உடலை அடையாளம் காட்டியது அவரது சட்டைப் பையில் இருந்த அவரால் எழுதப்பட்ட கடிதம்தான்.

இந்தக் கடிதம் மூலம் தான் கொலை வழக்கே நடைபெற்றது. நீலகண்ட பிரம்மச்சாரி முதல் குற்றவாளியாகவும் அவரைத் தொடர்ந்து பலர் சிறை சென்றனர் என்பதெல்லாம் எல்லோரும் அறிந்த ஒன்றுதான். ஆனால், தற்கொலை செய்து கொண்டபோது, வாஞ்சிநாதனால் எழுதப்பட்ட கடிதத்தில் என்ன இருந்தது என்பது இதுவரையில் வெளி உலகத்திற்கு யாருக்கும் தெரியாது. இன்றுவரையில் அந்தக் கடிதம் வெளியாகவில்லை. இத்தனைக்கும் தமிழ்நாடு ஆவணக் காப்பகத்தில்தான் அந்தக் கடிதம் உள்ளது.

தற்கொலை செய்து கொண்ட சமயத்தில் வாஞ்சிநாதனின் உருவப்படத்தை எடுக்க அனுமதித்த நீதிமன்றம் வாஞ்சியின் கடிதத்தை வெளியிடக்கூடாது என்கிற தடையினை அன்றைய வெள்ளைக்கார அரசின் நீதிமன்றம் உத்தரவிட்டது. அந்த உத்தரவு இன்று வரை உயிர்ப்புடன் இருப்பது வியப்பாக உள்ளது.

வாஞ்சிநாதன் எழுதிய தமிழ்க் கடிதத்தின் ஆங்கில மொழியாக்கம் இந்தியன் செடிசன் கமிட்டி அறிக்கையில் இணைக்கப்பட்டுள்ளது. அதன் தமிழ் மொழிபெயர்ப்பைத்தான் வரலாற்று ஆய்வாளர்கள் பலர் பயன்படுத்தி வருகின்றனர். தமிழ் எழுத்துலகின் வரலாற்று ஆய்வாளரான பெ.சு.மணி அவர்கள் எழுதிய காரல் மார்க்ஸின் இலக்கிய இதயம் எனும் நூலில் வாஞ்சியின் கடிதம் பதிவாகியுள்ளது.

அதில், "ஆங்கில சத்ருக்கள் நமது தேசத்தை பிடுங்கிக் கொண்டு அழியாத சனாதன தர்மத்தை, காலால் மிதித்து துவம்சம் செய்து வருகின்றனர். ஒவ்வொரு இந்தியனும் தற்காலத்தில் தேச சத்துருவாகிய ஆங்கிலேயனை துரத்தி தர்மத்தையும் சுதந்திரத்தையும் நிலைநாட்ட முயற்சி செய்து வருகிறான். எங்கள் ராமன், சிவாஜி, கிருஷ்ணன், குரு கோவிந்தன், அர்ஜுனன் முதலியோர் தர்மம் செழிக்க அரசாட்சி செய்து வந்த தேசத்தில் எருது மாமிசம் தின்னக்கூடிய மிலேச்சனாகிய ஜார்ஜ் பஞ்சமனை முடிசூட்ட உத்தேசம் செய்து கொண்டு பெரிய முயற்சி நடக்கிறது.

அவன் (ஜார்ஜ் பஞ்சமன்) எங்கள் தேசத்தில் காலை வைத்த உடனேயே அவனைக் கொல்லும் பொருட்டு 3000 மதராசிகள் உறுதி எடுத்துக் கொண்டனர். அதை தெரிவிக்கும் பொருட்டு அவர்களால் கடைசி நபராகிய நான் இன்று இச்செயலை செய்தேன். இதுதான் ஹிந்துஸ்தானில் ஒவ்வொருவரும் செய்ய வேண்டிய கடமை. இப்படிக்கு, ஆர்.வாஞ்சி ஐயர்.வாஞ்சிநாதன் என்று கையொப்பம் இல்லை என்பதும் இங்கு கவனிக்கத்தக்கது.

ஐந்தாம் ஜார்ஜ் என்பதை ஜார்ஜ் பஞ்சமன் என்று வாஞ்சி எழுதியதுடன் எருது மாமிசம் சாப்பிடும் பஞ்சமன் விளைச்சல் எனும் சொற்களையும் கவனிக்க வேண்டும். தேச விடுதலைக்கான ஆஷ் கொலையா அல்லது சனாதனத்தை காப்பாற்ற செய்யப்பட்ட கொலையா என்பதுதான். இரட்டை ஆயுள் தண்டனை பெற்ற வ.உ.சிக்காக செய்த கொலை இது என வரலாறு சொல்கிறது.

ஆனால், வாஞ்சியின் கடிதத்தில் வ.உ.சி பெயர், அவருக்கு வழங்கப்பட்ட தண்டனை குறித்த தகவல்கள் ஏதும் இல்லை. கெட்டதிலும் ஒரு நல்லது என்கிற வகையில் ஆங்கிலேயர்கள் வந்த பிறகுதான் சமூக சீர்திருத்தங்கள் தொடங்கின. அனைவருக்குமான கல்வி சமூக நீதி எனும் தொடக்கமும் ஆங்கிலேயர்கள் ஆட்சியில் உருவாகின. இதனால் ராஜாராம் மோகன்ராய், மராட்டியத்தில் ஜோதிராவ் குழு, தென்னகத்தில் தந்தை பெரியார் உள்ளிட்ட சமூக சீர்திருத்தவாதிகள் ஆங்கிலேய அரசாட்சியை வரவேற்றனர். இவர்கள் ஆட்சியில் அனைவரும் படித்தால்தான் உண்டு. அனைவருக்குமான கல்வி சாத்தியமான பிறகு தேச விடுதலை தானாக மலரும் என்று சமூக சீர்திருத்தவாதிகள் வெளிப்படையாகவே சொன்ன செய்திகளும் ஏராளம் உண்டு.

இதன் காரணமாக பல சீர்திருத்தவாதிகள் இந்திய விடுதலை இயக்கத்திற்கு எதிரானவர்கள் என்று முத்திரை குத்தப்பட்ட வரலாற்று நிகழ்வுகளும் உண்டு. அதேபோல வ.வே.சு.ஐயர் நடத்திய குருகுலத்தில் பார்ப்பன மாணவர்களுக்கென தனி உணவுக் கூடம் இருந்தது. பார்ப்பனர் அல்லாதவருக்கு தனியாக வேறொரு உணவுக்கூடம் இருந்தது. இத்தனைக்கும் அன்றைய தமிழ்நாடு காங்கிரஸ் கட்சி ஐந்தாயிரம் ரூபாய் இந்த குருகுலத்திற்கு வழங்கியிருந்தது.

மாணவர்களுக்குள் இந்தப் பிரிவினை கூடாது என முதல் முதலில் கலகக்குரல் எழுப்பியவர்தான் தந்தை பெரியார்.

அவருக்கு ஆதரவாக எஸ்.ராமநாதன், வரதராஜுலு நாயுடு ஆகியார் முன்னணியில் இருந்தனர். 1925 ஏப்ரலில் திருச்சியில் கூடிய காங்கிரஸ் செயற்குழுவில் ஒரு தீர்மானத்தை எஸ். ராமநாதன் கொண்டு வருகிறார். தேசிய இயக்கத்தில் பங்கெடுக்கும் எந்த அமைப்பும் தன்னுடைய செயல்பாடுகளில் சாதி வேறுபாடுகள் காட்டக் கூடாது என்கிற தீர்மானம் வாக்கெடுப்புக்கு விடப்படுகிறது.

26 உறுப்பினர்கள் கொண்ட செயற்குழுவில் தமிழ்நாட்டில் உள்ள பார்ப்பன தலைவர்களும் எதிர்த்தே வாக்களித்து அந்தத் தீர்மானத்தை தோற்கடித்தனர். ஆலய நுழைவுப் போராட்டத்தை முன்னெடுக்கிறபோது சனாதனம் என்கிற பெயரில்தான் எதிர்ப்பு இயக்கம் நடத்தப்பட்டது.

குறிப்பிட்ட சமூகப் பெண்களை தேவதாசிகள் ஆக்கும் முறையை தடை செய்ய வேண்டும் என்று டாக்டர். முத்துலட்சுமி ரெட்டி சென்னை மாகாண சட்டமன்றத்தில் தீர்மானம் கொண்டு வருகிறார். அப்போது தீரர் என்று போற்றப்பட்ட காங்கிரஸ் கட்சியின் தலைவர் சத்தியமூர்த்தி வெளிப்படையாகவே சனாதனத்தை முன்வைத்து எதிர்த்தார். "நம் முன்னோர்களின் சாத்திர சம்பிரதாய சடங்குகளை மாற்றி அமைக்க யாருக்கும் உரிமை இல்லை. அப்படி மாற்றி அமைப்பது இந்து சனாதன தர்மத்திற்கு எதிரானது" என்று பேசினார். அது மட்டுமல்ல தேவதாசி முறை நீடிக்க வேண்டும் என்று பார்ப்பனத் தலைவர்கள் சிலர் தேவதாசிப் பெண்களைத் திரட்டி நாக பாசத்தார் சங்கம் என்ற அமைப்பு ஒன்றினை உருவாக்கினர். அதன்மூலம் தேவதாசி முறைகள் தொடர வேண்டுமென முழக்கமிட்டனர் என்பதும் கசப்பான வரலாறுகள் ஆகும்.

மேற்சொன்ன எல்லா நடவடிக்கைகளும் சனாதனம் அல்லது முன்னோர் வழக்கம் என்னும் பெயரில்தான் எதிர்க்கப்பட்டது. இன்றைக்கு சனாதனம் என்றாலே இந்து

மதம் தான் எனும் பெயரில் இப்போது களமாட வருகிறார்கள். இப்படி வருகிறவர்கள் கடந்த காலங்களில் சாதியின் பெயரால் கோவிலுக்குள் நுழைய தடை... அதே போல கோயில் வெளிப்புறப் பகுதியில் இருக்கும் அக்ரகாரம் வீதி என பார்ப்பனர்கள் வசிக்கும் தெருவில் நடப்பதற்குத் தடை...என தீண்டாமையை முதன்மைப்படுத்தி ஒடுக்குமுறைகளை கையாண்டனர். சனாதன தர்மம் மற்றும் கடவுளின் பெயரால்தான் ஊர் பொதுக் குளம் அல்லது பொதுக்கிணற்றுநீரை பயன்படுத்த சாதியின் பெயரால் தடை போட்டதெல்லாம் கி.மு., கி.பி. என்கிற பழங்காலத்தில் அல்ல... ஒரு நூற்றாண்டுக்கு முன்பு நடைபெற்ற கொடுமைகள் இவை.

இன்று தாழ்த்தப்பட்ட, பிற்படுத்தப்பட்ட மக்களெல்லாம் விழிப்புடன் அரசியல் களத்தில் வருகிறார்கள். குற்றப்பரம்பரை என்று உழைக்கும் மக்களில் சிலரை அடையாளப்படுத்தி அவர்களை குற்றவாளிகளாக பார்த்த காலம் ஒன்று இருந்தது. இன்று அவர்களெல்லாம் மிகச்சிறப்பாக கல்வி கற்று முன்னேறி வருகிறார்கள். நீதிக்கட்சி தொடங்கி இன்றைய திராவிட இயக்கங்கள் மற்றும் பொதுவுடமை இயக்கங்கள் முன்னெடுத்த சமூக சீர்திருத்தக் கொள்கைகள் இந்த முன்னேற்றத்திற்கு முக்கிய மூல காரணங்கள் ஆகும்.

குறிப்பாக கல்வி வேலைவாய்ப்பில் இட ஒதுக்கீடு மூலம் அவர்களுக்கு உரிய வாய்ப்புகளை வழங்கி அதன் மூலம் கல்வி பெற்றனர். அதன் பலனாக இன்றைக்கு அமைச்சர்களாக ஐ.ஏ.எஸ். அதிகாரிகளாக அந்த மக்களின் பிரதிநிதிகள் வந்திருக்கின்றனர் என்பது மிகப்பெரும் சமூக மாற்றமாகும்.

யாரை எதிரில் வரக்கூடாது, கோயிலில் நுழையக்கூடாது என்றார்களோ அவர்களெல்லாம் இன்றைக்கு மிகப்பெரும் அரசு அதிகாரிகளாக இந்து அறநிலையத்துறை அமைச்சர்களாக ஆட்சி செய்யும் சூழல் இன்றைக்கு ஏற்பட்டிருக்கிறது. இனிமேல் நேரடியாக சாதிகளை முன்வைத்து சண்டை போட

முடியாது என்கிற முடிவுக்கு வந்த காரணத்தால்தான் நம் சமகாலத்துப் பார்ப்பன வலதுசாரி சிந்தனையாளர்கள் தற்போது மதத்தை கையில் எடுத்து இந்து மதம் எனும் போர்வையை அணிந்து கொண்டு அரசியல் செய்யத் தொடங்கி இருக்கிறார்கள்.

தீண்டாமைக் கொடுமை குறித்துப் பேசினால் அதெல்லாம் அந்தக் காலம், இப்போது எதுவும் கிடையாது என்று வாதிடுகின்றனர். ஆனால், இப்போதும் இருக்கிறது. அதுவும் சாதாரண மக்களுக்கு அல்ல, நாட்டின் உயர் பொறுப்பு வகிக்கின்ற ஜனாதிபதிக்கு கோயிலில் மூலவர் இருக்கின்ற இடத்திற்குச் செல்ல முடியவில்லை. அதே நேரத்தில் பார்ப்பன உயர்சாதி வகுப்பைச் சார்ந்த சாதாரண அமைச்சர் மூலவர் அருகிலேயே நின்று வணங்குகின்ற காட்சிகள் எல்லாம் இன்றைக்கு இணையத்தில் பார்க்க முடிகிறது.

முற்பட்ட வகுப்பினருக்கு அதாவது உயர் சாதிப் பிரிவினருக்கு பொருளாதார ரீதியில் இட ஒதுக்கீடு எனும் பெயரில் 10 விழுக்காடு இடங்களை கல்வியிலும் வேலைவாய்ப்பிலும் வழங்க ஒன்றிய அரசு முன்வந்திருக்கிறது. சமூக நீதிக்காக உருவான இட ஒதுக்கீடு சட்டம் இன்று பொருளாதார அளவுகளுடன் பொறுத்துவது மாபெரும் சமூக அநீதியாகும். இட ஒதுக்கீடு எனும் முறையை நீர்த்துச் செய்யப் போகும் வடிவத்தின் தொடக்கம்தான் இது.

இந்து மதம் தமக்கானது என்கிற வகையில் சனாதனம் என்றால் இந்து என்று சொல்லி வரலாறுகளை திசை திருப்பும் முயற்சியில் தற்போது இறங்கியுள்ளனர். திருப்பாவை பாடிய ஆண்டாளுக்கும் இராமகாவியத்தைப் படைத்த கவிச்சக்கரவர்த்தி கம்பனுக்கும் இந்து என்கிற பெயரே தெரியாது. இராமலிங்க அடிகளார் சிவ மதம் என்றுதான் சைவ மதத்தைப் போற்றினார். இந்து என்னும் சொல்லை ஏற்காதவர் அவர்.

கிறித்தவர்களுக்கு ஒரு பைபிள், இஸ்லாமியர்களுக்கு குர்ஆன் போல இந்து மதத்திற்கான பொதுவான ஒரு இறை

நூல் கிடையாது. திராவிட இயக்கத்தவர்கள் தீபாவளி வாழ்த்துக்களை இந்துக்களுக்குச் சொல்வதில்லை. முதலமைச்சர் தமிழ்நாட்டு மக்களுக்கு பொதுவானவர் தானே கோடிக்கணக்கான மக்கள் கொண்டாடும் தீபாவளிக்கு ஏன் வாழ்த்து சொல்ல மறுக்கிறார் என்கிற கேள்விகள் இப்போது எழுகின்றன. அறிஞர் அண்ணா முதலமைச்சராக இருந்தபோது தீபாவளி வாழ்த்து சொன்னது கிடையாது. அதற்குப் பின் வந்த கலைஞர், எம்ஜிஆர் கூட தமிழகத்தில் தீபாவளிக்கென தனியாக வாழ்த்து சொன்னது கிடையாது. இப்போது இந்தக் கேள்வி எழுகிறது என்றால் சாமானிய மக்களின் மனதில் இருக்கும் மத உணர்வை வெறியாக மாற்றுவதற்கான கேள்வி இது.

இந்துக்களே தீபாவளி வாழ்த்து சொல்லாத அரசியல் இயக்கங்களை புறக்கணியுங்கள் என்கிற பிரச்சாரம் தற்போது மேலோங்கி வருகிறது. உண்மையில் இந்து மத ஆன்மிகத் தலைவர்கள் அனைவரும் தீபாவளி வாழ்த்துக்களை சொல்கிறார்களா என்றால் இல்லை என்றுதான் பதில் வரும்.

சிவராத்திரிக்கும், பிள்ளையார் சதுர்த்திக்கும் வாழ்த்து சொல்லுகிற வழக்கம் இல்லாத இஸ்கான் அமைப்பில் உள்ளவர்கள் தீவிர வைணவர்களான இந்துக்கள்தான். அதே மாதிரி சிவராத்திரிக்கும், பிள்ளையார் சதுர்த்திக்கும் வாழ்த்து சொல்ல மறுக்கும் ஜீயர் மட சாமியார்களும் இந்துக்கள்தான். அல்லது ராம நவமிக்கும் கிருஷ்ண ஜெயந்திக்கும் வாழ்த்து சொல்லாத காஞ்சி மடாதிபதிகளும் இந்துக்கள்தான்.

மேற்கண்ட இந்த விழாக்கள் எதையுமே எப்போதும் கண்டுகொள்ளாத சைவ மடங்களின் சாமியார்களும் இந்துக்கள்தான். அது மட்டுமல்ல சாமானிய மக்கள் கொண்டாடும் பங்குனி உத்திரத்திற்கும் அழகர் ஆற்றில் இறங்கும் திருவிழாவிற்கும், தைப்பூசத்திற்கும் எப்போதும் வாழ்த்தே சொல்லாத மேற்கண்ட அனைவரும் இந்து மதத்தின் தலைவர்கள்தான்!

இதில் யாரை இந்துக்கள் என்று குறிப்பிடுவது. இந்துக்கள் இந்து மதம் எனும் பெயர் வெள்ளையர்கள் வைத்தது. அது ஒரு மதம் கிடையாது. அதற்கென கொள்கையோ ஒரு தத்துவமோ அல்லது தத்துவ நூலோ கிடையாது. வடமொழி வேதத்தினை மட்டும் ஏற்றுக்கொண்டு சாதி அடுக்குகள் சரிந்து விடாமல் பேணிக்கொண்டு தங்கள் சாதி மேலாண்மையினை காப்பாற்றிக்கொள்ள துடிப்பது வைதீகமாகும். அதற்குத் துணை நிற்பதுதான் இந்து மதம் எனும் பெயரில் ஒரு அரசியல். கி.பி. ஏழாம் நூற்றாண்டு வரையில் தனி ஒரு தத்துவ நூலும் ஆகமங்களும் உடைய சைவ, வைணவ சமயங்களை எல்லாம் விழுங்கி தன் பால் கவர்ந்தது வைதீகம். தொடர்ந்து எல்லாக் காலங்களிலும் போல தற்போதும் அரசு அதிகாரத்தின் துணையோடு வைதீகம் தன்னை மீண்டும் நிலைநிறுத்திக் கொண்டுள்ளது.

வேதங்கள், புராணங்கள், வடமொழி மந்திரங்கள், ஆகியவற்றை தக்கவைத்துக்கொள்ள அச்சு ஊடகங்கள், இணையதள ஊடகங்கள் என இதற்கான கருவிகளாக தற்போது வைதீகம் பயன்படுத்துகிறது. காலம் தோறும் வைதீகம் தன்னை மீண்டும் மீண்டும் உயிர்ப்பித்துக் கொள்கிறது. இது கடந்த கால வரலாறு மட்டுமல்ல இன்றைய சமகாலத்து நிகழ்வுகளும் அதனைத்தான் சொல்கிறது.

இன்று சனாதனம் என்றால் நிலைத்த தர்மம் அழிவில்லாத தர்மம் என்கிற புதிய பெயர்களோடு, இந்து மத உணர்வுகளை வெறியாக மாற்றி கையில் ஏந்தி களமாட வருகிறது.

முற்போக்கு பேசுவோர் ஆன்மிகம் என்றாலே அது தீண்டடத்தகாத்து என்கிற நிலையிலிருந்து மாறி ஆன்மீக உலகிலும் புரட்சியாளர்கள் இருக்கத்தான் செய்கிறார்கள். அவர்களையும் தக்க நேரத்தில் முன்னிறுத்தி வலதுசாரி சிந்தனையாளர்களோடு எதிர்த்துக் களமாட வேண்டும்.

தமிழ்நாடு முதலமைச்சர் மு.க.ஸ்டாலின் இதனை மிகச் சரியாகவே செய்திருக்கிறார். வள்ளலார் தினத்தைக் கொண்டாடுவோம் என்று தேர்தல் அறிக்கையிலேயே தெளிவாகச் சொல்லியிருந்தார். வள்ளலாரை இன்றைக்கு இருக்கின்ற மதவெறிக்கு எதிராகப் போராட துணைக்கு அழைத்திருக்கிறார். இந்த யுக்தி மாற்றம் என்பது வரவேற்கத்தக்கது.

வட இந்தியர்கள் மத்தியிலும் இது பரவ வேண்டும் என்றால், பக்தி உலகில் இருக்கும் ஆன்மிகப் புரட்சியாளர்களின் கருத்துக்களை மொழிமாற்றம் செய்து குறிப்பாக இந்தியில் மொழிமாற்றம் செய்திட வேண்டும். இந்தியா முழுவதும் பரவி வருகின்ற மதவெறியை மட்டுப்படுத்திட முடியும். இணையதளம் உள்ளிட்ட அனைத்து தளங்களிலும் ஆன்மிகப் புரட்சியாளர்கள் பற்றிப் பேசிட வேண்டும். இந்திய இறையாண்மைக்கு இதுதான் இன்றைக்கு உடனடித் தேவையாக உள்ளது.

13. இயற்கைப் பேரிடரில் ஞானம்!

“ஆத்திச்சூடி இளம்பிறை யணிந்து
மோனத்திருக்கு முழுவெண் மேனியான்
கருநிறம் கொண்டு பாற்கடல் மிசை கிடப்போன்
மகமது நபிக்கு மறையருள் புரிந்தோன்
ஏசுவின் தந்தை எனப்பல மதத்தினர்
உருவகத்தாலே உணர்ந்து உணராத
பலவகையாகப் பரவிடும் பரம்பொருள்
ஒன்றே! அதனியல் ஒளியுறுமறிவோம்
அதனிலை கண்டார் அல்லலை அகற்றினார்
அதனருள் வாழ்த்தி அமர வாழ்வெய்துவோம்.

என்கிறார் புதிய ஆத்திசூடியில் மகாகவி பாரதியார்.

“யாருமேலே கீறினாலும் ரத்தம் ஒன்னுதான்..
ஆக மொத்தம் பிறந்ததென்னவோ
பத்தாம் மாசம் தான்”

என்றார் மக்கள் கவிஞர் பட்டுக்கோட்டை கல்யாண சுந்தரம்! குறிப்பிட்ட சாதி அல்லது மதத்தைச் சார்ந்தவர்களுக்கு மட்டும் தாயின் கருவறை 20 மாதங்கள் வைத்துக் கொள்வதில்லை.

அதேபோல சமூகத்தில் கீழானவர்கள் என ஒதுக்கி வைக்கப்படுபவர்களை தாயின் கருவறை குறைந்த மாதத்தில் வெளியேற்றுவதில்லை! யாராக இருந்தாலும் பத்து மாதங்களுக்குள் கருவாகி உருவாகி பிறந்துவிட வேண்டும். இயற்கையின் நியதியே அதுதான். பிறப்பால் மட்டுமல்ல.. இறப்பிலும் பாகுபாடில்லை. இந்த இயற்கையின் விதிகளை விட்டு மனிதன் ஆடும்போது, அந்த ஆட்டத்தை பல நேரங்களில் மிக முக்கியமாக, பேரிடர் காலங்களில் இயற்கை பாடம் நடத்தி அறிவூட்டுகிறது.

மனித குலத்திற்கு எதிராக இயற்கை சீற்றமடைந்து தாக்குதல் நடத்துகிறபோது சாதி, மதம், இனம் போன்ற வேறுபாடுகளை எல்லாம் தூர எறிந்து மனிதனாக நின்று சக மனிதர்களைக் காப்பாற்றிய செய்திகள் நம் நிகழ்கால வரலாற்றிலேயே பார்க்க முடிகிறது.

சென்னையைப் புரட்டிப் போட்ட கஜா புயலின்போது மக்கள் செய்வதறியாது திகைத்து நின்றனர். வசதி படைத்தவர்கள், ஏழைகள், சொந்தவீடு உள்ளோர், வாடகை வீட்டில் வசிப்போர் என அனைவருமே பசிக்கான உணவுக்கும், தாகத்திற்கான தண்ணீருக்கும் தவித்து நின்ற

தருணம் அது. வீட்டை விட்டு வெளியேற முடியாத அளவுக்கு மழை, வெள்ளநீர் சென்னை நகரை முற்றுகையிட்டது.

"நீங்கள் நீங்களாக ஒற்றுமைப்பட மறுத்தால் இயற்கை நிச்சயம் ஒற்றுமைப்படுத்தும்" என்கிற அண்ணல் காந்தியின் இந்த மந்திரச் சொற்கள் உண்மையாகின! சூளைமேடு அந்தோணியம்மாளின் உடலைக் கிறித்தவ முறைப்படி சவப்பெட்டியில் வைத்து இரண்டு கிலோமீட்டர் தூரம் வெள்ளத்தில் சுமந்து சென்று தமிழ்நாடு முஸ்லீம் முன்னேற்ற கட்சியினர் முகம்மது அலி தலைமையில் அடக்கம் செய்தனர்! வெள்ளத்தில் தத்தளித்த மன்சூரா பேகத்தைக் காப்பாற்றிக் கொண்டு வந்தவர் ஆர்.எஸ்.எஸ் அமைப்பின் கீழ் இயங்கும் சேவாபாரதியின் பொறுப்பாளர் பசுபதி.

ஓட்டேரி பகுதியில் கிறிஸ்தவர்கள் தங்கியிருந்த இடத்திற்கு வெள்ளத்தில் நீந்தி வந்து உணவு வழங்கியவர்கள் ஆர்.எஸ்.எஸ் அமைப்பினர்! அவர்களின் தலைமீது கைவைத்து கர்த்தர் உங்களை ஆசிர்வதிப்பார் என பாதிரியார் ஒருவர் உணர்ச்சிவசப்பட்டு ஆசிர்வதித்ததும் குறிப்பிடத்தக்கது.

ஊரப்பாக்கத்தில் வெள்ளத்தில் சிக்கிக்கொண்ட நிறைமாத கர்ப்பிணிப் பெண் சித்ராவை நீந்திச் சென்று காப்பாற்றியவர் முகமது யூனுஸ்! சித்ராவின் கணவரான சந்துரு நெகிழ்வுடன் இருகரம் கூப்பி வணங்கி முகமது யூனுஸை நன்றி சொன்னதுடன் அப்போது பிறந்த குழந்தைக்கு முகமது யூனுஸ் எனப் பெயரிட்டனர் அந்தத் தம்பதியினர்!

குலதெய்வத்தின் பெயரைச் சூட்டி மகிழும் சமுதாயத்தில் அன்றைக்கு, முகமது யூனுஸ் குலதெய்வமாக மாற்றியது இயற்கைப் பேரிடர்! அதுமட்டுமல்ல. கோயில்கள் கூடாது என்று சொல்லுகின்ற திராவிடர் கழகத்தார் பொழிச்சலூரிலும் அமைஞ்சிக்கரையிலும் இருக்கும் கோயில்களுக்கு உள்ளே இருந்த மக்களை நாடி மருத்துவ முகாம் நடத்தினர்! வியாசர்பாடி சர்ச்சுக்குள் மருத்துவ முகாம் நடத்தியதும் குறிப்பிடத்தக்கது!

சென்னையில் வசிக்கும் சீக்கியர்கள் குருத்துவாராவில் உணவு சமைத்து அதனைக் கொண்டு சென்று பாதிக்கப்பட்டோருக்கு உணவு வழங்கினர். அதேபோல பல்வேறு சமண (ஜெயின்) கோயில்கள் உணவுக் கூடங்களாகவே மாறிப்போயின. மத வேறுபாடின்றி எல்லா மதத்தினரையும், மட்டுமல்ல, இறை மறுப்பாளர்களான நாத்திகர்களையும் வழிபாட்டுத் தலங்களில் வரவழைத்துப் பாடம் நடத்தியது கஜா புயல். ஞானியர் பலரும், சித்தர்களும் வலியுறுத்திய மனிதநேய மாண்பு ஆபத்துக் காலத்தில் தானாக மலர்கிறது!

அதேபோல உலகம் காணாத ஒரு பேரிடர் காலம் என இந்த கொரானா காலத்தைச் சொல்லலாம்.உலகம் முழுவதும் தமக்குத்தான் சொந்தம் என்கிற பேராசை கொண்ட மனித வர்க்கத்திற்கு அவர்களின் அத்துமீறிய ஆளுமைக்கு படிப்பினை வழங்கும் வகையில் தான் இன்று கொரோனா உலகை வலம் வந்து கொண்டிருக்கின்றது..

உலகில் உள்ள மக்கள் தொகையில் 99 விழுக்காடு மக்கள் அதாவது சுமார் 650 கோடிப்பேர் தங்களைத் தாங்களே பூட்டிக் கொண்டு வீடுகளில் அடைபட்டுக் கிடந்தனர். கோயில், மசூதி, தேவாலயம் என அனைத்து வழிபாட்டுத் தலங்களும் கதவை சாத்திக் கொண்டன. வழிபாட்டுத் தலங்களில் வழக்கம் போல் வந்து செல்லும் பறவைகள் உள்ளிட்ட எந்த ஐந்தறிவு உயிரினங்களும் தம்முடைய இயல்பு வாழ்க்கையை இழக்கவில்லை. நம் வீட்டின் மேல் உலவும் அணில்கள் தொடங்கி மனிதர்களோடு காலம் காலமாக உலவும் நாய்கள் வரையில் எவ்வித பயமுமின்றி உலவும் காட்சிகளை பாவம் மனிதன் பூட்டிய வீட்டிற்குள் இருந்து கவனித்து ஏக்கப் பெருமூச்சுவிட்டதும் இந்த கொரோனா காலத்தில்தான் என்றால் அது மிகையாகாது.

ஆடம்பர திருமண விழாக்கள் நின்று போயின. இலட்சக்கணக்கான ரூபாயைச் செலவு செய்து குளிரூட்டப்பட்ட

மிகப் பெரும் அரங்கில் நடத்த வேண்டிய திருமணங்கள் எல்லாம் 20 பேர்கள் மட்டுமே கலந்துகொள்கிற வகையில் எளிய மணவிழாக்களாக மாறின. விருந்து வைபவங்கள் என்கிற பெயரில் வீணாக்கப்பட்ட உணவுப் பொருட்களை திருமண மண்டபங்கள் அருகில் இருக்கும் குப்பைத் தொட்டிகளில் பார்க்க முடியவில்லை.

ஏழை, பணக்காரன், என்கிற வித்தியாசம் இல்லாமல் அனைவரையும் இந்த கொரோனா அச்சுறுத்தியது. சர்வதேச எல்லைக்கோடுகள் எதுவும் கொரோனாவை தடுத்து நிறுத்தவில்லை. ஒரு காலத்தில் உலகையே ஆண்ட இங்கிலாந்து அரண்மனைக்குள்ளும் கொரோனா வைரஸ் நுழைந்தது. இங்கிலாந்தின் பிரதமரைத் தாக்கியது. அவரும் தம்மைத் தாமே தனிமைப்படுத்திக் கொண்டதாக செய்திகள் வந்தன. இன்று சர்வதேச நாட்டாண்மை நாடாக விளங்கும் அமெரிக்க அதிபர் தங்கும் வெள்ளைமாளிகையிலும் கொரோனா நுழைந்தது. வல்லரசின் உச்சம் என்று அறியப்பட்ட அமெரிக்காவில் மட்டும் ஒரு லட்சத்திற்கும் மேற்பட்டோர் இந்த கொரோனாவால் உயிரிழந்தனர். வசதி படைத்தோர் அதிகம் வாழும் இத்தாலியிலும் அதிகம் பேர் மரணித்தனர். ஜெர்மனி, பிரான்ஸ், கனடா, ரஷ்யா, போன்ற நாடுகள் எல்லாமே இந்த கொரோனாவை எதிர்கொள்ள முடியாமல் திணறின. அந்த வகையில் மேற்குலக நாடுகளுடன் ஒப்பிடுகையில் இந்தியா உள்ளிட்ட தெற்காசிய நாடுகளில் உயிரிழப்பு சதவீதம் குறைவு என புள்ளிவிபரக் குறிப்புகள் சொல்கின்றன.

இதில் வேதனை என்னவெனில், கணவன், மனைவி என இருவருக்கும் கொரோனா தாக்கி மருத்துவமனையில் சேர்க்கப்பட்டு, அதில் கணவன் அல்லது மனைவி இறந்துபோனால், அவர்கள் பெற்ற குழந்தைகளே அந்த பிரேதத்தின் அருகில் செல்ல முடியாத கொடும் சூழல் ஏற்பட்டது. எந்தத் தொற்றுக் காலத்திலும் இல்லாத கொடுமை இது!

கொரோனா இயற்கையானதா? செயற்கையானதா? என்கிற விவாதம் ஒருபக்கம் தொடர்கிறது. இன்னொரு பகுதியில் இந்த கொரோனாக்கான தடுப்பு மருந்தை கண்டுபிடிக்க மருத்துவ ஆய்வாளர்கள் கடுமையாகப் போராடி வருகின்றனர். ஒரு வருட இடைவெளிக்குப் பிறகு முதலில் ரஷ்யா ஸ்புட்னிக்-5 என்ற தடுப்பு மருந்தை கண்டுபிடித்தது. பின்னர் கோவாக்சின், கோவிஷீல்டு தடுப்பூசிகள் கண்டுபிடிக்கப்பட்டது. இந்தக் கண்டுபிடிப்பில் இந்தியாவின் பங்கு மகத்தானது.

முதலில் எங்கள் நாட்டுக்குத்தான் தடுப்பூசி தேவை என அமெரிக்கா வழக்கம்போல ஆதிக்கம் காட்டியது. ஆனால், உலக சுகாதார நிறுவனம் கடுமையாக எச்சரிக்கை செய்தது. கொரோனா தடுப்பூசி வளர்ந்த நாடுகள், வளர்முக நாடுகள், ஏழை நாடுகள் என பாகுபாடு காட்டக் கூடாது. மனித உடம்பில்தான் கொரோனா கிருமியானது தங்குகிறது. எனவே ஒட்டுமொத்த மனிதகுலமும் இந்தத் தடுப்பூசிகளை பயன்படுத்தும் வாய்ப்பை உருவாக்க வேண்டும் எனச் சொன்னது உலக சுகாதார நிறுவனம். ஒருவழியாக தடுப்பூசி போடப்பட்டாலும் கொரோனா கிருமிகள் விட்டபாடில்லை.

ஒரு நாள் மகாத்மா காந்தியிடம் பிர்லா, 'மனிதன் உண்டு, உடுத்து, இன்பமாய் இந்த மண்ணில் வாழ எவ்வளவு ரூபாய் வேண்டும்?' என்றார். 'எவ்வளவுக்குள் சுகமாகவும், உடல் நலனுடனும் வாழ முடியுமோ, அவ்வளவு இருந்தால் போதும்' என்கிறார் காந்தி.

'நிறைய சம்பாதித்து, அதிகமாகச் செலவழிப்பதை ஏன் நீங்கள் எதிர்க்கிறீர்கள்?' என்று பிர்லா கேட்டபோது, 'இயற்கை அன்னை ஒவ்வொருவனுக்கும் சாதாரண இன்ப வாழ்க்கைக்கு வேண்டிய பொருட்களைத்தான் உற்பத்தி செய்கிறாள். மனிதன் வீணடிப்பதற்காக அவள் எதையும் உருவாக்குவதில்லை. யாராவது ஒருவன் தேவைக்கு மேல் தனக்கென்று பயன்படுத்தினால், அடுத்தவனுக்கு அது இல்லாமல் போய்விடும். தேவைக்கு மேல் பயன்படுத்துபவன் என்னளவில் ஒரு கொள்ளைக்காரனே!' என்று ஆவேசமாக பதிலளித்தார் அண்ணல் காந்தி!.

உலகளவில் 650 கோடி மக்களிடம் இருக்க வேண்டிய சொத்துக்கள் வெறும் 200 நபர்களிடம் குவிந்துள்ளது என்று அண்மையில் வெளியான புள்ளி விவரங்கள் தெரிவிக்கின்றன. இன்று காந்தியின் பார்வையில் பல கொள்ளைக்காரரர்கள் உருவாகிவிட்டார்கள். ஒருவகையில் இதைச் சமப்படுத்தத்தான் இயற்கை கொரோனாவை உருவாக்கியதோ என்று நினைக்கத் தோன்றுகிறது.

கோடிக்கணக்கான ரூபாய் மதிப்புள்ள சொகுசுக் கார்களில் தனிமனிதர்களின் பயணம் என்பது ஒருவகையான பொதுப் போக்குவரத்தின் வன்செயல் எனலாம். அதே போல இயந்திரங்கள் மூலம் குளிரூட்டப்பட்ட அறைகள் உருவாவதென்பது அருகில் வசிப்போரை வெப்பமாக்கும் நவீன வகையிலான தாக்குதல் எனலாம். இந்த கொரோனா காலத்தில் குளிரூட்டப்பட்ட அறைகளின் செயல்பாடுகள் வெகுவாகக் குறைந்தன. கொரோனா அதிக நாட்கள் அந்த அறைகளில் உயிர்ப்புடன் இருக்கும் என்பது குறிப்பிடத்தக்கது. அதே போல கார்கள் தொடங்கி விமானப் போக்குவரத்து வரையில் முடங்கியதால் ஓசோன் மண்டலத்தில் இந்தக் காலங்களில் மாசுகள் குறைந்திருக்கும்.

இந்த நிலையில் தற்போது உலக சுகாதார நிறுவனம் இந்த கொரோனா சூழலுடன் வாழப் பழகிக் கொள்ளுங்கள் என்று உலக மக்களை கேட்டுக் கொண்டுள்ளது. HIV போல இந்த கொரோனாவும் மனிதர்களுடன் தொடர்ந்து இருக்கத்தான் போகிறது. எனவே நம்முடைய வாழ்க்கை முறையில் சில

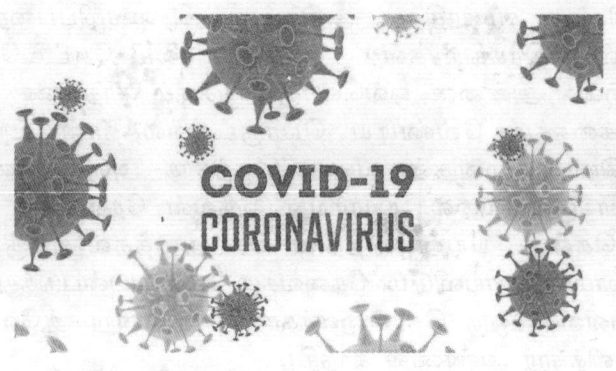

மாறுதல்களுடன் எதிர்காலத்தை எதிர்கொள்வதுதான் சிறந்த நடைமுறை என்று உலக சுகாதார நிறுவனம் ஏப்ரல் மாதக் கடைசியில் அறிவித்துவிட்டது.

அதனைத் தொடர்ந்து தற்போது மத்திய சுகாதாரத்துறை மற்றும் இந்திய மருத்துவக் கவுன்சிலும் அதையே வழிமொழிந்துள்ளது. HIVவைரஸானது நமக்குள் சில மாற்றங்களை ஏற்படுத்தியது. குறிப்பாக மருத்துவர்கள் நோயாளிகளுக்கு ஊசி மருந்து ஏற்றுவதற்குப் பயன்படுத்தும் ஊசிகளை ஒருமுறைதான் பயன்படுத்த வேண்டும் என்கிற கட்டாயத்தினை HIV கொண்டு வந்தது. அதேபோல முடிதிருத்தும் கடைகளில் முகச்சவரம் செய்து கொள்வதற்கும் ஒருமுறை பயன்பாட்டிற்கான பிளேடுகள் அறிமுகமாயின. இதற்கெல்லாம் முக்கிய காரணமே HIVகிருமி ஒருவரின் ரத்தத் துகள்களிலிருந்து பரவும் என்கிற அபாயத்திற்குத்தான் மேற்சொன்ன மாற்றங்கள் ஏற்பட்டன.

ஆனால் தற்போதைய கொரோனா படிப்பினை என்பது முற்றிலும் மாறுபட்டது. நம் முன்னோர்கள் நமக்கு வலியுறுத்திய 'சுத்தம் சோறுபோடும்', 'கந்தையானாலும் கசக்கிக் கட்டு', 'கூழானாலும் குளித்துக் குடி' என்கிற வகையில் தனிமனித சுத்தத்தை வலியுறுத்துகிறது. மேலும் கண்ட இடத்தில் எச்சிலைத் துப்பாதீர்கள் என்று அடிக்கடி நாம் சொல்லும் வார்த்தைகள் இன்று கொரோனா தடுப்பு மருந்தாக மாறியுள்ளது.

இந்தத் தொற்றால் பாதிக்கப்பட்ட நபர் ஒருவர் எச்சிலை பொது இடங்களில் உமிழ்கிறபோது அந்தத் துகள்களில் இருக்கும் தீநுண்மி காற்றின் மூலம் ஒரு மீட்டர் அளவுக்கு பறந்து அருகில் உள்ள மனிதர்களின் மூச்சுக் காற்றில் கலந்து, அந்த மனிதருக்கும் நோய்த் தொற்று ஏற்படும் அபாயம் இருப்பதாக எச்சரிக்கிறது மருத்துவ உலகம்.

இயற்கையிலேயே நோய் எதிர்ப்பு சக்தி கொண்ட ஒருவரின் உடம்பில் கொரோனா பரவினால் அவருக்கு ஒன்றும் செய்யாது. அறிகுறிகளும் இருக்காது. ஆனால், அந்த

நபரின் உடம்பில் இருந்து மற்றவர்களுக்கு எளிதில் பரவும் தன்மை கொண்டதால் தனிமனித சுத்தம் மட்டுமே நோய்த் தொற்றில் இருந்து காப்பாற்றும் கவசமாகிறது.

இதிலிருந்து தப்பிக்க வேண்டும் எனில் முகக்கவசம் அணிந்து கொண்டு வெளியில் செல்ல வேண்டும். அதேபோல சமூகப் பொறுப்புணர்வுடன் பொது இடங்களில் தொண்டைக் குழியில் இருந்து சளியை வரவழைத்து உமிழும் பழக்கத்தை அடியோடு மாற்றிக் கொள்ள வேண்டும். மேலும் தேவையற்ற வகையில் மக்கள் நெருக்கம் கொண்ட பகுதிகளில் செல்வதைத் தவிர்ப்பதும்தான் தற்போதைக்கான கொரோனா பரவுதலுக்கான தடுப்புமருந்தாகும்.

கொரோனா வைரஸ் தோன்றி மூன்று ஆண்டுகள் ஆகின்றன. கொரோனாவின் முதல் அலையின்போது, ஆறு மாதங்களுக்கு மேல் ஊரடங்கு பிறப்பிக்கப்பட்டது. பல நம்ப முடியாத உண்மைகள் வெளியாகின. பொழுது போகவில்லை என்று மிகப்பெரிய மால்களுக்குச் செல்லும் பழக்கம் இல்லாமலும் நம்மால் கடந்து போக முடிந்துள்ளது. சினிமா பார்க்காமல் இருக்க முடியும் என்றும் அதேபோல டிவி சீரியல்களைத் தவிர்த்தும் வாழ முடியும் என்பதையெல்லாம் கொரோனா நமக்குப் பாடம் நடத்தி உள்ளது.

வெளியில் சென்று வந்தால் கை, கால்கள் கழுவித்தான் வீட்டிற்குள் வரவேண்டும் என்பது நம் முன்னோர்கள் நமக்கு வலியுறுத்திய பாடம். இப்போது இந்த கொரோனா நமக்கு மரண பயத்தை ஏற்படுத்தி இந்தப் பழக்கத்தை கடைபிடிக்கச் சொல்கிறது. இனிவரும் காலங்களில் ரயில், பேருந்து, ஆட்டோ போன்ற பொதுப்போக்குவரத்துகளில் கூட மக்கள் எச்சரிக்கையுடன் இருப்பது நல்லது என இந்திய மருத்துவக் கழகம் அறிவுறுத்தி உள்ளது.

இதற்கு அரசும் ஒத்துழைக்க வேண்டும் சில மாறுதல்களைக் கொண்டு வர வேண்டும். அரசு அலுவலகங்கள் மற்றும் தனியார் நிறுவனங்களின் பணி நேரத்தை மாற்றியமைப்பது நல்லது. அனைவருமே காலை 9 மணிக்கு பயணிப்பது பிறகு

அலுவலகம் முடிந்து மாலை 6 மணிக்கு வீடு திரும்புவது போன்ற காரணத்தால் பொதுப் போக்குவரத்து தொடங்கி எல்லா இடங்களிலும் கூட்ட நெரிசல் ஏற்படுகிறது. இதனை மாற்றியமைத்து இரண்டு பிரிவுகளாகப் பணி நேரத்தை மாற்றியமைத்தால் 50 சதவீத கூட்ட நெரிசலைத் தவிர்க்கலாம்.

இதையும் கவனத்தில் கொண்டு மத்திய, மாநில அரசுகள் மற்றும் தனியார் நிறுவனங்கள் செயல்படுவதும் நல்லது. மக்கள் அடர்த்தி கொண்ட இந்தியாவில் கொரோனா தொற்றில் இருந்து தற்காத்துக் கொள்ள நாமும் சில பழக்க வழங்கங்களை மாற்றிக்கொள்வதும்தான் கொரோனா தொற்றுக்கான தடுப்பு மருந்துகளாகும்.. !

அதைவிட அருகில் வசிக்கும் மனிதனும் ஆரோக்கியமாக வாழ வேண்டும். அவனும் நோய் எதிர்ப்பு சக்தியுடன் இருக்க வேண்டும். ஏனெனில் பறவைகள் மற்றும் விலங்கினங்களைத் தாக்கிய வைரஸ் பின்னர்தான் மனிதனுக்கு அந்தப் பறவைகள் மூலம் பரவின. கொரோனா வைரஸ் அப்படியல்ல, நேரடியாக மனிதர்களைத் தாக்கியது. விலங்கினங்கள், பறவைகளுக்கு எந்தப் பாதிப்பும் இல்லை. எதிர்காலங்களிலும் இது போன்ற வைரஸ் கிருமிகள் வெவ்வேறு பெயர்களில் பரவும் அபாயம் உள்ளதாக சுற்றுச்சூழல் ஆய்வாளர்கள் தெரிவிக்கின்றனர். அவரவர் இருப்பிடங்களில் அவரவர் வாழ்வதே பாதுகாப்பானதாக இருக்கும். காட்டை அழிப்பது, பல கோடி ஆண்டுகளாக இருக்கும் மலைகளைக் குடைந்தெடுப்பது, அதன் மூலம் பெறுகின்ற இலாப வெறி கொண்ட மனிதமனங்கள் மாற வேண்டும். இயற்கை வளங்களைப் பாதுகாக்க வேண்டும். உயிர்ச் சுழற்சி முறை சரியாக இருந்தால் மட்டுமே வைரஸ் கிருமிகள் அழியும் என்பதே கொரோனா தந்த ஞானமாகும்.

வேலுநாச்சியார்

14. சமய நல்லிணக்கம் வளர்த்த மன்னர்கள்!

இன்றைய இந்தியாவில் இந்து முஸ்லிம் துவேஷம் ஆழ விருட்சமாக வளர்ந்து நிற்கிறது. தற்போதைய 18 ஆவது நாடாளுமன்ற தேர்தல் பிரச்சாரத்தில் வேறுபாடு ஓங்கி ஒலிக்கிறது. இந்த விஷ விருட்சத்தின் விதை விதைக்கப்பட்டது இன்று நேற்று அல்ல. மாறாக சுமார் 300 ஆண்டுகளுக்கு முன் இந்திய மக்களிடம் விதைக்கப்பட்டது.

வணிகம் செய்ய வந்த கிழக்கிந்திய கம்பெனி இந்தியா முழுமைக்கும் உள்ள குறுநில மன்னர்களை அடிமைப்படுத்திய பின் பிரிட்டன் அரசுச் செயலாளர் வுட் என்பவர் வைஸ்ராயாக இருந்த எல்கின் பிரபுவுக்கு கடிதம் எழுதுகிறார்... "இந்தியாவில் நாம் தொடர்ந்து ஆட்சிப் பொறுப்பில் இருக்க வேண்டுமெனில் இந்து முஸ்லிம் பிரிந்து இருப்பது அவசியம். ஒரு பிரிவினருக்கு எதிராக அடுத்த பிரிவினரை தூண்டிவிடும் யுக்தி மூலம் இந்தியாவில் நமது ஆதிக்கத்தை நிலை நாட்டி உள்ளோம்.

இதை நாம் தொடர்ந்து பின்பற்ற வேண்டும் அனைவருக்கும் இடையே பொதுவான உணர்வு ஏதும் ஏற்பட்டு விடாமல் இருக்க உங்களால் இயன்ற அனைத்தையும் செய்யுங்கள் என்று அந்தக் கடிதம் விரிவாக எழுதப்பட்டிருந்தது. அதற்குரிய வேலைகளை வெள்ளையர்கள் தொடங்கினார்கள். குறிப்பாக பாடத்திட்டத்தில் அதற்கான விஷ வித்துக்களை தூவுவதற்கான வரலாற்றுத் திரிபுகளை தயார் செய்தார்கள். முஸ்லிம் மன்னர்கள் இந்துக்களை கட்டாய மதமாற்றம் செய்தார்கள். அவர்களைக் கொன்றார்கள். அவர்களுடைய கோயில்கள் இடிக்கப்பட்டன... என்று எந்தவித ஆதாரமும் இல்லாமல் எழுதினார்கள். முஸ்லிம் அரசர்கள் இந்த நாட்டுக்கு செய்த நன்மைகள் மறைக்கப்பட்டன.

வரலாற்றறிஞர் பேராசிரியர் ஹபீப் என்பவர் தன்னுடைய ஆய்வு நூலில் இப்படி எழுதியுள்ளார். "இந்திய அரியணையில் வீற்றிருந்த முஸ்லிம் மன்னர்கள் பெரும்பாலும் வெளிநாட்டிலிருந்து வந்தவர்களே. அவர்கள் ஆறு அல்லது ஏழு நூற்றாண்டுகள் இந்திய நிலத்தில் ஆட்சி புரிந்தார்கள் என்றால் அவர்களது ஆட்சி மத ஆட்சியாக இல்லாமல் இருந்தது தான் காரணம். இல்லாவிடில் அவர்களுடைய ஆட்சி இரண்டு தலைமுறைகளைக் கூட தாண்டி இருக்காது என்று பதிவு செய்திருக்கிறார்.

டெல்லியை சுல்தான்கள் ஆண்டபோதுதான் நாணயங்களில் முதன் முதலில் லட்சுமி, ராமர், சீதை போன்ற இந்துக் கடவுள்களின் உருவங்களைப் பதித்தனர்.

ஔரங்கசீப் வாரணாசி விசுவநாதர் ஆலயத்தை இடித்தார் என்று எழுதி இருக்கிறார்கள். ஆனால், ஏன் இடித்தார் என்பது பற்றி எழுதவில்லை. விசுவநாதர் ஆலயத்தின் தலைமைப் பூசாரி கட்ச் என்பவர் சமஸ்தான இந்து அரசனின் மனைவியை கடத்திச் சென்று கருவறைக்குக் கீழே இருந்த நிலவறையில் கெடுத்து விட்டான். இதை அறிந்த இந்து அரசர்கள் கோயில் தீட்டாகிவிட்டது எனவே, அதை இடித்து விட வேண்டும்

என்று ஔரங்கசீப்பிடம் முறையிட்டார்கள். அவர்கள் விருப்பப்படி கோயிலை இடித்த ஔரங்கசீப் புதிதாக ஒரு கோயிலைக் கட்டித்தந்தார் என்கிறது ஆவணக் குறிப்புகள்.

அது மட்டுமல்ல ஔரங்கசீப் பல இந்துக் கோயில்களுக்கு மானியம் அளித்துள்ளார். அவற்றுள் வாரணாசி ஜங்கம் பதி சிவன் கோயில், உஜ்ஜயினி மகா கலேஷ்வர் கோயில், சித்திரகுத்தின் பாலாஜி ஆலயம், கவுகாத்தி உமான்ந்த் கோயில், சத்ருஞ்ச்சயின் ஜைனர் கோயில் ஆகியவற்றைக் குறிப்பிடலாம்.

ஷாஜஹானின் மூத்த மகன் தாரா ஷீகோ இந்திய மண்ணில் இருந்த வேதம் உபநிடதங்களின் சிற்சில பகுதிகளை பாரசீக மொழியில் மொழி பெயர்த்தார். இந்த நூல்களின் மூலமே முதன் முதலில் ஐரோப்பியர் இந்து மதம் பற்றி அறிந்து கொண்டனர் என்பதும் வரலாறு ஆகும்.

ஔரங்கசீப், மதுரை ஆதீன மடாதிபதி 237 ஆம் குருமகா சன்னிதானம் ஸ்ரீலஸ்ரீ மித்தியேஸ்வர சுவாமிகள் காலத்தில் குருமகா சன்னிதானம் அணிந்து கொள்வதற்காக யானை வந்ததால் செய்யப்பட்ட 'திருவடி'களையும் வெள்ளியால் செய்த 'சோடச உபசார தீபாரதனை'ப் பொருட்களையும் நெய்வேத்தியம் செய்ய வெள்ளிப் பாத்திரங்களை அளித்ததோடு பயணத்தில் சவாரி செய்ய இரண்டு ராஜஸ்தான் குதிரைகளையும் அன்புப் பரிசாக அளித்து மகிழ்ந்தார் என்று மதுரை ஆதீன வரலாறு கூறுகிறது.

திருப்பதி வெங்கடேஸ்வரருக்கு ஹைதர் அலி எட்டு கிலோ தங்கக் காசு மாலை வழங்கினார். அது இன்றும் சுவாமி அலங்காரத்தில் பயன்படுத்தப்படுகிறது.

நூறாண்டுகளுக்கு முன் திருப்பதி வெங்கடேஸ்வரருக்கு ஒரு முஸ்லிம் அளித்த பெரிய தங்கப் பதக்கமும் இன்றும் அலங்காரத்தில் பயன்படுத்தப்படுகிறது. ஹைதராபாத்

முஸ்லிம் வியாபாரி எஸ் மீரான் சாகிப் ஒன்றரை கிலோ எடையுள்ள தங்க மலர்களை திருப்பதி கோயிலுக்கு அளித்தார். அவை இன்றும் செவ்வாய் தோறும் நடைபெறும் அஷ்டதல பாத சேவையில் சுவாமியின் பாதத்தில் அர்ச்சிக்கப்படுகின்றன.

மீரான் சாகிப் என்பவர் திருச்சானூர் பத்மாவதி தேவிக்கும் தங்கக் கோப்பை ஒன்றை அளித்திருக்கிறார். அது இன்றும் வழிபாட்டில் பயன்படுத்தப்படுகிறது.

திருவல்லிக்கேணி திருவேட்டீஸ்வரன் பேட்டை திருவேட்டகம் கோயிலுக்கு ஆற்காடு நவாப் மானியம் அளித்திருக்கிறார்.

அன்று முதல் இன்று வரை அந்த நவாப் கட்டளைப்படி ஒரு முஸ்லிம் வீட்டிலிருந்து கோயிலுக்கு பால், பழம், பூ, அனுப்பப்படுகிறது.

மதுரை மீனாட்சி அம்மன் கோயிலுக்கு சையது இஸ்மாயில் நிர்வாகியாக இருந்துள்ளார் என்பதோடு அவர் சமாதி கோயில் வளாகத்திலேயே இருக்கிறது.

கிழக்கிந்திய கம்பெனி படையெடுப்பால் மதுரை திருப்பரங்குன்றம் பகுதியில் கோயில்கள் சேதப்படுத்தப்பட்டன. பூஜைகள் நடைபெறவில்லை. இதை அறிந்த கர்நாடக நவாப்

அமீகாத் சாயுபு 1793இல் கோயில்களை புதுப்பிப்பதற்கும் பூஜைகள் நடைபெறவும் ஏற்பாடு செய்தார்.

பதினெட்டாம் நூற்றாண்டில் குற்றாலநாதருக்கும் நெல்லை காந்திமதி அம்மனுக்கும் திருவிழா கொண்டாட முஸ்லிம்கள் நிதி திரட்டி உதவியுள்ளனர்.

திருப்போரூர் கந்தசாமி கோயில் அமைந்திருக்கும் நிலம் முழுவதும் ஆற்காடு நவாப் கொடையாக வழங்கியுள்ளார். கோயிலுக்குள் ஆற்காடு நவாப் அவருடைய மனைவி ஆகியவரின் திருவுருவச் சிலைகள் வைக்கப்பட்டிருக்கின்றன.

இப்போது மந்திராலயம் என்று வழங்கப்படும் இடம் முன்பு மாஞ்சோலை என்று அழைக்கப்பட்டது. இந்த இடத்தை மகான் ராகவேந்திரனுக்கு வழங்கியவர் அதோனி நவாப். இப்படி பட்டியல்கள் நீண்டு கொண்டே செல்கின்றன ஆனால் வரலாற்றில் மட்டும் இந்த நற்செயல்கள் மறைக்கப்பட்டன என்பதுதான் கசப்பான உண்மையாகும்.

இந்து மன்னர்களும், இந்துக்களும் இதுபோல் முஸ்லிம்களுக்கும் உதவி செய்திருக்கின்றனர். மதுரை காஸி முஹல்லாவில் உள்ள பள்ளிவாசலை கட்டித் தந்தவர் மன்னன் சுந்தரபாண்டியன்.

இராணி மங்கம்மாள் பல பள்ளிவாசல்களைப் பராமரிக்க நன்கொடை அளித்துள்ளார். திருச்சி தப்லே ஆலம் பாதுஷா தர்காவுக்கு ஏழு கிராமங்களை அதாவது 7000 ஏக்கர் பரப்பளவு நிலத்தை மானியமாக அளித்ததை குறிப்பாகச் சொல்லலாம்.

மதுரை கோரிப்பாளையம் தர்காவுக்கு கூன் பாண்டியன் 14000 தங்கக் காசுகளை அளித்துள்ளார். இவை போன்று தர்காக்களுக்கும் பள்ளிவாசல்களுக்கும் மானியம் கொடுத்த இந்து அரசர்கள் பலர் உள்ளனர் என்பதும் வரலாறாகும்.

ஆனால் வரலாற்றில் இருண்ட பக்கங்களைக் காட்டி மக்களிடம் துவேசத்தை வளர்ப்பதை விட இத்தகைய நம்பிக்கையூட்டக்கூடிய வரலாறுகளை திட்டமிட்டே மறைத்தனர். அது இன்று வரை தொடர்கிறது.

வரலாற்றைத் தொடர்ந்து மாற்றி எழுதி வந்த நச்சுக் கலாச்சாரத்திற்கு பி.என்.பாண்டே என்பவர் அண்மையில் ஒரு முற்றுப்புள்ளி வைத்தார்.

3000 பிராமணர்களை திப்பு சுல்தான் மதம் மாற வலியுறுத்தினார். அதற்கு இணங்க மறுத்த பிராமணர்கள் தற்கொலை செய்து கொண்டார்கள் என்கிற தகவலை அடங்கிய வரலாற்றுப் புத்தகம் ஒன்று எழுதப்படுகிறது.

இந்த நூலை எழுதியவர் சாதாரணமானவர் அல்ல. கல்கத்தா பல்கலைக்கழகத்தின் வரலாற்றுத் துறைத் தலைவராக இருந்த மகா மகோபாத்தியாய டாக்டர் ஹரி பிரசாத் சாஸ்திரி என்பவர்தான் இந்தத் தகவலை அடங்கிய நூலை எழுதியிருக்கிறார்!

இந்த வரலாற்று நூல் வட மாநிலங்களில் உள்ள பல பெரும்பாலான கல்வி நிலையங்களில் பள்ளிப் பாடத்திட்டத்தில் சேர்க்கப்பட்டது.

ஒரிசாவின் ஆளுநராக இருந்தவரும் முன்னாள் நாடாளுமன்ற உறுப்பினராகப் பணியாற்றியவருமான வரலாற்று அறிஞர் பி.என்.பாண்டே தற்செயலாக இந்த நூலைப் படிக்கிறார்.

3000 பிராமணர்கள் தற்கொலை செய்து கொண்டார்கள் என்கிற தகவல் எங்கிருந்து பெற்றீர்கள் என நூலாசிரியரான சாஸ்திரி அவர்களுக்கு கடிதம் எழுதுகிறார் பாண்டே.

அதற்கு அவர் மைசூர் கெஜட்டில் இருந்து பெற்றேன் என பதில் கடிதம் எழுதுகிறார். மைசூர் கெஜட்டின் புதிய பதிப்பை தயாரித்துக் கொண்டிருந்த ஸ்ரீ கண்டய்யாவுக்கு இந்தக் கடிதத்தை அனுப்பி வைத்து உண்மை என்ன? என்கிற விவரத்தை கேட்கிறார் பாண்டே.

மைசூர் கெஜட்டில் எந்த இடத்திலும் எந்தப் பக்கத்திலும் 3000 பிராமணர்கள் தற்கொலை செய்து கொண்டது குறித்த தகவல்கள் இல்லை என்று கண்டய்யா பதில் எழுதுகிறார்.

3000 பிராமணர்களை தற்கொலை செய்ய வைத்தார் என்கிற அண்டப்புழுகு அடங்கிய தகவலை கர்னல் மைல்ஸ் எழுதிய ஹிஸ்டரி ஆஃப் மைசூர் என்ற நூலில் இருப்பதாக பலர் என்னிடம் தெரிவித்துள்ளனர். அது எந்த அளவுக்கு உண்மை என்று தெரியவில்லை.

மேலும் அந்த நூல் விக்டோரியா மகாராணியின் தனி நூலகத்தில் உள்ள பாரசீக கையெழுத்துப் பிரதியின் மொழிபெயர்ப்பு என்றும் ஸ்ரீ கண்டய்யா விவரித்து எழுதி இருந்தார். தொடர்ந்து விக்டோரியா மகாராணியின் தனி நூலகத்தில் அந்தக் கையெழுத்துப் பிரதியினைத் தேடும் முயற்சியில் ஈடுபட்ட பாண்டே அவர்களுக்கு ஏமாற்றமே மிஞ்சுகிறது. அப்படி ஒரு கையெழுத்துப் பிரதியே விக்டோரியா மகாராணியின் நூலகத்தில் இல்லை என்கிற தகவல்கள் உறுதிபட தெரிவிக்கப்படுகிறது.

இந்தத் தகவல்களை எல்லாம் திரட்டி அடுத்த கட்ட நகர்வுக்குச் செல்லுகிறார் பாண்டே. உத்திரபிரதேசம், மத்திய பிரதேசம், பீகார், ராஜஸ்தான், மராட்டியம், ஒரிசா வரைக்கும் 3000 பிராமணர்களைக் கொன்றார் என்ற இந்தத் தவறான தகவல்களைக் கொண்ட வரலாற்று நூல் பாடத்திட்டத்தில் இருக்கிறது. அதனை நீக்க வேண்டும் என்கிற முயற்சியில்

இறங்குகிறார். உறுதியான தரவுகளைக் கொண்ட அவரின் கருத்துக்கு மறுப்போர் இல்லை. அந்த வரலாற்று நூல் தடை செய்யப்படுகிறது!

திப்பு சுல்தான் மத வெறியர் அல்ல என்பதற்கான ஆவணங்கள் இன்றைக்கும் உயிர்ப்புடன் இருக்கிறது. பரசுராம்பாவு என்ற மராத்தியன் சிருங்கேரி மடத்தை கொள்ளையிட்டு அங்கிருந்த கோயிலுக்கும் சேதம் ஏற்படுத்துகிறான்.

சிருங்கேரியிலிருந்த பிராமணர்களையும் மற்றவர்களையும் அடித்துத் துன்புறுத்தினான். பலரைக் கொன்றான். ஸ்ரீ சாரதா தேவியின் விக்கிரகத்தையும் அகற்றினான்.

சிருங்கேரி மடாதிபதி திப்பு சுல்தானிடம் நடைபெற்ற சம்பவங்களை சொல்லி முறையிடுகிறார். திப்பு உதவி செய்வதற்கு முன் வருகிறார். மடத்திற்கு வேண்டிய பொருட்களை அனுப்பி வைத்தார். இடிந்த கோயிலையும் புதுப்பித்தார்.

ஸ்ரீ சாரதா தேவியின் சிலை அமைக்கவும் உதவினார் என்கிறது ஆவணக் குறிப்பு.

சிருங்கேரி மடாதிபதி காஞ்சி வந்த போது திப்பு அங்கே இருக்கும் கோயில்களுக்கு அளித்த மானியங்களை ஆசீர்வதிக்கும்படி கேட்டுக் கொண்டதாகவும் ஆவணம் பேசுகிறது.

சிருங்கேரி மடாதிபதிக்கு திப்புசுல்தான் எழுதிய 30 கடிதங்கள் மைசூர் தொல்பொருள் மையத்தில் உள்ளது.

அவற்றுள் ஒரு கடிதத்தில் தமது நலனுக்கும் பிரபஞ்சத்தின் நலனுக்கும் தவம் செய்யுமாறு திப்பு சங்கராச்சாரியாரை வேண்டி உள்ளார்.

ஸ்ரீ வெங்கட்ரமணா, ஸ்ரீநிவாஸ் ஸ்ரீ ரங்கநாதர் பெயர்களில் உள்ள கோயில்கள் மேலும் திப்பு அரண்மனையின்

மேற்பார்வையில் உள்ள கோயில்கள் மற்றும் தமிழ்நாட்டில் உள்ள பல கோயில்களுக்கு திப்பு சுல்தான் ஏராளமான நிலங்களையும், ஆடம்பரமான காணிக்கைகளையும் வாரி வழங்கியுள்ளார். இவற்றின் ஆவணங்களும் இன்றைக்கும் உள்ளது.

திப்பு சுல்தான் 1786, 1790 ஆம் ஆண்டுகளில் மதுரை வந்தபோது அப்போது எழுந்தருளியிருந்த 282 ஆம் குரு மகா சன்னிதானம் ஸ்ரீலஸ்ரீ ஞானசம்பந்த தேசிக பரமாச்சாரியா சுவாமிகளை தரிசித்து உரையாடியதுடன் ஆதீன பூசைக்குரிய வெள்ளித் தாம்பாளங்கள், தோல்முரசு, வெள்ளித் திருச்சின்னம், புனுகு, ஜவ்வாது, உயர்ந்த வகை அரபு நாட்டு அர்த்தர் வகைகள் வெள்ளி வாள் ஆகியவற்றைச் சமர்ப்பித்தார். ஓர் ஆண் யானையையும் தனது அன்புப் பரிசாக அளித்து மகிழ்ந்தார். இது மதுரை ஆதீன வரலாற்றில் பதிவாகி இருக்கிறது. (பக்கம் 75)

இத்தகைய மாமனிதரைத்தான் ஆங்கிலேய வரலாற்றுப் புரட்டர்கள், திப்பு ஒரு மதவெறியர். பிராமணர்களைக் கொன்றவர். கோயில்களை இடித்தவர் என்று பொய்களால் புனைந்துரைத்தனர்.

வாள் முனையில் மதமாற்றம் மற்றும் கோயில், வழிபாட்டுத் தலங்களை இடித்துத் தள்ளியது என்பது வரலாற்றிலேயே இல்லை என்று சொல்ல முடியாது.

பொதுவாக மன்னராட்சி என்பது தனிப்பட்ட அந்த மன்னனின் மனநிலையைப் பொறுத்தது. ஆனால், இந்தக் கொடூரங்கள் தொடர்ந்திருந்தால் 700 ஆண்டுகள் இந்தியாவை முஸ்லிம்கள் ஆட்சி செய்திருக்க முடியாது.

இந்திய சரித்திரப் பக்கங்களில் மிகக் கொடூரமான படையெடுப்பு என்பது கஜினி முகமது படையெடுப்பு மற்றும் கோரி முகமதுவின் படையெடுப்பு எனலாம்.

இஸ்லாமிய வரலாற்று ஆய்வாளர்களே கறைபடிந்த வரலாற்றுக் காலம் என பதிவு செய்துள்ளனர்.

கஜினி முகமது படையெடுத்த அதே சமகாலத்தில் இந்து மன்னர் ஒருவர் சோழப்பேரரசர் ராஜராஜசோழன் இந்தியாவின் தென்னகப் பகுதியிலிருந்து வடக்கு நோக்கிப் படையெடுத்து கங்கை நதி கடந்து இமயம் வரை சென்று செல்லும் வழிகளில் இருந்த வடநாட்டு இந்து சிற்றரசர்கள் உள்ளிட்ட அனைவரையுமே அடிமைப்படுத்தி அவர்களின் தலையில் கங்கை நீர் அடங்கிய குடத்தை வைத்து இங்கு இழுத்து வந்தார் என்கிறது அவரின் வரலாறு.

மன்னர் ஆட்சியில் தன் நாட்டின் எல்லைகளை விரிவுபடுத்துவது, செல்வம் இருக்கும் இடத்தைத் தேடி கொள்ளையடிக்கச் செல்வது எல்லாம் சகஜமான, மன்னரின் வீரத்திற்கு அடையாளமாக நினைத்த காட்டுமிராண்டி காலம் அது.

நாம் இப்போது மக்களாட்சியில் வாழ்ந்து கொண்டிருக்கிறோம். மீண்டும் காட்டுமிராண்டிகளாக மாறுவதற்கு மனசாட்சி உள்ள எந்த மனிதனும் ஒத்துக்கொள்ள மாட்டான். மத நல்லிணக்கமே உலகளாவிய சிறந்த மதம் என்று சொன்ன சுவாமி விவேகானந்தரின் வழியில் உண்மையான வரலாற்றை தேடித் தேடிப் படிப்போம். மதவெறியினைச் சாய்ப்போம்.

15. கடவுளுக்கு மொழி உண்டா?

"வடமொழியைப் பாணினிக்கு வகுத்தருளி, அதற்கு இணையாத் தொடர்புடைய தென்மொழியை உலகமெலாம் தொழுதேத்தும் குடமுனிக்கு வலியுறுத்தார் கொல்லேற்றுப் பாகர்."

இதில் தமிழ், சமஸ்கிருதத்திற்கு இணையானது என்று காஞ்சிப் புராணம் கூறுவதை கவனிக்கலாம். இருந்தாலும் சிலர் தமிழ், சூத்திராள் பாஷை என்றும், சமஸ்கிருதம் மட்டுமே தேவ பாஷை என்றும் தொடர்ந்து கூறி வருகின்றனர்.

அனைத்து உயிர்களையும் இறைவன்தான் படைத்தான் எனில் மொழியை மட்டும் இறைவன் படைக்கவில்லையா? அல்லது ஒரு குறிப்பிட்ட மொழி மட்டுமே கடவுளுக்குத் தெரியும் என்று சொல்வதா? குறிப்பிட்ட மொழிதான் கடவுளுக்குத் தெரியும் என்றால் அது நாத்திகவாதம்.

ஒவ்வொரு மொழிக்கும் சில தனிச்சிறப்புகள் உண்டு. அவற்றைப் பாராட்டுவதில் தவறில்லை. ஆனால் அதற்காக பிற மொழிகளை தாழ்த்திப் பேசுவது அநாகரிகம். அதுவும் கடவுளின் பெயரால்...

எல்லா மொழிகளுமே இறைவனைத் துதிப்பதற்கு தகுதி பெற்றவையே. வானவர்கள் எல்லா மொழிகளாலும் இறைவனைத் துதிக்கின்றனர் என்கிறார்.

நான்மறைகளையும் அறிந்து தெளிந்த அந்தணரான திருஞானசம்பந்தர்!

கல்லால் நிழல்மேய

கறைசேர் கண்டா என்று

எல்லா மொழியாலும் இமையோர் தொழுதேத்த...

பண்ணும், பதம் ஏழும், பலவோசைத் தமிழ் அவையும்

விண்ணும் முழுதானான்

என்றும் சம்பந்தர் பாடியிருக்கிறார்...

நாயன்மார்கள் கோயில்தோறும் சென்று தமிழால் பாடி சிவபெருமானை வழிபட்டனர். அது மட்டுமல்ல அவர்கள் சிவபெருமானே தமிழானார் என்றும் கூறியிருக்கின்றனர்.

'முத்தமிழும் நான் மறையும் ஆனாய் கண்டாய்'

என்று பாடுகிறார் திருநாவுக்கரசர்.

'பண்ணார் இன்தமிழாய்ப் பரமாய பரஞ்சுடரே'

என்கிறார் சுந்தரர்.

சிவபெருமானின் தோழனாக இருந்த சுந்தருக்கு அண்மையில் கோயில் கட்டிய போது அங்கு தமிழில் குடமுழுக்கு செய்யக்கூடாது என்று நீதிமன்றம் வரை சென்று சிலர் வாதிட்டனர்.

திருமுறைகளுக்கு மந்திர சக்தி இல்லை என்று சொன்னதுடன் ஆகம விதிக்கு எதிரானது என்றும் நீதிமன்றத்தில் வாதம் புரிந்தனர்.

திருமுறைகளுக்கு மந்திர ஆற்றல் இல்லை என்பதை ஏற்றுக் கொள்ள முடியாது. கல் தெப்பமானதும், எலும்பு பெண்ணானதும், முதலை வாய்ப்பட்ட பிள்ளை பிழைத்து வந்ததும், திருமுறைகளுக்கு மந்திர ஆற்றல் இருந்ததால்தான் நடந்தன என்கிறது பக்தி இலக்கியம்.

கடவுள் அருளுக்காக குடமுழுக்குச் செய்கிறோம். கடவுளை திருவாரூரில் நடந்து வரச் செய்தது திருமுறை. அதனால் அந்த ஆற்றலுடைய திருமுறைகளால் குடமுழுக்கு செய்கிறோம். தேவார நால்வரும் தங்கள் பாடல்களை வேள்வி செய்யப் பயன்படுத்தக் கூடாதென்று சொல்லவில்லை.

உடன்போக்காக வந்த காதலர் இருவரில் ஆடவனை பாம்பு தீண்டியதால் அவன் இறந்து விடுகிறான். அதனால், அப்பெண் அழுது புலம்பிய போது திருஞானசம்பந்தர் பதிகம் பாடி அவன் உயிருடன் எழச் செய்தார். பின்னால் இருவருக்கும் அவரே திருமணம் செய்து வைத்தார். அது வடமொழி மந்திரங்களைக் கொண்டது அல்ல... தமிழ்த் திருமுறை பாடி "மண்ணில் நல்ல வண்ணம் வாழலாம்" என்னும் பாடல்

நீ.சு.பெருமாள்

மனித வாழ்வு நல்லபடி வாழக் கூறுவது. இதனைச் சொல்லி திருமணம் செய்து வைக்கலாம் என்கிறார் பேரூராதீனம் தவத்திரு சாந்தலிங்க ராமசாமி அடிகளார்.

ஆகமம் என்பதெல்லாம் சிலர் உருவாக்கிய ஒரு கட்டுப்பாடுதான். பக்தி இலக்கியங்களில் இதனை எங்கும் பார்க்க முடியாது. திருப்பனந்தாளில் கருவறையில் தாடகை என்ற பெண் வழிபட்டதை ஆகமம் ஏற்றுக் கொள்கிறதா? திருநீலகண்டரும் மனைவியாரும் கருவறையில் அமர்ந்து வழிபட்டதைப் பற்றி ஆகமம் என்ன சொல்கிறது? யானை, சிலந்தி, எறும்பு, நாரை, நண்டு, கழுதை, கரிக்குருவி, குரங்கு, முதலியன வழிபட்டதை ஆகமம் ஏற்றுக்கொள்கிறதா? அவற்றைக் காட்டிலும் ஆறறிவு படைத்த மனிதன் உள்ளே சென்று வழிபடுவதை ஆகமத்தின் பெயரால் தடுப்பது எந்த வகையில் நியாயம்?

ஆகமத்தில் ராஜகோபுரம் இல்லை. பின் கட்டியதை ஏற்றுக் கொண்டீர்கள். வழிபாட்டில் 16 உபசாரத்தில் நாட்டியம் ஒன்று உள்ளது. தேவதாசி முறை ஒழிக்கப்பட்டது. ஆகமம் அதனை ஏற்றுக் கொண்டது. இப்படிப் பல விடயங்களில் மறுமலர்ச்சி ஏற்பட்டு இருக்கிறது.

சேக்கிழார் பெருமான் திருமுறைகளையே வேதம் என்கிறார். வடமொழியிலும் வேதத்தை "ஓதுதல்" தான் வேள்வியில் செய்யப்படுகிறது. "ஓதுதல்" என்றால் இடைவிடாமல் சொல்லுதல். வடமொழியில் வேதம் ஓதுவது என்பதற்குத் தமிழில் திருமுறைகள் ஓதுதல் என்பது தாழ்வாகுமா? இப்போது அனைத்து சாதியினரும் அர்ச்சகராக பயிற்சி நடைபெறுகிறது. அதற்கு வடமொழி மந்திரங்களுக்கு இணையாகத் தமிழ்த் திருமுறைகளில் இருந்து பாடத்திட்டம் வகுத்துத் தந்துள்ளோம். இப்போது தமிழ்த் திருமுறைகளைக் கொண்டு வழிபாடு செய்யக்கூடாது என்று தடையாணை பெற்று விட்டால் அர்ச்சகர் பயிற்சியும் தடைப்படும். இதனால் அனைத்து சாதியினரும் அர்ச்சகராவதைத் தடுத்து விடலாம்

என்று எண்ணி செயல்படுகின்றனர். அதற்காகத்தான் நீதிமன்றம் வரை சிலர் செல்கின்றனர்.

அனைத்து வகுப்பினரும் அர்ச்சகராக வேண்டும். ஒரு சிலருக்கு மட்டும் இந்த வாய்ப்பு என்பதை ஏற்க முடியாது. தற்போது வேறு வழி இல்லாமல் அனைத்து சாதியினரும் அர்ச்சகர் ஆகலாம் என்கிற சட்டத் திருத்தத்தை தமிழக முதலமைச்சர் ஸ்டாலின் கொண்டு வந்த காரணத்தால் நீண்ட காலம் போராடிய கோவில் கருவறைக்குள் இருந்த இந்த சாதியத் தீண்டாமை இப்போது முடிவுக்கு வந்துவிட்டது.

உலகம் போற்றும் இலக்கண நூலான தொல்காப்பியம் “நிறைமொழி மாந்தர் ஆணையிற் கிளந்த மறைமொழி தானே மந்திரம் என்ப” எனவும்...

உலகம் போற்றும் இலக்கியமான திருக்குறள் “நிலைமொழி மாந்தர் பெருமை நிலத்து மறைமொழி காட்டிவிடும்” என்றும் சொல்வது தமிழின் மந்திர ஆற்றலை எடுத்துக்காட்டுவதாகும்.

பல வகைக் கோவில்களைப் பற்றி திருநாவுக்கரசர் தம் பாடல்களில் கூறுகிறார். மணிக்கோயில், மாடக்கோயில், கொகுடிக் கோயில், ஞாழற்கோயில் என வரிசைப்படுத்தி பாடியிருக்கிறார். முதலில் தமிழர்தான் இவ்வாறு முறையாகக் கோயில்கள் அமைத்தனர். தமிழில் இருந்தே கோயிற்கலைகள் வடமொழியில் பெயர்க்கப்பட்டன. மாற்றார் ஆட்சியான நாயக்கர் ஆட்சியில் தான் வடமொழிச் செல்வாக்கு அதிகமாயிற்று. இதற்கு பழநிச் செப்பேடே சான்று. வழிபாட்டு முறையைக் குறிப்பவை ஆகமங்கள். அவை தமிழில் இருந்து மறைக்கப்பட்டுள்ளன.

இமயமலை கடலில் இருந்து எழுவதன் முன்
குமரி நாட்டில் மகேந்திரம்
என்னும்
மலை இருந்தது.
அது கடலுள் மூழ்கி மறைந்து போயிற்று.

அங்கு தமிழ் மறைகள்
கடவுளால்
நான்கு முனிவர்களுக்கு வெளியிடப்பட்டன.
அவை அறம், பொருள், இன்பம், வீடு என்றும்
நாற்பொருள்களைக் கூறின மையின்
நான் மறைகள் எனப்பட்டன.

என்று தமிழறிஞர் பூரணலிங்கம் பிள்ளை "தமிழ் இந்தியா" என்ற நூலில் கூறுகிறார்.

கருவறையில் தாடகை என்ற பெண் வழிபட்டதை ஆகமம் ஏற்றுக்கொள்கிறதா? திருநீலகண்டரும் மனைவியாரும் கருவறையில் அமர்ந்து வழிபட்டதை பற்றி ஆகமம் என்ன கூறுகிறது.

யானை, சிலந்தி, எறும்பு, நாரை, நண்டு, கழுதை, கரிக்குருவி குரங்கு முதலியன வழிபட்டதை ஆகமம் ஏற்றுக் கொள்கிறது. அவற்றைக் காட்டிலும் ஆறறிவு படைத்த மனிதன் உள்ளே சென்று வழிபடுவதை ஆகமத்தின் பெயரால் தடுக்கின்றீர்கள். ஆகமத்தில் ராயகோபுரம் இல்லை. பின்னர் தமிழர்கள் கட்டியதை ஏற்றுக் கொண்டீர்கள். வழிபாட்டில் 16 உபசாரத்தில் நாட்டியம் ஒன்று தேவதாசி முறை. தற்போது இந்தப் பழக்கம் ஒழிக்கப்பட்டது. ஆகமம் அதனை ஏற்றுக்கொண்டது.

தமிழ்நாடு தவிர உலகம் முழுவதிலும் பல நாடுகளில் தமிழ்த் திருமுறைகளைக் கொண்டே குடமுழுக்கு செய்து வரும் நிலையில்... அங்கெல்லாம் யாரும் எதிர்ப்பதில்லை. ஆனால், தமிழும் திருமுறைகளும் தோன்றிய தமிழ்நாட்டில் தமிழ் குடமுழுக்கை தமிழ் வழிபாட்டை எதிர்க்கிறார்கள்.

வடமொழியில் செய்யும் அர்ச்சனைக்கோ சடங்குகளுக்கோ நாங்கள் நீதிமன்றத்தில் சென்று தடை வாங்கவில்லை. விரும்பியோர் வடமொழியை பயன்படுத்தட்டும். ஆனால் தமிழில் திருமுறைகளைப் பயன்படுத்துவதை தடுக்க மற்றவர்களுக்கு உரிமை இல்லை என்கிறார்... பேரூர் சாந்தலிங்க ராமசாமி அடிகளார்.

தேவாரப் பாடல்களைக் கொண்டு சடங்குகள் செய்யுமாறு பாடியோர் கூறவில்லை என்கிறார்கள். செய்யக்கூடாது என்றும் தேவாரத்தில் எங்கும் கூறப்படவில்லை என்கிறார் பேரூர் ஆதினம் இளைய பட்டம் மருதாசல அடிகளார்.

பெருங்கவிக்கோ வா.மு.சேதுராமன் அவர்கள் இவ்வாறு சொல்கிறார்...

சங்க காலத்தில் ஐவகை நிலங்களிலும் தமிழ் வழிபாடு தான் இருந்தது. ஆகமங்கள் எப்போது வந்தன? இவற்றிற்கு என்ன அடிப்படை? இவற்றை உண்டாக்கியது யார்? எவரோ உண்டாக்கியதை தமிழன் கேட்டு நடக்க வேண்டுமா? தமிழ் மந்திரங்களுக்கு சக்தி உண்டு. தமிழ் மந்திரங்கள் கேட்கின்ற மக்களுக்கும் புரிகின்றன. "அர்ச்சனைப் பாட்டேயாகும்" என சேக்கிழார் பெருமான் கூறுகிறார். எனவே வழிபாட்டிற்குரியது தமிழேயன்றி வடமொழி அல்ல.

இந்த மண்ணுக்குரிய மொழியில் வழிபாடும் சடங்கும் செய்ய வேண்டும்.

"வேதாகமங்கள் என்று வீண்வாதம் ஆடுகின்றீர்!
வேதாகமத்தின் விளைவறியீர் சூதாகச் சொன்ன அலால்
உண்மை வெளித் தோன்ற உரைக்கவில்லை என்ன பயனோ
இவை"

என்று பாடுகிறார் திருவருட்பிரகாச வள்ளலார்.

திருத்தொண்டர் புராணம் எனும் பெரியபுராணம் படைக்கத் தொடங்குகிற போது வார்த்தைகள் கிடைக்காமல் தடுமாறிய சேக்கிழார் பெருமானுக்கு தில்லையில் ஆடும் சிவபெருமானே அசரீரியாக குரல் கொடுத்து 'உலகெலாம்' என்று அடி எடுத்துக் கொடுத்ததாக பக்தி இலக்கியம் பேசுகிறது. ஆனால் இன்றுவரையிலும் திருவாசகத்தை தில்லையில் பாடுவதற்கு போராட வேண்டி இருக்கிறது... என்றால் இது வெறும் மொழியின் பிரச்சனை அல்ல. மாறாக மொழியைக் கொண்டு பெரும்பான்மையான மக்களை ஆகமம் என்னும் பெயரால் சிலர் ஆதிக்கம் செய்கிறார்கள் என்றுதான் பொருள்.